കാക്കി

മെഴുവേലി ബാബുജി

1965–ൽ ജനനം. നന്നെ ചെറുപ്പത്തിലെ എഴുതി തുടങ്ങി. ക്രൈം, സാമൂഹികം, മാന്ത്രികം, ബാലസാഹിത്യം എന്നിങ്ങനെ മൂന്നിറില ധികം നോവലുകൾ രചിച്ചു. ഇതിൽ മിന്നാമിനുങ്ങിനും മിന്നുകെട്ട് ചലച്ചിത്രമായി. ഇപ്പോഴും ആനുകാലിക പ്രസിദ്ധീകരണങ്ങളിൽ എഴുതി കൊണ്ടിരിക്കുന്നു. പല നോവലുകളും കന്നഡിയിലേക്ക് മൊഴിമാറ്റം ചെയ്തിട്ടുണ്ട്. ഹൈസ്കൂൾ അധ്യാപകനാണ്.

വിലാസം:

കാവുംപുറത്ത്, മെഴുവേലി പി.ഒ, പത്തനംതിട്ട 689507

മെഴുവേലി ബാബുജി

കാക്കി

(നോവൽ)

മാക്സ് ബുക്സ്
കോട്ടയം
2023

Kaakki
By Mezhuveli Babuji
Malayalam Novel

Published by:-
MAX BOOKS
Maxlive Media Solutions Pvt Ltd.
Muppathiyil Building, Muttambalom Post,
Kanjikuzhy, Kottayam 686 004
maxlivemediasolutions@gmail.com
maxbookskerala@gmail.com
Ph: 90740 98776

Cover Design: Maxlab
Picture Courtsey: Freepik

Printed in India
at MAX

Edition:
May 2023
Copies: 1000

ISBN: 978-93-91085-54-4

ആകാംക്ഷയുടെ മുൾമുന തീർക്കുന്ന ജനപ്രിയ എഴുത്തുകാര നായ മെഴുവേലി ബാബുജിയുടെ 'കാക്കി' എന്ന നോവൽ കാടും അതിനുള്ളിലെ കള്ളന്മാരുടെയും സാഹസികകഥയാണ്. ഒറ്റയിരിപ്പിൽ വായിച്ചു പോകാവുന്ന വിധത്തിൽ ലളിതമായ ഭാഷയിലും ശൈലിയിലും വായനക്കാരെ വിസ്മയിപ്പിക്കാനുള്ള നോവലിസ്റ്റിന്റെ ക്രാഫ്റ്റും ടെക്നിക്കും ഇതിൽ നന്നായി തെളി ഞ്ഞുനിൽക്കുന്നു. ക്രൈംനോവലുകളിൽ ഇത്തരത്തിൽ നമുക്ക് അറിയാവുന്ന പരിസരങ്ങളെ കൃത്യമായി തെരഞ്ഞെടുത്ത് അവ തരിപ്പിക്കുന്ന മെഴുവേലിയുടെ നോവലുകൾ ആരാധകർക്ക് നല്ലൊരു വായനാനുഭവം സമ്മാനിക്കുന്നു. മാക്സ്ബുക്സ് പ്രസിദ്ധീകരിച്ച അദ്ദേഹത്തിന്റെ മറ്റു നോവലുകളിൽ നിന്നും ഏറെ വ്യത്യസ്തമാണ് ഇതിന്റെ കഥാപരിസരം. പ്രിയ വായന ക്കാർക്കായി ഈ നോവൽ സമ്മാനിക്കുന്നു.

അജീഷ് ചന്ദ്രൻ
പ്രസാധകൻ

ഒന്ന്

ഈറ്റക്കാട് വല്ലാതെ ഒന്നുലഞ്ഞു.

ഒപ്പം എന്തൊക്കെയോ ഞെരിഞ്ഞമരുന്ന ശബ്ദം.

അല്പം കഴിഞ്ഞപ്പോൾ വകഞ്ഞുമാറ്റം പോലെ ഈറ്റകളെ ഇരു ഭാഗത്തേക്കും നീക്കിക്കൊണ്ട് ഒറ്റയാന്റെ ശിരസ്സു പുറത്തേക്ക് നീണ്ടു.

പിന്നെ പതിയെ ആ ആന താഴ്വാരത്തേക്ക് ഇറങ്ങുകയായി. നീണ്ടുവളഞ്ഞ കൂറ്റൻ കൊമ്പുകൾ... കണ്ണുകളിൽ നിറഞ്ഞ് നില്ക്കുന്ന ക്രൗര്യം. മുന്നിൽ എത്തുന്നതെന്തും തകർക്കാനുള്ള ഭാവം...

താഴ്വാരത്ത് ചെറുപുല്ലുകൾ തിന്നുകൊണ്ടിരുന്ന മുയലുകൾ ഭീതിയോടെങ്ങോ ഓടിയൊളിച്ചു.

ഒറ്റയാന്റെ ശരീരം മുഴുവൻ മണ്ണുപുരണ്ടിരുന്നു.

താഴ്വാരത്തിനപ്പുറത്ത് ചെറിയ കാട്ടുചോലയുണ്ട്.

അവൻ അവിടേക്ക്പോയി.

കുറ്റിക്കാടുകൾ അവന്റെ കാൽക്കീഴിൽ ഞെരിഞ്ഞമർന്നു.

കാടുതന്നെ കിടുങ്ങും വിധമായിരുന്നു അവന്റെ നടത്തം.

താഴ്വാരത്തിനു കുറച്ചപ്പുറത്ത് ഒറ്റയാനെ തന്നെ ശ്രദ്ധിക്കുന്ന ചിലർ ഉണ്ടായിരുന്നു.

"അവൻ തന്നെ" ഒരാൾ അപരനോടു പറഞ്ഞു. ഒപ്പം കൈയിലിരുന്ന ഇരട്ടക്കുഴൽ തോക്ക് ഒരു വൃക്ഷശിഖരത്തിൽ ചേർത്തു വച്ച് മുന്നോട്ടുനീട്ടി.

പൊടുന്നനെ ഒരു കാറ്റു വീശി.

"ചതിച്ചെന്നു തോന്നുന്നു..." രണ്ടാമൻ പിറുപിറുത്തു.

അതു ശരിയുമായിരുന്നു. കാറ്റിൽ മനുഷ്യഗന്ധം തിരിച്ചറിഞ്ഞ ഒറ്റയാൻ പെട്ടെന്ന് നിന്നു. അവന്റെ കണ്ണുകളും കാതുകളും ജാഗരൂകമായി.

തോക്കുധാരികൾ വൃക്ഷത്തിന് പിന്നിലേക്കു മാറി.

ഏതോ ലക്ഷ്യം കിട്ടിയതു പോലെ ആന അവിടേക്കു തന്നെ വരികയായിരുന്നു.

“തട്ടിക്കള അവനെ. അല്ലെങ്കിൽ അവൻ നമ്മുടെ കഥ കഴിക്കും...”

ഒരുവൻ അപരന്റെ കാതിൽ മന്ത്രിച്ചു.

അയാൾ പതിയെ തലയുയർത്തി.

ആന അൻപതടിയോളം അടുത്ത്. തോക്കിന്റെ പാത്തി വലതു തോളിൽ ഉറപ്പിച്ചിട്ട് അയാൾ ഇടതു കണ്ണടച്ച് ലക്ഷ്യം നോക്കി.

ഒരു നിമിഷം...

മുന്നിൽ ഇരയെ കണ്ടെത്തിയ ആന അത്യുഗ്രമായി ഒന്നു ഗർ ജ്ജിച്ചു. കാടുകിടുങ്ങി.

വൃക്ഷത്തലപ്പുകളിൽ നിന്ന് ചെറുപക്ഷികൾ ഭീതിയോടെ പലായനം ചെയ്തു.

ഭൂമി കുലുങ്ങിയതുപോലെ തോക്കുധാരി കുലുങ്ങി.

അയാൾ ട്രിഗറമർത്തുമ്പോൾ കൈവിറച്ചു.

ആന തൊട്ടുമുന്നിൽ...

കൊലവിളിയുമായി മുന്നോട്ടടുത്ത ഒറ്റയാൻ ഒരദൃശ്യഭിത്തിയിൽ വന്നു മുട്ടിയത് പോലെ നിന്നു,

ട്രിഗറിൽ പൂർണ്ണമായും വിരലമരും മുമ്പ് ആന തുമ്പിക്കൈ വീശിയടിച്ചു.

തോക്ക് പിടി വിട്ടു പോയി.

അയാളുടെ ആർത്തനാദം തൊണ്ടയിൽ കുരുങ്ങി.

തിരിഞ്ഞോടാൻ ഭാവിച്ച അയാളുടെ കാലിൽ ആനയുടെ തുമ്പിക്കൈഅമർന്നു...

ആ മനുഷ്യൻ ആകാശത്തേക്ക് ഉയർത്തപ്പെട്ടു.

ഒപ്പമുണ്ടായിരുന്നവൻ ജീവനും കൊണ്ടോടി...

കുറെ അകലെയെത്തിയിട്ട് തിരിഞ്ഞ് നോക്കിയ അയാൾ കണ്ടത് തന്റെ സുഹൃത്തിനെ ആന ശക്തിയായി മരത്തിലേക്ക് ആഞ്ഞടിക്കുന്ന താണ്.

ഒരു തണ്ണിമത്തൻ പോലെ ആ മനുഷ്യൻ ചിതറിപ്പോയി. ചോര തുള്ളികൾ കാട്ടുചെടികളുടെ ഇലകളിൽ തെറിച്ചുവീണു.

ആ ശരീരത്തിന്റെ ബാക്കി ഭാഗം വലിച്ചെറിഞ്ഞിട്ട് ആന രണ്ടാമന്റെപിന്നാലെ ഓടാൻ തുടങ്ങി.

നിലവിളിച്ചു കൊണ്ട് കഴിയുന്നത്ര വേഗത്തിൽ കുതിക്കുകയായിരുന്നു അയാൾ.

ഇടയ്ക്കിടെ കാട്ടുചെടികളിൽ തട്ടി താഴെ വീണു.

അവിടെ നിന്നെണീറ്റ് പിന്നെയും ഓടി. തൊട്ടുപിന്നാലെ ഒരു ട്രെയിൻ അലറിപ്പാഞ്ഞുവരുന്ന അനുഭവമായിരുന്നു അയാൾക്ക്...

മരണത്തെ മുന്നിൽക്കണ്ട നിമിഷങ്ങൾ...

അധികദൂരം തനിക്കിങ്ങനെ ഓടാനാവില്ലെന്ന് അയാൾക്കറിയാമായിരുന്നു

ഇത്തിരികൂടി കഴിഞ്ഞപ്പോൾ മുന്നിൽ ഒരു ചെറിയ വഴി കണ്ടു.

ഇടയ്ക്കിടെ ജീപ്പുകളും മറ്റും പോകുന്ന ചെറിയ പാത.

ഒരു പക്ഷെ, ഗഞ്ചാവു കൃഷിക്കാർ പോകുന്ന വഴിയായിരിക്കും.

അതുവഴി അയാളോടി. ഇടയ്ക്കൊന്നു തിരിഞ്ഞു നോക്കിയപ്പോൾ ആന തൊട്ടുപിന്നാലെയുണ്ടെന്നു കണ്ടു.

പെട്ടെന്നാണ് ഒരു വാഹനത്തിന്റെ മുരൾച്ച കേട്ടത്.

ഒരു നിമിഷം കഴിഞ്ഞപ്പോൾ അയാൾ കണ്ടു.

തന്റെ മുന്നിൽ നിന്നും പാഞ്ഞടുക്കുന്ന ഒരു ജീപ്പ്...

ജീപ്പിന്റെ ഡ്രൈവിംഗ് സീറ്റിൽ ഒരു മൊട്ടത്തലയൻ.

ആ മനുഷ്യൻ ബ്രേക്കമർത്തി.

ഒപ്പം ഒരു തോക്കു വലിച്ചെടുത്തു.

ഓടിച്ചെന്ന മനുഷ്യൻ ജീപ്പിന്റെ ബോണറ്റിലേക്ക് മറിഞ്ഞു.

ജീപ്പിന്റെ എൻജിൻ ഓഫ് ചെയ്യാതെ തന്നെ ജീപ്പിലിരുന്ന മനുഷ്യൻ ആനയ്ക്ക് നേരെ തോക്കു ചൂണ്ടി.

"ഠോ."

ആ വെടി ശബ്ദം കാടിന്റെ പല ഭാഗങ്ങളിൽ മാറ്റൊലിക്കൊണ്ടു.

കൊലവിളിയുമായി മുന്നോട്ടടുത്ത ഒറ്റയാൻ ഒരദൃശ്യഭിത്തിയിൽ വന്നു മുട്ടിയതുപോലെ നിന്നു.

അവന്റെ കണ്ണുകൾക്കിടയിൽ നെറ്റിക്കായി ഒരു ദ്വാരം വീണിരുന്നു.

അതു വഴി കൊഴുത്ത ചോര കിനിഞ്ഞുവന്നു.

അസഹ്യമായ വേദനയിൽ എന്നവണ്ണം കാടിനെ നടുക്കും വിധം അവൻ ഗർജ്ജിച്ചു.

പക്ഷെ, ആ ചിന്നംവിളിക്ക് പഴയ ശക്തിയുണ്ടായിരുന്നില്ല.

ജീപ്പിലിരുന്ന മനുഷ്യൻ രണ്ടാമതും തോക്കു ചൂണ്ടി.

നിറയൊഴിക്കും മുമ്പ് ആന വെട്ടിതിരിഞ്ഞ് കാട്ടിലേക്കു കയറി. ഏതാനും നിമിഷങ്ങൾക്കുള്ളിൽ എന്തോ നിലം പതിക്കുന്ന ശബ്ദവും കേട്ടു...

ഫോറസ്റ്റർ മനുവർമ്മ ഓഫീസിലെത്തുമ്പോൾ ഈറ്റവെട്ടുകാരായ ചില തൊഴിലാളികൾ അയാളെ കാത്തുനിൽക്കുകയായിരു

ന്നു.

ജീപ്പിൽ നിന്നിറങ്ങി മനുവർമ്മ ഓഫീസിലേക്ക് കയറി.

നാലഞ്ചു ഗാർഡുകൾ എന്തോ പറഞ്ഞ് രസിച്ചിരിക്കുകയായിരുന്നു. ഫോറസ്റ്റർ മനുവർമ്മയെ കണ്ടതും അവർ ചാടിയെണീറ്റ് അറ്റൻഷനായി.

മനുവർമ്മ തന്റെ ചെയറിൽ അമർന്നു. അനന്തരം ഗാർഡുകളെ നോക്കി.

“പുറത്തുനിൽക്കുന്നവരാരാ?”

“സാറിനെ കാണാൻ വന്ന ഈറ്റവെട്ടു തൊഴിലാളികളാണ്.”

മനുവർമ്മയുടെ നെറ്റി ചുളിഞ്ഞു.

“കൈക്കൂലിയുമായി വന്നതാണോ അവർ?”

ഗാർഡുകൾ മുഖാമുഖം നോക്കിയല്ലാതെ ഒന്നും പറഞ്ഞില്ല.

“ങാ... വിളിക്ക്”. ഒരാൾ വിളിച്ചു.

തൊഴിലാളികൾ അകത്തേക്ക് വന്നു. മനുവർമ്മ അവരെ അടിമുടി നോക്കി.

“എന്താ നിങ്ങളുടെ മുഖത്തൊരു കള്ളലക്ഷണം”

“ഒന്നുമില്ല സാർ...”

“എന്നാൽ വന്ന കാര്യം പറഞ്ഞിട്ട് വേഗം പോ...”

“കാട്ടിൽ ആനയുടെ ചീഞ്ഞളിഞ്ഞ ജഡം...”

അവരെ പൂർത്തിയാക്കാൻ അനുവദിക്കാതെ മനുവർമ്മ അവർക്കുനേരെ തട്ടിക്കയറി.

“കാട്ടിൽപ്പോലും അതു കിടക്കാൻ പാടില്ലേ ? ഇതു നല്ല കൂത്ത്. രണ്ടുവർഷങ്ങളായി പതിനേഴ് ആനകളാ ചരിഞ്ഞത്. അതിനിപ്പം ഞങ്ങൾ എന്തു ചെയ്യാനാ? വനത്തിലൂടെ കെ.വി.ലൈൻ വലിച്ചപ്പോഴെ ഞങ്ങളു പറഞ്ഞതാ അതു കുഴപ്പമാണെന്ന്. അല്ലെങ്കിൽ കുറെ ഉയർത്തി വലിക്കണമായിരുന്നു. ആരു കേൾക്കാനാ? എന്നിട്ടിപ്പോൾ ആനകൾ ചത്തുമലയ്ക്കുമ്പോൾ വനപാലകർക്കു പഴി.....”

തൊഴിലാളികൾ വന്നുപറഞ്ഞത് അബദ്ധമായെന്ന മട്ടിലായി.

“ങാ... എവിടാകെടക്കുന്നത്? പറഞ്ഞുതൊലയ്ക്ക്....”

അവർ സ്ഥലം പറഞ്ഞു.

“എടോ ശങ്കരപ്പിള്ളേ..... ”ഫോറസ്റ്റർ വിളിച്ചു.

കൂട്ടത്തിൽ ഏറ്റവും പ്രായമുള്ള ഗാർഡ് മുന്നോട്ട് നീങ്ങിനിന്നു.

“ഇവരീ പറയുന്ന ഭാഗത്ത് ജീപ്പ് ചെല്ലുമോ?”

“എന്ന് തോന്നുന്നു സാർ”

“എങ്കിൽ തയ്യാറാക്. അങ്ങോട്ട് കെട്ടിയെടുക്കാം”.

അയാൾ തിരിഞ്ഞ് ഈറ്റതൊഴിലാളികളെ നോക്കി, "ചത്ത ആനയുടെ കൊമ്പൊക്കെ യഥാ സ്ഥാനങ്ങളിലുണ്ടല്ലോ അല്ലേ?"

"ആനയ്ക്കു തലയില്ല സാർ..."

"ങേ തലയില്ലാത്ത ആനയോ?"

"അതല്ല സാർ. തോട്ട വച്ചു പൊട്ടിച്ചതുപോലെ തല ചിതറികിടക്കുകയാണ്. കൊമ്പൊന്നും അവിടെ കണ്ടില്ല..."

ഞെട്ടിപ്പോയി മനുവർമ്മ...

ആനവേട്ടയാണ്.

ദൈവമേ...!

തന്റെ സീറ്റിനടിയിൽ ആരോ "തോട്ട" വച്ചിരിക്കുന്നതുപോലെ മനുവർമ്മ കിടുങ്ങി...

രണ്ട്

കാട്ടിലെ ദുർഘടം നിറഞ്ഞ വഴിയിലൂടെ കുലുങ്ങിയും ഇളകിയും മുന്നോട്ടുപോകുകയായിരുന്നു ഫോറസ്റ്റ് ഓഫീസിലെ പഴയ ജീപ്പ്.

അതിന്റെ വല്ലാത്ത ശബ്ദം മലമടക്കുകളിൽ തട്ടി ഭീകരമായ പ്രതിധ്വനിയുണ്ടാക്കി. ജീപ്പ് കടന്നുപ്പോകുന്നതിന് പിൻഭാഗത്തെ റോഡ് കാണാനെ വയ്യ. അത്ര വലിയ പുകയാണ് ജീപ്പിൽ നിന്നും പുറത്തേക്ക് തള്ളപ്പെടുന്നത്.

റോഡെന്നു പേരിനു മാത്രമേയുള്ളു. നിറയെ ഉരുളൻ കല്ലുകളും കുഴികളും. ജീപ്പിൽ നിന്നും തെറിച്ചുപോകുമെന്നുപോലും ഫോറസ്റ്റർ മനുവർമ്മയ്ക്കും ഗാർഡുകൾക്കും തോന്നി.

ആനയുടെ ജഡം കണ്ട തൊഴിലാളികളിൽ രണ്ടു പേരെ കൂടി ജീപ്പിൽ കയറ്റിയിട്ടുണ്ട്.

റോഡിനിരുഭാഗത്തും കുറ്റൻ വൃക്ഷങ്ങൾ...അവയിൽ പടർന്നു കിടക്കുന്ന കാട്ടുവള്ളികളിൽ കരിങ്കുരങ്ങുകൾ തുങ്ങിയാടുന്നത് മനുവർമ്മ കണ്ടു.

അവയിൽ ഒരെണ്ണത്തിനെ പിടിച്ചു കൊടുക്കണമെന്ന് അമ്മായിയപ്പൻ പറയാൻ തുടങ്ങിയിട്ട് കാലം കുറെയായി.

എങ്ങനെ സാധിക്കാനാ? വനപാലകർ ഒന്നു മൂത്രം ഒഴിക്കാൻ ഇറങ്ങിയാലും അത് ശ്രദ്ധിക്കാനായി പത്രക്കാരുണ്ടിപ്പോൾ...

കഴിഞ്ഞയാഴ്ചയിൽ നടന്ന സംഭവം തന്നെ പത്രങ്ങളിൽ നാലു കോളം വാർത്തയായിരുന്നു.

റെയിഞ്ചർ ജയദേവന് പറ്റിയ ഒരു കൈപ്പിഴ.

വനത്തിൽ നിന്ന് രണ്ട് കള്ളത്തടി വെട്ടുക്കാരെ പിടികുടി. അവർ കാല് പിടിച്ചപ്പോൾ കേസെടുക്കാതെ വിട്ടേക്കാമെന്ന് ജയദേവൻ സാറ് സമ്മതിച്ചു.

വനത്തിൽ ഓടിച്ചിട്ട് പിടിച്ചവൻമാരെ ചുമ്മാതെയങ്ങ് വിടുന്നതെങ്ങനെ?

ഒരുത്തനെ ഓഫീസിൽ ഇരുത്തിയിട്ട് രണ്ടാമനെ പറഞ്ഞുവിട്ടു. കേസ്സാക്കാതിരിക്കണമെങ്കിൽ പതിനായിരം രൂപയുമായിട്ട് വൈകുന്നതിന് മുൻപ് ക്വാർട്ടേഴ്സിൽ എത്തണം ഇതായിരുന്നു ഡിമാന്റ്.

കേസ്സായി കഴിഞ്ഞാൽ അവൻമാർക്ക് ശിക്ഷ കിട്ടും. ഉറപ്പ്. പിന്നെ കേസ്സ് നടത്തുന്ന വക്കീലൻമാർക്ക് അതിനിരട്ടി കൊടുക്കുകയും വേണം. എങ്ങനെയായാലും ലാഭം അവൻമാർക്കുതന്നെ.

എന്നിട്ടും എന്തുപറ്റി?

ഏതോ പത്രക്കാരൻ പണം കൊണ്ടുവരാനായി പോയവനെ കണ്ടെത്തിയെന്നും അയാളുടെ നിർദ്ദേശാനുസരണമാണ് ബാക്കി കാര്യങ്ങളൊക്കെ നടത്തിയതെന്നുമാണ് പിന്നീടറിഞ്ഞ വിവരം. വൈകീട്ട്, പറഞ്ഞപ്രകാരം അവൻ പതിനായിരം രൂപയുമായി ജയദേവൻ സാറിന്റെ ക്വാർട്ടേഴ്സിലെത്തി.

പണം നൽകി.

ഫോറസ്റ്റ് ഓഫീസിൽ ഇരുത്തിയവനേയും പറഞ്ഞു വിട്ടേക്കാൻ ജയദേവൻ സാർ തന്നോടാണ് ഫോണിൽ പറഞ്ഞത്.

താൻ അങ്ങനെ ചെയ്യുകയും ചെയ്തു.

പക്ഷേ പിന്നീടെന്തുണ്ടായി?

പതിനായിരം കൊടുത്തവൻ ഗേറ്റ് കടക്കും മുൻപ് നാലഞ്ചു വാഹനങ്ങൾ ഇരമ്പി പാഞ്ഞ് അകത്തെത്തി.

അതിൽ നിന്നിറങ്ങിയ വിജിലൻസ് എസ്.പി.യുടെ നേതൃത്വത്തിലുള്ള പത്തോളം വരുന്ന ആൾക്കാരും ഇരുപതോളം പോലീസ് ഉദ്യോഗസ്ഥന്മാരും ക്വാർട്ടേഴ്സ് വളഞ്ഞു. അപകടം മണത്തറിഞ്ഞ ജയദേവൻ സാർ ആ പണവുമായി വനത്തിലൂടെ ഇറങ്ങിയോടി.

വിജിലൻസും പോലീസും പിന്നാലെ. എന്നാൽ രണ്ട് കിലോമീറ്ററുകളോളം ഓടിക്കഴിഞ്ഞപ്പോൾ ജയദേവൻ സാർ പിടിയിലായി. ഓടുന്നതിനിടയിൽ അദ്ദേഹം രൂപ എവിടെയോ വലിച്ചെറിഞ്ഞതിനാൽ അത് വിജിലൻസിനു കിട്ടിയില്ല. പക്ഷേ ആ നോട്ടുകെട്ട് വിജിലൻസുകാർ തടിവെട്ടുക്കാരൻ വശം കൊടുത്തുവിട്ടതായിരു

ന്നു. അതുകൊണ്ട് തന്നെ നോട്ടിൽ ഫിനോൾഫ്തലിൻ പുരട്ടിയിരുന്നുതാനും. പിടികൂടിയ ഉടനെ റെയിഞ്ചറുടെ കൈകൾ അവർ പരിശോധനയ്ക്ക് വിധേയമാക്കിയപ്പോൾ കൈക്കൂലി വാങ്ങിയതായി തെളിഞ്ഞു.

ഇപ്പോൾ ജയദേവൻ സാർ റിമാൻഡിലാണ്.

ഏതു വഴിക്കാണ് പിടിയിലാകുന്നതെന്ന് എങ്ങനെയറിയും? അപ്പോൾ പിന്നെ അമ്മാവിയപ്പന്റെ കരിങ്കുരങ്ങു രസായനം കഴിക്കൽ ഉടനെയെങ്ങും നടക്കുമെന്ന് തോന്നുന്നില്ല.

പുതിയ റേഞ്ചർ വന്നിട്ടില്ല.

ഇനി വരാൻ പോകുന്നയാൾ ഹരിശ്ചന്ദ്രന്റെ കൊച്ചുമോനാണെന്നാ പറഞ്ഞു കേൾക്കുന്നത്

ആരു വന്നാലെന്താ?

വനം ഇങ്ങനെ നശിച്ചുകൊണ്ടിരിക്കും.

ജാമ്പവാന്റെ കാലത്തെ ഒരു ജീപ്പും ആവശ്യമുള്ളതിന്റെ നാലിലൊന്നുപോലും ഇല്ലാത്ത ഗാർഡുകളും രണ്ട് തുരുമ്പെടുത്ത തോക്കുകളുംപ്രായം അറിയാത്ത കുറെ ലാത്തികളും കൊണ്ട് എങ്ങനെ വനപാലനം നടത്താനാ?

ക്വാർട്ടേഴ്സുകളിൽ പ്രാഥമിക കാര്യങ്ങൾക്കുള്ള സാകര്യങ്ങൾ പോലുമില്ല. ഓഫീസ് സന്ദർശിച്ച വകുപ്പു മന്ത്രിയോട് കഴിഞ്ഞമാസം ഈ ബുദ്ധിമുട്ട് പറഞ്ഞപ്പോൾ ചിരിച്ചുകൊണ്ട് അദ്ദേഹം പറഞ്ഞതിങ്ങനെയാണ്.

“വനമല്ലേടാ? ഇവിടാണോ സൗകര്യം കുറവ്? ഒരു കുറ്റിച്ചെടിയുടെ മറവു പോരേ.?

നാണം മറക്കാൻ കാക്കിയുണ്ട്. കൊതുകു കടിയും അട്ടകളുടെ ആക്രമണവും തണുപ്പും...

ഹോ ജീവിതം നരകതുല്യം തന്നെ..

ജീപ്പ് ഒരു വലിയ കല്ലിനു മുകളിലൂടെ കയറിയിറങ്ങി.

വല്ലാതെ ഒന്നു കുലുങ്ങിയപ്പോൾ മനുവർമ്മ ചിന്തയിൽ നിന്നുണർന്നു. കുത്തനെയുള്ള ഇറക്കമാണ്.

ജീപ്പിന്റെ ബ്രേക്കൊന്നു പോയാൽ...

“പണ്ടാരമടങ്ങാൻ... സ്ഥലം ആയില്ലേടോ?”

പിന്നോട്ടു തിരിഞ്ഞ് അയാൾ ഈറ്റവെട്ടുക്കാരെ നോക്കി.

“കുറെക്കൂടി പോകണം സാർ...”

ഇന്നിനി എപ്പോൾ തിരികെ ചെല്ലാനാ? ഭാര്യയാണെങ്കിൽ ഉച്ചയൂണിന് താൻ ചെല്ലുമെന്ന് വിചാരിച്ച് നോക്കിയിരിക്കും. ഇന്നലെ

ഒരു മാൻ കുട്ടിയെ ജീപ്പിടിച്ച് വീഴ്ത്തിയിരുന്നു. അതിനെ അവൾ നല്ല സ്റ്റൈലായി ഫ്രൈ ചെയ്ത് വച്ചിരിക്കും.

ഓർത്തപ്പോൾ നാക്കിൽ വെള്ളമൂറി. പക്ഷെ, ഇന്ന് ഉച്ചയ്ക്ക് ഒന്നും കഴിക്കാമെന്നു കരുതേണ്ട...

ജീപ്പിന് ഇത്തിരി വേഗത കൂടി.

മനുവർമ്മ ഡ്രൈവറെ നോക്കി:

"വേണ്ട വറുഗ്ഗീസ്സേ.. ഈ തകരപ്പാട്ട എവിടെയെങ്കിലും ഇടിച്ചു മറിഞ്ഞാൽ ആരെയെങ്കിലും വിവരമറിയിക്കാൻ വയർലസൊന്നുമില്ല..."

ഗാർഡുകൾ ചിരിച്ചു.

ഒരാൾ മാത്രം ചിരിച്ചില്ല.

ഗാർഡ് സത്യൻ!

ഉത്തരവാദിത്വമില്ലാത്ത ഈ ഫോറസ്റ്ററുടെ അഭിപ്രായങ്ങളിലും പ്രവൃത്തികളിലും പലപ്പോഴും സത്യന് കലി തോന്നിയിട്ടുണ്ട്.

ഫോറസ്റ്റ് ഉദ്യോഗസ്ഥൻമാർക്ക് ഒരുപാട് പരിമിതികളുണ്ട്. എങ്കിലും അവയിൽ ഒതുങ്ങി നിന്നുകൊണ്ട് ഡ്യൂട്ടി നിർവ്വഹിക്കണം എന്ന അഭിപ്രായക്കാരനാണ് സത്യൻ. എന്നാൽ ആ റേഞ്ച് ഓഫീസിൽ ഇത്തരം അഭിപ്രായമുള്ള മറ്റൊരാൾ പോലും ഉണ്ടായിരുന്നല്ലാതാനും.

സത്യൻ അവിവാഹിതനാണ്. അച്ഛനമ്മമാരുടെ ഒരേയൊരു സന്തതി. ഒട്ടും താൽപര്യത്തോടുകൂടിയല്ല മാതാപിതാക്കൾ അയാളെ ഈ ജോലിക്കയച്ചതും. പക്ഷേ സത്യന് വനമെന്നു വച്ചാൽ ജീവനാണ്. മുറ്റത്തെപൂച്ചെടികളെപ്പോലെ വനത്തെ സംരക്ഷിക്കണമെന്നാണ് അയാളുടെ അഭിപ്രായം.

ഇറക്കം കഴിഞ്ഞ് ഒരു കാട്ടുചോലയിലൂടെ ഇറങ്ങിക്കയറി ജീപ്പ് വീണ്ടും നീങ്ങി. പിന്നേയും പത്തു മിനിട്ടുകൾ കഴിഞ്ഞപ്പോൾ കനത്ത ദുർഗന്ധം അവർക്ക് അനുഭവപ്പെട്ടു.

ആരും പറയാതെ തന്നെ അവർക്ക് മനസ്സിലായി ആന ചരിഞ്ഞത് തൊട്ടടുത്തെവിടേയോ ആണെന്ന്.

ജീപ്പു നിന്നു.

മനു വർമ്മ കർച്ചീഫ് എടുത്ത് മുഖത്തമർത്തി.

എല്ലാവരും ജീപ്പിൽ നിന്നിറങ്ങി.

അവർക്ക് കർചീഫ് മുഖത്തമർത്തുകയേ നിവർത്തിയുണ്ടായിരുന്നുള്ളു. ഏറ്റവും മുന്നിൽ നീങ്ങിയത് ഈറ്റത്തൊഴിലാളികൾ തന്നെയാണ്. അതിനു പിന്നിൽ ഗാർഡുകൾ. അവസാനമാണ്

മനുവർമ്മ പോയത്.

കാടിനുള്ളിൽ ഭീകരമായ ഒരു ദൃശ്യമായിരുന്നു.

തലയില്ലാത്ത ആന...

ചിതറികിടക്കുന്ന ശിരസ്സിന്റെ ഭാഗങ്ങൾ...

ചോരയിൽ കുതിർന്ന മണ്ണ്.

ചോര ചാൽ പോലെ താഴേക്ക് ഒഴുകിയിരിക്കുന്നു.

കാട്ടുറുമ്പുകളും ഈച്ചകളും ആനയുടെ ജഡത്തിൽ നിറഞ്ഞിരിക്കുകയാണ്.

അസാധാരണ വലിപ്പമുള്ള ഒരാനയായിരുന്നു അത്.

അതിന്റെ കൊമ്പുകൾ തങ്ങൾ വിചാരിക്കുന്നതിലും വലുതായിരുന്നിരിക്കുമെന്ന് ഗാർഡ് സത്യന് തോന്നി.

ഫോറസ്റ്റർ മനുവർമ്മ എല്ലാം നോക്കിക്കണ്ടു. ആനവേട്ടക്കാർ തന്നെ യാണിതു ചെയ്തത് ഉറപ്പ്.

പൊടുന്നനെ അയാളുടെ കണ്ണുകൾ ആനയുടെ വയറിൽ പതിഞ്ഞുഒരു കല്ലെടുത്തെറിഞ്ഞപ്പോൾ ഈച്ചകൾ മൂളലോടെ പറന്നുയർന്നു.

ആനയുടെ വയറിന്മേൽ കത്തികൊണ്ട് കുത്തിക്കീറിയുണ്ടാക്കിയ 'സ്വസ്തിക്' ചിഹ്നം.

മനുവർമ്മയിൽ ഒരു വിറയൽ ഉണ്ടായി.

"ജാവേദ്..."

മൂന്ന്

ജാവേദ്

മുഴുവൻ പേർ ജാവേദ് ഫ്രാങ്കോ...

അയാൾ ശരിക്കും കേരളീയനോ തമിഴ്നാട്ടുക്കാരനോ അതോ സ്വദേശം ആന്ധ്രയോ?

തീർപ്പു കല്പിക്കാൻ ആർക്കും കഴിഞ്ഞിട്ടില്ല എന്നിരുന്നാലും അയാൾ കേരളീയനാണെന്നും വനംകൊള്ളകൾക്കായി സ്വീകരിച്ച പേരാണ് ഈ ജാവേദ് ഫ്രാങ്കോ എന്നതുമാണ് ഏവരുടേയും വിശ്വാസം.

സർക്കാർ കണക്കുകൾ അനുസരിച്ച് ജാവേദ് ആയിരത്തിലധികം ആനകളെ വകവരുത്തി അവയുടെ കൊമ്പുകൾ വിദേശങ്ങളിലേക്ക് അയച്ചിട്ടുണ്ട്.

അതുപോലെ തന്നെ ചന്ദനം കള്ളക്കടത്ത്.

അക്കാര്യത്തിലും അയാൾ മുന്നിലാണ്.

യാഥാർത്ഥ്യം എന്തുമാകട്ടെ.

കേരളത്തിലെ ഫോറസ്റ്റ് ഉദ്യോഗസ്ഥന്മാരുടെ പേടിസ്വപ്നമാണ് ജാവേദ്, കണ്ണിൽ ചോരയില്ലാത്ത ചെകുത്താൻ!

മുന്നിലെത്തുന്ന ആനയ്ക്കും പെണ്ണിനും ഒരേ വിധി തന്നെയാണ്. രണ്ടിന്റേയും അവസാനം ജാവേദിന്റെ കൈകൊണ്ട്. ഏത് വനത്തിൽഎപ്പോഴാണ് ജാവേദ് പ്രത്യക്ഷപ്പെടുന്നതെന്ന് ആർക്കും അറിയാനാവില്ല.

പക്ഷേ ഒന്നുണ്ട്. ജാവേദ് ഒരു ഭാഗത്തെത്തിയാൽ അവിടത്തെ ഫോറസ്റ്റ് ഉദ്യോഗസ്ഥൻമാർക്ക് തലവേദനയുടെ തുടക്കമായി...

ജാവേദിന്റെ പേരിന് പിന്നിൽ മറഞ്ഞ്നിന്നു കൊണ്ട് ആനവേട്ട നടത്തുന്ന മറ്റു പലരുമുണ്ട്. അതുകൊണ്ടുതന്നെയാവണം താൻ കൊല്ലുന്ന ആനകളുടെ വയറിന് പുറത്ത് കത്തി കൊണ്ട് കുത്തി കീറി 'സ്വസ്തിക്' ചിഹ്നം ഉണ്ടാക്കുന്നത്.

കേസുകൾ അനവധിയുണ്ടെങ്കിലും പോലീസിന്റേയോ ഫോറസ്റ്റുകാരുടേയോ ഫയലുകളിൽ ജാവേദിന്റെ ഒരു ഫോട്ടോ പോലുമില്ല.

അയാളെ നേരിൽ കണ്ടിട്ടുള്ളവർ വളരെ ചുരുക്കമാണ്. അഥവാ കണ്ടിട്ടുള്ളവരൊക്കെ പിന്നിട് ജീവിച്ചിരുന്നിട്ടുമില്ല.

ഉൾക്കാടുകളിലെങ്ങോ ജാവേദിന് കഞ്ചാവുത്തോട്ടങ്ങളും കഞ്ചാവുതൈലം ഉണ്ടാക്കുന്ന ഫാക്ടറികളും ഉണ്ടെന്നാണ് ജനവിശ്വാസം.

ഇതിനൊക്കെ അയാളെ സഹായിക്കാൻ ഉന്നതങ്ങളിൽ ഒരുപാടു പേർഉണ്ടുതാനും. രാഷ്ട്രീയ മണ്ഡലങ്ങളിലും ഔദ്യോഗികമണ്ഡലങ്ങളിലും.

ഈ കാര്യങ്ങളൊക്കെ ഒരു നിമിഷം കൊണ്ട് ഫോറസ്റ്റർ മനുവർമ്മയുടെ മനസ്സിലൂടെ കടന്നുപോയി. ഒപ്പം അയാൾ നടുക്കത്തോടെ ഓർക്കുകയും ചെയ്തു. ഈ റേഞ്ചിൽ ആദ്യമായാണ് ജാവേദ് എത്തുന്നതെന്ന്.

അയാളെ അനുകൂലിച്ചു നിൽക്കുന്നവർക്ക് നോട്ടുകെട്ടുകൾ കൊണ്ട്ജാവേദ് തുലാഭാരം നടത്തും. എതിർക്കുന്നവർക്കുള്ള സമ്മാനം മരണംതന്നെയാണ്.

ആനയുടെ വയറിന്മേലുള്ള സ്വസ്തിക് ചിഹ്നം എല്ലാവരും കണ്ടു. ഇൻഫോർമേഷൻ റിപ്പോർട്ട് തയ്യാറാക്കുവാൻ ഗാർഡ് സത്യനോട് പറഞ്ഞിട്ട് മറ്റൊരാളെക്കൂടി അയാൾക്ക് അവിടെ കൂട്ടുനിറുത്തിയ മനുവർമ്മ ഓഫീസിലേക്ക് മടങ്ങുവാൻ ഭാവിക്കുകയാ

യിരുന്നു. ഡി.എഫ്.ഒ.യെ ഫോണിൽ വിളിച്ച് കാര്യങ്ങൾ അറിയിക്കണം.

അയാളും ബാക്കിയുള്ള ഗാർഡുകളും ജീപ്പിന് നേരെ നടക്കുമ്പോൾഎവിടെയോ ഒരു വാഹനത്തിന്റെ മുരൾച്ച കേട്ടു.

അവർ മുഖാമുഖം നോക്കി.

ജാവേദ് എല്ലാവരേയും തകർക്കാനായി വരികയാണോ?

തുരുമ്പെടുത്ത രണ്ടു തോക്കുകൾ കൊണ്ട് തങ്ങൾ എന്ത് ചെയ്യാനാണ്.?

അവന്റെ കൈയിലാണെങ്കിൽ അത്യന്താധുനിക റൈഫിളാണ് ഉള്ളത്.

ഈശ്വരാ...

മനുവർമ്മയുടെ നെഞ്ചിടിപ്പേറി.ഒരു മിനിട്ടു കഴിഞ്ഞപ്പോൾ കണ്ടു തങ്ങൾ വന്ന റോഡിലൂടെ തന്നെ ഒരു ജീപ്പുവരുന്നു. അവർ ഉറ്റുനോക്കി.

അവരുടെ ജീപ്പിന് പിന്നിൽ അതും നിന്നു. അതിൽ നിന്നും ചാടിയിറങ്ങിയത് ഒരു പ്രമുഖ പ്രതത്തിന്റെ റിപ്പോർട്ടറായിരുന്നു. അയാളുടെ തോളിൽ ഒരു ക്യാമറയുമുണ്ടായിരുന്നു.

നമ്മൾ വിവരമറിഞ്ഞപ്പോഴേക്കും ഇവനും അറിഞ്ഞു... മനുവർമ്മയ്ക്ക് അത് വിശ്വസിക്കുവാൻ കഴിഞ്ഞില്ല.

അയാളെ നോക്കി ചിരിച്ചു കൊണ്ട് റിപ്പോർട്ടർ സ്റ്റാൻലി അങ്ങോട്ടടുത്തു.

മനുവർമ്മ അണപ്പല്ലുകൾ കടിച്ചമർത്തി. ജയദേവൻ സാർ പിടിക്കപ്പെടാൻ കാരണക്കാരനായ റിപ്പോർട്ടർ ഇവനാണെന്നാണ് പറയപ്പെടുന്നത്.

“ഹലോ ഫോസ്റ്റർ സാർ... ”

സ്റ്റാൻലി മനുവർമ്മയുടെ മുന്നിലെത്തി.

“ഹലോ”

അത്ര താൽപര്യമില്ലാത്ത മട്ടിൽ മനുവർമ്മയും പറഞ്ഞു.

എന്നാലും സ്റ്റാൻലിയെ പിണക്കിക്കൂടാ എന്ന് മനുവർമ്മയ്ക്ക് അറിയാം. പത്ര ലോകത്ത് സ്റ്റാൻലിയുടെ എല്ലാ വാചകങ്ങളും ഇടി മിന്നലുകളാണ്. സൂക്ഷിച്ച് വാക്കുകൾ ഉപയോഗിച്ചില്ലെങ്കിൽ ഈ കഴുവേറിമോൻഎന്തൊക്കെ എഴുതിപ്പിടിപ്പിക്കില്ലെന്ന് എങ്ങനെ കണക്കുകുട്ടും?.

“എങ്ങനെ വിവരമറിഞ്ഞു?” മനുവർമ്മ ലോഹ്യം ഭാവിച്ചു.

“ഞങ്ങൾ പത്രക്കാർക്കാണോ അതിനൊക്കെ വിഷമം? വഴിയിൽ

വച്ച് ടയർ പഞ്ചറായില്ലായിരുന്നെങ്കിൽ താങ്കളേക്കാൾ നേരത്തെ ഞാനിങ്ങ് എത്തിയേനെ."

അയാളോട് ചോദിക്കേണ്ടിയിരുന്നില്ലെന്ന് ഇപ്പോൾ മനുവർമ്മയ്ക്ക് തോന്നി.

"ഞാൻ കുറെ സ്റ്റിൽസെടുക്കട്ടെ"

എന്ന് പറഞ്ഞ് സ്റ്റാൻലി മുന്നോട്ട് നീങ്ങി.

മനുവർമ്മ അമർഷത്തോടെ നോക്കിനിന്നു.

നീല ജീൻസും അയഞ്ഞ കുട്ടിത്തുണി കൊണ്ടുള്ള ജൂബയുമായിരുന്നു സ്റ്റാൻലിയുടെ വേഷം.

പിന്നിൽ അല്പം വളർന്നിറങ്ങിയ തലമുടി. ഫ്രഞ്ചു താടി.

തിളങ്ങുന്നകണ്ണുകൾ.

ഇതൊക്കെയാണ് സ്റ്റാൻലിയുടെ പ്രത്യേകത.

അസഹ്യമായ ദുർഗന്ധം വക വയ്ക്കാതെ സ്റ്റാൻലി ആനയ്ക്ക് ചുറ്റും നടന്ന് പല ആംഗിളുകളിൽ ഫോട്ടോയെടുത്തു.

പിന്നെ ആനയുടെ വയറിൻമേൽ ഉള്ള സ്വസ്തിക് ചിഹ്നത്തിന്റേതും മാത്രമായിട്ടും. അതിനിടെ അയാൾ ഗാർഡ് സത്യനോട് എന്തൊക്കെയോ ചോദിച്ചു മനസ്സിലാക്കുന്നതും മനുവർമ്മ കണ്ടു.

പതിനഞ്ചു മിനിട്ടുകൾക്കുള്ളിൽ സ്റ്റാൻലി മടങ്ങി വന്നു.

"ഈ ആനയുടെ ശവം മറവു ചെയ്യുന്നതിന് കുറെ ഫോർമാലിറ്റികൾ പൂർത്തിയാക്കാനില്ലേ സാർ?"

രോഷം കടിച്ചമർത്തി അയാൾ ചിരിക്കാൻ ശ്രമിച്ചു.

"പിന്നില്ലേ?"

"ആനയെ കൊന്നത് ആ ചിഹ്നത്തിൽ നിന്നും ജാവേദാണെന്ന് അനുമാനിക്കാം. അല്ലേ സാർ?"

"തീർച്ചയായും"

"അതല്ലേ ഇനി ജാവേദിന്റെ പേരിന് പിന്നിൽനിന്നു മറ്റാരെങ്കിലും ചെയ്തതായിക്കൂടെ ഇത്?"

"ആവാം"

"പ്രതി ജാവേദാണെങ്കിൽ അയാളെ അറസ്റ്റ് ചെയ്യാൻ താങ്കൾ വൈമുഖ്യം കാണിക്കുമോ?"

"എന്നു പറഞ്ഞാൽ ജാവേദ് എന്റെ മുന്നിൽ വന്നു നിൽക്കുകയല്ലേ? അറസ്റ്റ് ചെയ്തോ എന്നും പറഞ്ഞ്..."

സ്റ്റാൻലി ഒന്നു ചിരിച്ചു.

"താങ്ക് യൂ സാർ, നമുക്ക് വീണ്ടും കാണാം"

സ്റ്റാൻലി ചെന്ന് ജീപ്പിൽ കയറി.

അത് പിന്നോട്ടെടുത്ത് തിരിച്ചു ഓടിച്ചു പോയി.

“നാളത്തെ പത്രത്തിൽ ഇവൻ എന്തൊക്കെ എഴുതിപ്പിടിപ്പിക്കുമോ ആവോ?”

ഫോറസ്റ്ററും മറ്റുള്ള ഗാർഡുകളും ജീപ്പിൽ കയറി.

ഈറ്റവെട്ടു തൊഴിലാളികൾ സത്യന്റെയൊപ്പം അവിടെതന്നെ നിന്നു.

പിറ്റേന്നത്തെ പത്രത്തിൽ ചിത്രങ്ങൾ സഹിതം ആനവേട്ടയെക്കുറിച്ചുള്ള വിശദമായൊരു റിപ്പോർട്ട് നൽകിയിരുന്നു സ്റ്റാൻലി. വനപാലകരിൽ പലരുടേയും ശുഷ്കാന്തി ഇല്ലായ്മയാണ് ഇതിനൊക്കെ കാരണമെന്നും അയാൾ എഴുതി.

പത്രം വായിച്ചിട്ട് മനുവർമ്മ അത് ചുരുട്ടിയെറിഞ്ഞു.

“പൊലയാടിമോൻ എഴുതിപിടിപ്പിച്ചിരിക്കുന്നത് കണ്ടില്ലേ?”

രാവിലെ തന്നെ ഡിഎഫ്.ഒ.യും ആനയുടെ മൃതദേഹം കിടക്കുന്നിടത്തേക്ക് പോയിരുന്നു.

എല്ലാം നേരിൽ കണ്ട് വിലയിരുത്തി.

അവിടെതന്നെ ആനയെ മറവു ചെയ്യാനുള്ള ഏർപ്പാടുകൾ ഉണ്ടാക്കിയിട്ടാണ് അദ്ദേഹം മടങ്ങിയത്.

മാത്രമല്ല എല്ലാം പൂർത്തിയാകുന്നതുവരെ മനുവർമ്മ സ്പോട്ടിൽത്തന്നെ ഉണ്ടാവണമെന്നും അദ്ദേഹം നിർദ്ദേശിച്ചു.

“ജാവേദ് ഫ്രങ്കോ”യെ പ്രതിയാക്കി അവർ കേസുമെടുത്തു.

ആനയെ മറവു ചെയ്തു കഴിഞ്ഞപ്പോൾ നേരം സന്ധ്യയാകാറായി.

മടങ്ങിയപ്പോഴേക്കും വനത്തിനുള്ളിൽ ഇരുൾ പരന്നു തുടങ്ങിയിരുന്നു.

വർഗ്ഗീസ് ജീപ്പിന്റെ ഹെഡ്ലൈറ്റുകൾ തെളിച്ചു.

മനുവർമ്മ സ്വയം ശപിച്ചുകൊണ്ടിരുന്നു.

ജീപ്പ് ഏതാണ്ട് നാലഞ്ചു കിലോമീറ്റർ പിന്നിട്ടു കാണും.

പെട്ടെന്ന് റോഡിന് കുറുകെ ഒരു പുലി ചാടി. ഭയന്നു പോയി. പുലി മാത്രമല്ല, പിന്നാലെ അതിന്റെ കുഞ്ഞുങ്ങളും ചാടിപ്പോകുന്നത് ഹെഡ്ലൈറ്റിന്റെ വെളിച്ചത്തിൽ അവർ കണ്ടു.

വിറച്ചു പോയി.

എല്ലാവരും ഭീതി പടർന്നു കയറി.

തൊട്ടടുത്ത നിമിഷം എന്തു ചെയ്യണമെന്നറിയാതെ എല്ലാവരും ഒന്നു പകച്ചു നിൽക്കവേ, തൊട്ടടുത്തെവിടെനിന്നോ ഒരു വെടിയൊച്ച കേട്ടു...!

നാല്

വെടിയൊച്ച കേട്ടതും ഡ്രൈവർ വറുഗ്ഗീസ് ബ്രേക്കിൽ കാലമർത്തി.

ജീപ്പു നിന്നു.

ഗാർഡുകൾ തോക്കിൽ പിടി മുറുക്കി.

ഫോറസ്റ്റർ മനുവർമ്മ ഇരുളിലേക്ക് തുറിച്ചുനോക്കി. റോഡിന് ഇടതുഭാഗത്ത് നിന്നാണ് വെടി കേട്ടത്.

അതിന്റെ അലകൾ ഏതാനും നിമിഷങ്ങൾ കൊണ്ട് അവസാനിച്ചു.

പക്ഷേ ഏതെങ്കിലും മൃഗത്തിന് വെടി കൊണ്ടതിന്റെ പ്രതികരണമൊന്നും കേട്ടുമില്ല.

"വണ്ടി വിട് വറുഗീസെ....ആ കാട്ടുകള്ളനൊ മറ്റോ തോക്കുമായി നമ്മുടെ നേരെ ചാടി വീഴുന്നതിന് മുൻപ്." മനുവർമ്മ പറഞ്ഞു.

ജീപ്പ് വീണ്ടും മുന്നോട്ട് നീങ്ങി.

പിന്നെ ശബ്ദമൊന്നും കേട്ടില്ല.

രാത്രി പത്ത് മണിയായപ്പോഴാണ് അവർ ഫോറസ്റ്റ് റേഞ്ചാഫീസിൽതിരികെയെത്തിയത്.

അപ്പോൾ തന്നെ മനുവർമ്മ തന്റെ ക്വാർട്ടേഴ്സിലേക്ക് പോയി. അവിടെ ഭാര്യ തനിച്ചാണ്...

രണ്ടു മൂന്നു ദിവസങ്ങൾ പിന്നിട്ടു.

പുതിയ റേഞ്ചർ ഇനിയും വന്നിട്ടില്ല.

ജാവേദ് ഫ്രാങ്കോയുടെ പുതിയ വേട്ടകഥകളൊന്നും അറിയാനില്ല. കാര്യങ്ങളൊക്കെ ഇങ്ങനെ സാധാരണ രൂപത്തിൽ മുന്നോട്ട് നീങ്ങുമ്പോഴാണ് റേഞ്ചാഫീസിൽ ഒരു അജ്ഞാത കോൾ എത്തുന്നത്.

"കൊമ്പുകുത്തി മലയുടെ അടിവാരത്ത് ഒരു കൂറ്റൻ തേക്കുതടി മുറിച്ച് ലോറിയിൽ കയറ്റുന്നു..."

വാർത്ത കേട്ട മനുവർമ്മയുടെ നെറ്റി ചുളിഞ്ഞു.

"ഹലോ. നിങ്ങൾ ആരാണ് സംസാരിക്കുന്നത്?"

"ഞാൻ ആരുമാകട്ടെ സംഗതി സത്യമാണോയെന്ന് സാറ് തിരക്കിയാൽ മതി. ഇരുനൂറു വർഷത്തെ പഴക്കമെങ്കിലും കാണും ആ തേക്കിന്... ഇന്ന് രാത്രിയിൽ അത് വനത്തിൽ നിന്നും പുറത്തേക്ക് കടത്തപ്പെടും..."

"ഈ വിവരങ്ങളൊക്കെ നിങ്ങളെങ്ങിനെ അറിഞ്ഞു?"

"അതോ. കാക്കിയിട്ടതുകൊണ്ട് ഓഫീസിലിരുന്ന് കൊതിയും

നുണയും പറയുന്ന നിങ്ങളെ പോലെയല്ല ഞാൻ. അതാ വിവരം അറിഞ്ഞത്."

മുഖമടച്ച ഒരടിയേറ്റതുപോലെയായി മനുവർമ്മ.

അയാൾ തന്നെത്തന്നെ ശ്രദ്ധിച്ച് നിൽക്കുന്ന ഗാർഡുകളെ ഒന്ന് നോക്കി. അനന്തരം ഫോണിലൂടെ വീണ്ടും തിരക്കി.

"എത്ര മണിയാകുമ്പോൾ തടി കയറ്റിയ ലോറി വരും?".

"പറഞ്ഞു തരാൻ മനസ്സില്ല. സർക്കാർ കൃത്യമായി ശമ്പളം തരുന്നതല്ലേ? കുറെ നേരം നിങ്ങൾ ഉറക്കമിളച്ചു കാത്തുനിന്നതുകൊണ്ട് യാതൊരു കുഴപ്പവുമില്ല... " അപ്പുറത്ത് ഫോൺ കട്ടായി.

'സ്കൗണ്ട്റൽ....' എന്ന് പറഞ്ഞ് പല്ല് ഞെരിച്ചിട്ട മനുവർമ്മ റിസീവർ വെച്ചു.

എന്ത് വേണമെന്നായിരുന്നു അയാളുടെ ചിന്ത. രാത്രിയിൽ ഏത് സമയത്തും തടി കടത്തപ്പെടും.

വിവരം പുറത്തുള്ളവർ അറിഞ്ഞ നിലയ്ക്ക് ഇനി തന്റെ ഭാഗത്ത് നിന്നും ആക്ഷൻ ഒന്നുമുണ്ടായില്ലെങ്കിൽ അത് ഏറെ കുഴപ്പങ്ങൾക്ക് വഴിയൊരുക്കും.

ഏതായാലും ഈ രാത്രിയിലത്തെ ഉറക്കം പോയതുതന്നെ....

അയാൾ ഗാർഡുകളെയെല്ലാം വിളിച്ചുകൂട്ടി.

"ഇന്നാരും ക്വാർട്ടേഴ്സിൽ പോകരുത്. നമുക്കൊരു വേട്ടയുണ്ട്..."

ഗാർഡുകൾ മുഖാമുഖം നോക്കി.

ഇന്നെന്താ കാക്ക മലർന്ന് പറക്കുകയാണോ? ഇതുവരെ ഇങ്ങനെയൊരു പദ്ധതിയിട്ടിട്ടില്ലാത്ത മനുവർമ്മ സാറിന് എന്ത് പറ്റി?

കൊമ്പുകുത്തി മലയുടെ അടിവാരത്തുനിന്നും വരുന്ന ലോറി ഏതുറോഡു വഴിയാണ് എത്തുന്നതെന്ന് മനുവർമ്മയ്ക്കറിയാം.

ആ ഭാഗത്തുള്ള ചെക്ക് പോസ്റ്റിലേക്ക് മനുവർമ്മ വിളിച്ച് വേണ്ട നിർദ്ദേശങ്ങൾ നൽകി.

നേരം സന്ധ്യയായി.

മനുവർമ്മ ക്വാർട്ടേഴ്സിൽ പോയി ഭാര്യയോട് കാര്യങ്ങൾ പറഞ്ഞിട്ട്വന്നു.

ഫോറസ്റ്റ് ഉദ്യോഗസ്ഥൻമാർ ജീപ്പിലേക്ക് കയറാൻ ഭാവിക്കുമ്പോൾഫോൺ ശബ്ദിച്ചു.

മനുവർമ്മ അറ്റൻഡ് ചെയ്തു.

"ഹലോ...."

ഒരു കടുവയുടെ ഗർജ്ജനമാണ് ആദ്യം റിസീവറിലൂടെ കേട്ടത്.

"ന്റമ്മോ..." നിലവിളി പോലെ ഒരു ശബ്ദം മനു വർമ്മയിൽ

നിന്ന് ഉയർന്നു.

ഗാർഡുകളെല്ലാം അയാളെ നോക്കി.

മനുവർമ്മയുടെ മുഖത്ത് വിയർപ്പുതുള്ളികൾ ഉരുണ്ടു കൂടാൻ തുടങ്ങിയിരുന്നു.

കടുവയുടെ ശബ്ദത്തിന് പിന്നാലെ അതു പോലെ തന്നെയുള്ള ഒരുമനുഷ്യശബ്ദവും ചീറിവന്നു.

"ഞാൻ ആരെന്ന് നിന്നോട് പറയേണ്ട കാര്യമില്ല, നിനക്ക് ഊഹിക്കാൻ കഴിയും. വെറുതെ എനിക്ക് ജോലിയുണ്ടാക്കല്ലേ.... എന്റെ ലോഡ് പിടിക്കാനാണ് പുറപ്പാടെങ്കിൽ അതിപ്പോൾ വേണ്ടെന്ന് വയ്ക്കുന്നതാണ് നല്ലത്. അല്ലെങ്കിൽ നാളെ പ്രഭാതത്തിൽ റേഞ്ചോഫീസിൽ ഒരു പാട് ശവപ്പെട്ടികൾ വേണ്ടിവരും..."

വീണ്ടും ആ കടുവയുടെ ശബ്ദം. ഫോൺ, ഡിസ്കണക്റ്റായി.

മനുവർമ്മയുടെ യൂണിഫോം വിയർപ്പിൽ നനഞ്ഞ് ശരീരത്തോടൊട്ടി.

റിസീവർ കൈയ്യിൽ നിന്നും വഴുതി ക്രാഡിലിലേക്ക് വീഴുകയായിരുന്നു എന്ന് പറയാം.

വിവശനായി അയാൾ മേശയുടെ വക്കിൽ അള്ളിപ്പിടിച്ചു.

"എന്തു പറ്റി സാർ?" ഗാർഡ് സത്യൻ മുന്നോട്ട വന്നു

മനുവർമ്മ അയാളെ തുറിച്ച് നോക്കി.

പിന്നെ കസേരയിൽ തളർന്നിരുന്നു.

"നമ്മുടെയൊക്കെ കാര്യം പോക്കാ സത്യാ. അല്ലെങ്കിൽ നമ്മൾ ഇപ്പോൾ നടത്താൻ ഉദ്ദേശിക്കുന്ന വേട്ട നിർത്തി വയ്ക്കണമെന്ന് ഒരുവൻ വിളിച്ചു പറഞ്ഞിരിക്കുന്നു..."

സത്യൻ ചിരിയാണ് വന്നത്.

"ഇതിനാണോ സാർ ഇത്രക്ക് അപ്സെറ്റാകുന്നത്?"

"തനിക്കങ്ങനെ പറയാം. എന്റെ ശാലിനി മൂന്നു മാസം ഗർഭിണിയാണെടോ...."

"അതും ഇതുമായി എന്താണു സാർ ബന്ധം?."

"ഞാൻ മരിച്ചാൽ അവൾക്കു പിന്നെ ആരുണ്ട്?. എന്റെ കുഞ്ഞിന്റെ മുഖം പോലും ഒന്നു കാണാൻ കഴിഞ്ഞില്ലെങ്കിൽ... എനിക്കുറപ്പാ. അതവൻ തന്നെയാണ്. ജാവേദ്. ഹോ.... ആ കടുവയുടെ ശബ്ദം ഇപ്പോഴും കാതിൽ മുഴങ്ങുന്നതു പോലെ... "

ഇയാളെന്തൊരു മനുഷ്യനാണ് എന്നാണ് സത്യൻ ചിന്തിച്ചത്. ഭീരു. ഇത്തരത്തിലുള്ളവരെ ഒരിക്കലും ഒരു ഡിപ്പാർട്ടുമെന്റിലും കൊള്ളില്ല.

“പക്ഷേ പാലക്കാട്ടിരുന്നപ്പോൾ സാറ് ഒരുപാട് കാട്ടുകള്ളൻമാരെ അമർച്ച ചെയ്തിട്ടുണ്ടെന്ന് പറഞ്ഞതോ?”.

“അതൊക്കെ സത്യം തന്നെ. പക്ഷെ അവർ ജാവേദിനെപ്പോലെ ഭീകരൻമാരായിരുന്നില്ല.”

ഒക്കെ കളവാണെന്ന് സത്യനറിയാം. ഒരു പറവവെടിവെയ്പ്പുകാരനെപ്പോലും വർമ്മ സാറ് അറസ്റ്റ് ചെയ്തിട്ടുണ്ടാവില്ല.

“അപ്പോൾ നമ്മൾ പോകണ്ട എന്നു തന്നെ തീരുമാനിച്ചോ സാർ?”

“എങ്ങനെ പോകാതിരിക്കുമെടോ?. പത്രക്കാർ ഇപ്പോൾ വിവരം അറിഞ്ഞിട്ടുണ്ടാകും. അവൻമാർ നമ്മളെ നിർത്തി പൊരിക്കും...”

മനസ്സില്ലാമനസ്സോടെയാണ് മനുവർമ്മ എണീറ്റത്.

“ങാ. പോയേക്കാം”.

എല്ലാവരും ജീപ്പിൽ കയറി.

“തോക്കിനുള്ളിൽ ഉണ്ടയുണ്ടോയെന്നു നോക്കിയല്ലൊ?”

“നോക്കി സാർ”

“ങാ”

ജീപ്പ് ഇരുളിൽ ഒരു ഗുഹാമാർഗ്ഗം തീർത്ത് മുന്നോട്ട് പോയി.

ഒരു ഗാർഡു മാത്രമേ ഫോറസ്റ്റോഫീസിൽ ഉണ്ടായിരുന്നുള്ളു.

ചെക്ക്പോസ്റ്റ്!

നേരത്തെ ഫോറസ്റ്ററുടെ നിർദ്ദേശം കിട്ടിയിരുന്നതിനാൽ അവിടെയുള്ള ഗാർഡുകൾ ജാഗ്രതയോടെ നിൽക്കുകയായിരുന്നു.

ജീപ്പ് ഒരു ഓരം ചേർത്ത് നിർത്തി.

മനുവർമ്മ ഗാർഡു റൂമിൽ കടന്നിരുന്നു.

“വനത്തിൽ നിന്നും ഏത് വണ്ടി വന്നാലും തടഞ്ഞേര്”

ഉത്തരവുംകൊടുത്തു.

ഭയം മൂലമാണ് ഫോറസ്റ്റർ ഗാർഡ് റൂമിൽ കയറിയിരിക്കുന്നതെന്ന് സത്യൻ അറിയാമായിരുന്നു.

രാത്രി കനത്തു.

മഞ്ഞിൻ കണങ്ങളെ അപ്പാടെ ഏറ്റു വാങ്ങിയ ഒരു കാറ്റ് വീശി.

സിരകളെ മരവിപ്പിക്കുന്ന തണുപ്പ്.

സത്യൻ ഒരു സിഗററ്റ് കത്തിച്ചു.

അയാളുടെ കണ്ണുകൾ വനത്തിലേക്കുള്ള റോഡിലായിരുന്നു.

ഒരു ഗാർഡ് അവിടെ വെച്ചുതന്നെ കടും കാപ്പി തിളപ്പിച്ച് എല്ലാവർക്കും കൊടുത്തു.

പിന്നേയും സമയമിഴഞ്ഞു.

അർദ്ധരാത്രിയായി.

കാട്ടിൽ എവിടെനിന്നോ ഒരു ആനയുടെ ചിന്നംവിളി കേട്ടു.

ഒപ്പം വനത്തിലെ റോഡിലൂടെ രണ്ട പ്രകാശഗോളങ്ങൾ അടുത്ത് വന്നു. ഒരു വാഹനത്തിന്റെ ശബ്ദം.

ഗാർഡുകൾ പിടഞ്ഞുണർന്നു.

ഉറക്കം തൂങ്ങിയിരുന്ന മനു വർമ്മയും പേടിയോടെ എണീറ്റു.

സത്യൻ റോഡ് ബ്ലോക്ക് ചെയ്തിരുന്ന തടിക്ക് മുന്നിൽ കയറി നിന്നു.

സ്റ്റോപ്പ്...

ആ വന്ന വാഹനം ബ്രേക്കിട്ടു. ഒരു ജീപ്പ്...! അതിൽ ഡ്രൈവറോടൊപ്പം ഉണ്ടായിരുന്ന കറുത്തു തടിച്ച കഷണ്ടിക്കാരന്റെ കണ്ണുകളിൽ രണ്ട് തീ പൊട്ടുകൾ പാറിവീണു....!

അഞ്ച്

ചെക്ക്പോസ്റ്റിനരുകിൽ തെളിഞ്ഞ് നിന്നിരുന്ന ബൾബുകൾ അവിടെ പകൽപോലെ വെളിച്ചം പരത്തുന്നുണ്ടായിരുന്നു.

ഡ്രൈവറുടെ തൊട്ടടുത്തായി ഇരുന്ന കറുത്ത മൊട്ടത്തലയന്റേയുംഗാർഡ് സത്യന്റേയും കണ്ണുകൾ തമ്മിൽ കൊരുത്തു.

മൊട്ടത്തലയൻ പതിയെ പുറത്തേക്ക് കാൽ വച്ചു. ഒപ്പം ഡ്രൈവറോട് എന്തോ പറഞ്ഞു.

ജീപ്പിന്റെ എൻജിൻ ഓഫായി. ലൈറ്റുകൾ അണഞ്ഞു.

മൊട്ടത്തലയൻ ഒരു പാന്റ്സും കയ്യില്ലാത്ത ബനിയനുമാണ് ധരിച്ചിരുന്നത്. അയാളുടെ ഉറച്ച ശരീരം ഉരുക്കു പോലെയാണെന്ന് തോന്നി. ഫാന്റം കഥകളിലെ ലോതറിനെപ്പോലെയായിരുന്നു അയാൾ....

അയാളുടെ കയ്യിൽ ഒരു യന്ത്രത്തോക്ക് ഇരിപ്പുണ്ടായിരുന്നു....

അത് കണ്ടപ്പോൾ തന്നെ ഫോറസ്റ്റർ മനുവർമ്മയുടെ കണ്ണുകളിൽ ഇരുൾ നിറഞ്ഞു.

ആ മനുഷ്യൻ ഒന്നും സംസാരിക്കാതെ ജീപ്പിന്റെ ബോണറ്റിൽ കയറി ഗ്ലാസ്സിൽ ചാരിയിരുന്നു.

തോക്ക് മടിയിൽ തന്നെ വെച്ചു.

ജീപ്പ് താഴേക്കൊന്നമർന്നതു പോലെ തോന്നി.

അയാളുടെ ഉദ്ദേശ്യമെന്താണെന്ന് ആർക്കും പിടികിട്ടിയില്ല.

ഏതായാലും ഒന്നുറപ്പാണ്.

ഇതുവരെ ആർക്കും ഒരു ഫോട്ടോ പോലും എടുക്കാൻ കഴി

ഞ്ഞിട്ടില്ലാത്ത ആ ഭീകരനാണിയാൾ....

ജാവേദ് ഫ്രാങ്കോ....!

ആനകളുടെ കാലൻ!!!

അയാൾ എല്ലാവരേയും നോക്കി പതിയെ ചിരിച്ചു. പക്ഷേ, അവർക്കാർക്കും ചിരിക്കാൻ കഴിഞ്ഞില്ല.

"എന്റെ മടിയിൽ ഇരിക്കുന്ന ഈ തോക്കൊന്ന് പ്രവർത്തിപ്പിച്ചാൽ അൻപത് സെക്കന്റുകൾക്കുള്ളിൽ നിങ്ങൾ എല്ലാവരും മരിച്ചെന്ന് ഉറപ്പു വരുത്തിയിട്ട് എനിയ്ക്ക് മടങ്ങിപോകാൻ കഴിയും..."

അയാൾ ശബ്ദിച്ചു.

മനുവർമ്മയുടെ ശരീരം വിറയ്ക്കാൻ തുടങ്ങിയിരുന്നു. പക്ഷേ, സത്യൻ അപ്പോഴും നെഞ്ചും വിരിച്ചു നിന്നു.

മൊട്ടത്തലയന്റെ കണ്ണുകൾ അയാളിൽ പതിഞ്ഞു.

"കൊള്ളാം. ഫോറസ്റ്റർക്ക് ഇല്ലാത്ത ധൈര്യം, ഗാർഡിനുണ്ട്. സമ്മതിച്ചിരിക്കുന്നു...." അയാൾ ഒരുപിടി കഞ്ചാവ് കീശയിൽനിന്നും വലിച്ചെടുത്തു. അത് കൈവെള്ളയിലിട്ട് അമർത്തി ഞെരടി ഒരു മിഠായി പോലെയാക്കി വായിലേക്കിട്ടു. രുചിയോടതു ചവയ്ക്കാൻ തുടങ്ങി.

ഈ നേരം ഡ്രൈവർ ഒരു പെട്ടികൊണ്ടുവന്ന് ബോണറ്റിൽ വച്ച് തുറന്നു. എല്ലാ കണ്ണുകളും അതിലേക്ക് നീണ്ടു ചെന്നു. ആർക്കും വിശ്വസിക്കാൻ കഴിഞ്ഞില്ല. അതിൽ അടുക്കിവച്ചിരിക്കുന്ന പുത്തൻ മാറാത്തഅഞ്ഞൂറുരൂപയുടെ നോട്ടുകെട്ടുകൾ...

മൊട്ടത്തലയൻ വീണ്ടും പറഞ്ഞു.

"നിങ്ങൾ മോഹിക്കുന്നതിനേക്കാൾ കുടുതൽ പ്രതിഫലം ഞാൻ തരും. പകരം നിങ്ങളൊന്നു കണ്ണടയ്ക്കണം എന്നു മാത്രം. കാട്ടിൽ ഇത്രയും തടികൾ നിന്നിട്ട് എന്തെടുക്കാനാ. പിന്നെ പാഴ്മരങ്ങൾ ആവശ്യം പോലെയുണ്ടല്ലോ. നല്ല തേക്കുകൾ ചിലപ്പോൾ ഞങ്ങൾ വെട്ടിയിറക്കും. അതൊക്കെ ഇതുവഴി കടന്നു പോയെന്നിരിക്കും. ഈ ഗേറ്റു കടന്നാൽ പിന്നെ എന്തു വേണമെന്ന് എനിക്കറിയാം."

മനുവർമ്മ എല്ലാം കേട്ടുനിൽക്കുകയായിരുന്നു.

ആ മനുഷ്യനെ ഒന്ന് എതിർത്തു സംസാരിക്കുവാൻ പോലും അയാൾക്കായില്ല.

അവിടെ കനത്ത നിശബ്ദത പരന്നു. അതിന് വിരാമം കുറിച്ചത് ഗാർഡ് സത്യനാണ്.

"വനപാലകരായ ഞങ്ങൾ കാട്ടുകള്ളന്മാരായ നിങ്ങൾക്ക്

ഓശാനപാടണമെന്നോ."

മൊട്ടത്തലയൻ ഉച്ചത്തിൽ ചിരിച്ചു.

"കൊള്ളാം. നിന്റെ സംഭാഷണശൈലി എനിക്ക് ഒരു പാട് ഇഷ്ട മായി. ഇഷ്ടമുള്ളവരെ ഞാൻ ദത്തെടുക്കുകയാണ് പതിവ്. ജീവ നോടെയല്ല. ശവമായിട്ട്". അവൻ ഉച്ചത്തിൽ ചിരിച്ചു. "ഇത്രയും കാലത്തെ വനവാസത്തിനിടയിൽ ഒരിക്കൽപ്പോലും ആരും ഞങ്ങ ളെ തടഞ്ഞിട്ടില്ല. അതിന് കാരണവും ഇതൊക്കെത്തന്നെയാണ്."

മൊട്ടത്തലയൻ തിരിഞ്ഞ് മനുവർമ്മയെ നോക്കി.

"മിസ്റ്റർ ഫോറസ്റ്റർ. അഞ്ചുമിനിട്ട് ഞാൻ തരാം. എന്തു വേണ മെന്ന്നിങ്ങൾക്ക് ആലോചിക്കുവാൻ..." അയാൾ, തോക്കിൽ പതി യെ തലോടി..." എന്നെ അനുകൂലിക്കുകയാണെങ്കിൽ നിങ്ങൾക്ക് ഈ ഒറ്റരാത്രികൊണ്ട് ഒരു വർഷത്തെ ശമ്പളം ഒന്നിച്ചു സമ്പാദി ക്കാം. അല്ലെങ്കിൽ എന്നെന്നേക്കുമായി എല്ലാവരേയും വിട്ടുപിരി ഞ്ഞ് അങ്ങേ ലോകത്തേക്ക് പോകാം."

മനുവർമ്മ ഗാർഡുകളെ നോക്കി. സത്യൻ ഒഴികെയുള്ളവർക്കെ ല്ലാംഗാന്ധിജിയുടെ ചിത്രമുള്ള ആ നോട്ടുകെട്ടുകളിലേക്കാണ് ശ്രദ്ധയെന്ന് അയാളറിഞ്ഞു.

"സത്യൻ."

മനുവർമ്മ വിളിച്ചു.

സത്യൻ അങ്ങോട്ടുചെന്നു. അയാളെ ഇത്തിരി അകലേക്ക് വിളി ച്ചു മാറ്റി നിർത്തി മനുവർമ്മ തിരക്കി.

"താൻ എന്തു പറയുന്നു?"

"എന്താ സാർ ഇത്? ഒരിടത്തും കേട്ടു കേൾവി പോലും ഇല്ലാ ത്തസംഭവം. ഈ കള്ളൻമാരെ അനുസരിക്കാനോ?"

"സത്യാ. എനിക്ക് തന്നേക്കാൾ കൂടുതൽ സർവ്വീസുണ്ട്. പരിച യവും. അതുകൊണ്ട് പറയുകയാ. എല്ലായിടങ്ങളിലും ഇതൊക്കെ തന്നെയാ നടക്കുന്നത്. എല്ലാവരും ഒത്തുനിൽക്കുന്നതിനാൽ ഒന്നും പുറത്തറിയുന്നില്ലെന്നേയുള്ളു."

"സോറി സാർ. എനിക്കിത് അംഗീകരിക്കാൻ ബുദ്ധിമുട്ടുണ്ട്." സത്യൻ തിരിഞ്ഞു നടക്കാൻ ഭാവിച്ചു.

"അപ്പോൾ പിന്നെ തന്റെ ഉദ്ദേശ്യം."

"ഈ കാട്ടുകള്ളന്മാരുമായി പൊരുതുക."

"നോ. മനുവർമ്മയുടെ ഭാവം മാറിയത് പെട്ടെന്നാണ്. അയാം യുവർസീനിയർ ഓഫീസർ. എന്തു വേണമെന്ന് എനിക്കറിയാം. ഇവിടെ മറ്റുള്ളവരെല്ലാം തനിക്കെതിരാണെന്ന് മറക്കരുത്. താൻ

ചത്താലും ഒരു പട്ടിപോലും തിരിഞ്ഞുനോക്കുകയുമില്ല...."

"സർ..." അമ്പരപ്പിൽ സത്യൻ വിളിച്ചു.

"ഷട്ടപ്പ്..."അയാളെ ശ്രദ്ധിക്കാതെ മനുവർമ്മ മുന്നോട്ടുനിങ്ങി.

സത്യൻ തളർന്നുപോയി. ധരിച്ചിരുന്ന കാക്കിയോട് അയാൾക്ക് ആദ്യമായി പുച്ഛം തോന്നി.

എന്തിനിങ്ങനെ നോക്കുകുത്തികളായിരിക്കുവാൻ ഒരു വകുപ്പ് ഉണ്ടാക്കിവച്ചിരിക്കുന്നു. ഇവിടെ മനുഷ്യജീവിതം തെരുവുനായ്ക്ക് തുല്യം.

താൻ ഇവരോടേറ്റുമുട്ടി പിടഞ്ഞുവീണാൽ സഹപ്രവർത്തകർ കൈകൊട്ടിച്ചിരിക്കുകയേ ഉള്ളു.

വല്ലാത്ത ഹൃദയവ്യഥ തോന്നി സത്യന്. പ്രകൃതി സംരക്ഷണ ത്തെക്കുറിച്ച് ലേഖനങ്ങളും കവിതകളുമെഴുതുവാൻ ഇവിടെ ആൾ ക്കാരുണ്ട്. ഘോരഘോരം പ്രസംഗിക്കുവാൻ ഇവിടെ ജനപ്രതിനി ധികളുണ്ട്. പക്ഷേ, വനപാലകരുടെ പ്രശ്നങ്ങൾ ആരറിയാൻ?

മനുവർമ്മ മൊട്ടത്തലയന്റെ മുന്നിൽ എത്തിക്കഴിഞ്ഞിരുന്നു.

അയാൾ പെട്ടിയടച്ച് ഫോറസ്റ്ററുടെ നേരെ നീട്ടി.

മനുവർമ്മ അതു വാങ്ങി.

പൊടുന്നനെ ഒരു ക്യാമറയുടെ ഫ്ളാഷുണ്ടായി.

ഏവരും ഞെട്ടിപ്പോയി.

ഒരു മരത്തിന് പിന്നിലേക്ക് നിഴൽമാറിയതുപോലെ തോന്നി.

"വിടരുതവനെ..." മനുവർമ്മ അലറി.

മൊട്ടത്തലയൻ മടിയിൽനിന്നും തോക്കുയർത്തി. അവിടെ ഇരു ന്നുകൊണ്ടുതന്നെ ഇരുളിലേക്ക് ലക്ഷ്യം വച്ചു.

കുറ്റിക്കാടുകൾക്കിടയിലൂടെ ഒരു കറുത്ത രൂപം കുതിച്ചു ചാടി യോടി.

മൊട്ടത്തലയന്റെ കൈവിരൽ ട്രിഗറിൽ അമർന്നു.

തുടരെ വെടിയൊച്ചകളുണ്ടായി. കടന്നലുകളെപ്പോലെ ബുള്ള റ്റുകൾമൂളിപ്പറന്നു.

ഇരുളിൽ ഒരു നിലവിളിയുയർന്നു. പിന്നെ ചരിഞ്ഞ പ്രദേശ ത്തുകൂടിഅത് താഴേക്ക് പോകുന്നത്പോലെ തോന്നി.

"ശങ്കരപ്പിള്ളേ അവൻ ചത്തെന്ന് ഉറപ്പാക്കണം."

മനുവർമ്മ പറഞ്ഞു.

ഗാർഡ് ശങ്കരപ്പിള്ള ടോർച്ചുമായി അങ്ങോട്ടോടി.

തറയിൽ രക്തത്തുള്ളികൾ കണ്ടു. ചെറുപുല്ലുകൾ ഞെരിഞ്ഞൊ ടിഞ്ഞിരിക്കുന്നു.ആരോ അവിടെ വീണിരുന്നു എന്ന് വ്യക്തം.

പക്ഷേ ആളെ കണ്ടെത്താൻ കഴിഞ്ഞില്ല.

ജീപ്പു വന്ന വഴിയേ ഒരു വാഹനം കൂടി വന്നു.

ഭാരം കയറ്റി വന്ന ലോറി...

ജീപ്പ് ഒരു ഭാഗത്തേക്ക് മാറ്റി. റോഡ് ബ്ളോക്ക് ചെയ്തിരുന്ന തടി ഉയർന്നു. തേക്കുതടിയുമായി ലോറി പോയി.

ഗാർഡ് സത്യൻ അതിന്റെ നമ്പർ നോക്കി. പക്ഷേ, അതുണ്ടായിരുന്നില്ല. ആ തടിയുടെ വലിപ്പം കണ്ടപ്പോൾ സത്യന് ശ്വാസം വിലങ്ങുന്നതുപോലെ തോന്നി.

താൻ ആദ്യമായാണ് ഇത്രയും വലിയ ഒരു തേക്കുതടി കാണുന്നതെന്ന് അയാൾ ഓർത്തു.

തടിലോറി പോയിക്കഴിഞ്ഞപ്പോൾ ജീപ്പും മൊട്ടത്തലയനും കാട്ടിലേക്ക് തിരിച്ചു പോയി. അയാൾ സത്യനെ ഒന്ന് തറപ്പിച്ചു നോക്കാനും മറന്നിരുന്നില്ല.

അപ്പോഴേക്കും ബ്രീഫ്കെയ്സുമായി മനുവർമ്മയും മറ്റും ജീപ്പിൽ കയറിക്കഴിഞ്ഞിരുന്നു... സത്യനും ചെന്ന് അതിൽ കയറി. തടിലോറി കുറേ ദൂരം മുന്നോട്ടുപോയി. ഗ്രാമത്തോടടുക്കാറായി.

പൊടുന്നനെ എതിരെ വന്ന ഒരു പുതിയ ജീപ്പ് വെട്ടിത്തിരിഞ്ഞ് റോഡിന് കുറുകെ നിന്നു....!

ആറ്

ലോറി ഡ്രൈവർ ബ്രേക്കിൽ കാൽ ആഞ്ഞമർത്തി.

വല്ലാത്തൊരു ഞരക്കത്തോടെ ലോറി നിന്നു.

ഡ്രൈവർ, മുന്നിൽ മാർഗ്ഗതടസ്സം സൃഷ്ടിച്ചിരിക്കുന്ന മാരുതി ജിപ്സിക്കു നേരെ നോക്കി.

അതിൽ ഒരാൾ മാത്രമേ ഉണ്ടായിരുന്നുള്ളു ഡ്രൈവിംഗ് സീറ്റിൽ ഇരിക്കുന്ന കാക്കിധാരി.

ലോറിയിൽ ഇത്രയും ഭാരമുള്ള തടി ഇരിക്കുന്നതിനാൽ ജീപ്പിനെ ഇടിച്ചുമാറ്റിയിട്ട് മുന്നോട്ടു പോകുക അസാദ്ധ്യം.

ഡ്രൈവറും ക്ലീനറും മുഖാമുഖം നോക്കി.

നല്ല കരുത്തൻമാരായിരുന്നു അവർ. മുന്നിൽ വഴി തടഞ്ഞവനെ ഇല്ലാതെയാക്കിയിട്ടു പോകുവാൻ തന്നെയായിരുന്നു അവരുടെ തീരുമാനം.

മാരുതി ജിപ്സിയുടെ ഹെഡ്ലൈറ്റുകൾ അണഞ്ഞിരുന്നില്ല. ലോറിയുടേയും.

ആ പരിസരം മുഴുവൻ പ്രകാശമാനമായി.

ജിപ്സിയുടെ ഡ്രൈവിംഗ് വീലിനു പിന്നിൽ ഇരുന്ന ആ കാക്കിധാരി ഒരു സിഗരറ്റെടുത്ത് ചുണ്ടുകൾക്കിടയിൽ തിരുകി. പിന്നെ ലൈറ്ററിന്റെ നാളത്തിൽ തീ കൊളുത്തി. അനന്തരം രണ്ടു മൂന്ന് കവിൾ പുക ഊതിപ്പുറത്തിയിട്ട് യാതൊരു ധൃതിയും കൂടാതെ പുറത്തിറങ്ങി.

ഇപ്പോൾ അയാളെ ലോറിയിൽ ഇരുന്നവർ വ്യക്തമായി കണ്ടു.

ഏറിയാൽ മുപ്പതു വയസ്സു വരും അയാൾക്ക്. ഇരു നിറം. ഒത്ത ഉയരവും വണ്ണവും.

ഇത്തിരി പിരിച്ചു വച്ചിരിക്കുന്ന മീശ. പക്ഷേ ആരാണ് ഈ പുതിയ അവതാരം എന്നു മാത്രം അവർക്ക് മനസ്സിലായില്ല.

ഫോറസ്റ്റ് ഉദ്യോഗസ്ഥനാണെന്ന് തീർച്ച.

അയാൾ ലോറിക്കു നേരെ വന്നു.

"താഴെയിറങ്ങ്.... "കനത്ത ശബ്ദം. ഡ്രൈവറും ക്ലീനറും ഒന്നുകൂടി മുഖാമുഖം നോക്കിയിട്ട് ഒരേ പോലെ താഴേക്കിറങ്ങി.

"ഈ തടി അനധികൃതമായി വെട്ടിയതല്ലേ "

"അതെ" തെല്ലും കൂസാതെ ഡ്രൈവർ മറുപടി കൊടുത്തു.

"ഗുഡ്. ഇതിന്റെ കാരിയർ ജാവേദാണെന്ന് ഞാൻ ചിന്തിക്കുന്നതിൽതെറ്റൊന്നുമില്ലല്ലോ...?"

"ഇല്ല"

അവരുടെ നിർഭയഭാവം ആഗതനെയും തെല്ല് അമ്പരപ്പിക്കുക തന്നെചെയ്തു.

"ജാവേദ് എവിടെയുണ്ടിപ്പോൾ?"

"വനത്തിൽ. പുതിയ തേക്ക് മുറിക്കുകയാണ്."

ആഗതന്റെ മുഖത്ത് രക്തം ഇരച്ചുകയറി. അയാൾ ഡ്രൈവറുടെ ചുമലിൽ കൈവച്ചു.

"യു ആർ അണ്ടർ അറസ്റ്റ്" ഡ്രൈവർ ചിരിച്ചു.

ആ ക്ഷണം അയാൾ കൈ തട്ടി കളയുകയും ആഗതന്റെ മുഖം ലാക്കാക്കി കൈ ചുരുട്ടി ഇടിക്കുകയും ചെയ്തു.

മിന്നൽപോലെ അയാൾ താഴേക്കമർന്നു. ആ വേഗത്തിൽത്തന്നെ ഡ്രൈവറുടെ അടിവയറ്റിൽ മടക്കിയ കാൽ മുട്ട് ഇടിച്ചുകയറ്റി.

ദിഗന്തം പിളരുന്ന ഒരു നിലവിളി ഡ്രൈവറിൽ നിന്നുണ്ടായി.

ലോറിയിൽ നിന്നും ജാക്കി ലിവറും വലിച്ചെടുത്ത് ക്ളീനർ പാഞ്ഞുവന്നു. ആദ്യത്തെ വീശലിൽനിന്നും ആഗതൻ തെന്നിമാറി.

ജാക്കിലിവർ ലോറിയുടെ ഹെഡ്ലൈറ്റ് തകർത്ത് കളഞ്ഞു.

തന്റെ ശിരസ്സിൽ അതു പതിഞ്ഞിരുന്നുവെങ്കിൽ തണ്ണിമത്തൻ

പോലെ ചിതറിപ്പോയേനെയെന്ന് ആഗതൻ ഓർത്തു.

പിന്നീടുള്ള അയാളുടെ നീക്കങ്ങൾ ചടുലമായിരുന്നു.

ജാക്കിലിവർ ആകാശത്തേക്കുയർന്നു. ആഗതന്റെ ചുരുട്ടിയ കൈത്തലത്തിന് ഉൽക്കയുടെ ശക്തിയാണെന്ന് ഡ്രൈവറും ക്ളിനറും അറിയുകയായിരുന്നു.

പത്തുമിനിട്ടുനേരത്തെ പോരാട്ടംകൊണ്ട് അവർ അടിയറവു പറഞ്ഞു.

അയാൾ അവരെ ഉയർത്തി ജിപ്സിയുടെ പിന്നിലേക്കിട്ടിട്ട് ഒരു സിഗററ്റുകൂടി കത്തിച്ചു.

അതു കഴിഞ്ഞ് കീശയിൽ നിന്നും റിവോൾവർ വലിച്ചെടുത്ത് ലോറിയുടെ എല്ലാ ടയറുകളും വെടിവച്ചു തകർത്തു.

ലോറി താഴേക്കമർന്നു.

അയാൾ ഒരു നിമിഷം അതു നോക്കി നിന്നിട്ട് തിരികെ വന്ന് ജിപ്സിയിൽ കയറി.

ഡ്രൈവറും ക്ലീനറും പിന്നിൽ കിടന്നു ഞരങ്ങുന്നുണ്ടായിരുന്നു.

ജിപ്സി സ്റ്റാർട്ടായി.

റോഡിൽ സ്ഥലം കുറവായതിനാൽ അത് വനത്തിലേക്ക് കയറി അപ്പുറം റോഡിലേക്കിറങ്ങി പാഞ്ഞു പോയി.

ഈ അവസരത്തിൽ ഫോറസ്റ്റ് ഓഫീസിൽ തിരികെ എത്തിയിരുന്നു ഫോറസ്റ്റർ മനുവർമ്മയും ഗാർഡുകളും.

മനുവർമ്മ തന്നെയാണ് പണം നിറച്ച് പെട്ടിയുമായി മുറിയിലേക്ക് കയറിയത്.

ഗാർഡുകൾ പുറത്തെ മുറിയിൽ നിന്നു. മനുവർമ്മ അവർ കാണാതെ പെട്ടിയിൽ നിന്നും അഞ്ഞൂറുരൂപയുടെ രണ്ട് കെട്ട് നോട്ടുകൾ എടുത്ത് തന്റെ കീശയിൽ തിരുകി.

"എല്ലാവരും ഇങ്ങോട്ട് വരിൻ..." അയാൾ വിളിച്ചു.

അവർ ചെന്നു.

അയാൾ പെട്ടി അവർക്ക് മുന്നിൽ തുറന്ന് വച്ചു.

"ഉള്ള പണം എല്ലാവർക്കും തുല്യമായി വീതിക്കാനാണ് എന്റെ തീരുമാനം."

അയാൾ പറഞ്ഞപ്പോൾ സത്യൻ ഒഴികെയുള്ള ഗാർഡുകളുടെ കണ്ണുകൾ തിളങ്ങി.

എനിക്ക് വേണ്ട. സത്യൻ അറിയിച്ചു.

മറ്റുള്ളവരുടെ മുഖത്ത് പുച്ഛം നിറഞ്ഞ ഒരു ചിരിയുണ്ടായി.

"വേണ്ടാത്ത ആളിനെ ഞാൻ നിർബന്ധിക്കില്ല. അയാളുടെ

വീതംകൂടി മറ്റുള്ളവർ പങ്കിട്ടെടുക്കുന്നതാണ്." ഫോറസ്റ്ററുടെ പ്രഖ്യാപനം.

"അതിനുമുൻപ് ഒന്നുകൂടി ചിന്തിച്ചോ." സത്യൻ മുന്നറിയിപ്പ് നൽകി.

"ഇപ്പോൾ വെട്ടികൊണ്ട് പോയ തേക്കിന്റെ വിലയുടെ മൂന്നിരട്ടിയെങ്കിലും ഉണ്ട് ഈ പെട്ടിയിൽ. അപ്പോൾ പിന്നെ അയാൾക്കുള്ള ലാഭം എന്താണെന്ന് നിങ്ങൾ ഓർത്തോ?"

കാര്യം മനസ്സിലാകാതെ മനുവർമ്മയും മറ്റുള്ളവരും മുഖാമുഖം നോക്കി.

സത്യൻ തുടർന്നു.

"അതായത് ഇനിയും ഈ വനത്തിൽ നിന്നും ധാരാളം തടികളും, ആനകൊമ്പുകളും മറ്റ് വനസമ്പത്തുകളും പുറത്തേക്ക് പോകും. അതൊക്കെ കണ്ടില്ലെന്ന് നടിക്കണം. അല്ലെങ്കിൽ..."

ഈ പണം വാങ്ങുന്നതിലൂടെ നിങ്ങൾ മറ്റൊരു ഉടമ്പടി ഒപ്പ് വെച്ചിരിക്കുകയാണ്... നിങ്ങളുടെ ജീവൻ ജാവേദ് ഫ്രാങ്കോയ്ക്ക് പണയപ്പെടുത്തിയിരിക്കുന്നു എന്ന ഉടമ്പടി..."

നടുങ്ങി പോയി എല്ലാവരും.

ശ്വാസം നിലക്കുന്നത് പോലെ തോന്നിയ അവർ സത്യനെ പകച്ചുനോക്കി.

അയാൾ പിന്നേയും പറഞ്ഞു.

"മരണത്തിലൂടെയല്ലാതെ ഇനി നിങ്ങൾക്ക് ജാവേദിൽനിന്നും മോചനമില്ല...."

തന്റെ നട്ടെല്ലിലൂടെ ഒരു പഴുത്ത ലോഹം കുത്തിയിറക്കുന്ന പ്രതീതിയാണപ്പോൾ മനുവർമ്മയ്ക്കുണ്ടായത്.

ലോഹത്തിന്റെ ചൂടിൽ മജ്ജ കരിഞ്ഞു പോകുന്നു...

തന്റെ കീശയിൽ തിരുകിയിരിക്കുന്ന നോട്ടുകെട്ടുകൾ ചുട്ടുപൊള്ളുന്നു.....

"താൻ ഓരോന്ന് പറഞ്ഞ് മനുഷ്യരെ ഭയപ്പെടുത്താതെ സത്യാ". ഡ്രൈവർ വർഗ്ഗീസിന് പറയാതിരിക്കാൻ കഴിഞ്ഞില്ല.

"വെറുതെ പറഞ്ഞതല്ല ഞാൻ. സത്യം അത് തന്നെയാ"

സത്യൻ പുറത്തേക്ക് നടന്നു.

എങ്കിലും ആ പണം ഉപേക്ഷിക്കുവാൻ അവർക്കാർക്കും മനസ്സ് വന്നില്ല.

പണം തുല്യമായി വീതിച്ചു.

ഓരോരുത്തർക്കും അൻപതിനായിരത്തിലധികം കിട്ടി.

ഈ സമയത്ത് പുറത്തൊരു വാഹനം വന്നു ബ്രേക്കിടുന്ന ഒച്ച കേട്ടുഅവരെല്ലാം കിടുങ്ങി. ധൃതിയിൽ പണം ഒളിപ്പിക്കാൻ അവർ വ്യഗ്രത കാട്ടി.

പണം മാറ്റിയപ്പോൾ മേശപ്പുറത്തിരിക്കുന്ന പെട്ടി എന്തു ചെയ്യ ണമെന്നുള്ളതായി പ്രശ്നം. അതെടുത്ത് ഒരു മൂലയ്ക്കിരുന്ന വെ യിസ്റ്റു ബോക്സിനു പിന്നിലാക്കി വച്ചു.

"പോയി നോക്ക് പുറത്താരാണെന്ന്...."

മനുവർമ്മ ധൃതിയിൽ പറഞ്ഞു.

ഗാർഡുകൾ ഇറങ്ങിപ്പോയി.

ഹൃദയസ്പന്ദനം പോലും നിയന്ത്രിച്ച് മനുവർമ്മ കസേരയില മർന്നു. പുറത്തെ മുറിയിൽ പൊടുന്നനെ ഒരു നിശബ്ദത വ്യാപിച്ച ത് മനുവർമ്മ അറിഞ്ഞു.

എങ്കിലും പോയി നോക്കാൻ മടി തോന്നി. പുറത്തേക്ക് പോയ വരാരുംതിരിച്ചുവരുന്നുമില്ല....

അയാൾ അസ്വസ്ഥനായി.

അവസാനം

ശങ്കരപ്പിള്ള വാതിൽക്കൽ തല കാണിച്ചു.

"ആരാടോ അവിടെ"

പിള്ള മിണ്ടിയില്ല. അയാളുടെ മുഖം വിളറിയിരുന്നു.

ജാവേദ് തിരിച്ച് വന്നോ.

ആ വിചാരത്തോടെ മനുവർമ്മ എണീറ്റ് പുറത്തേക്ക് വന്നു.

പൊടുന്നനെ അയാളുടെ കാൽക്കൽ രണ്ടുപേർ തല്ലിയലച്ച് വീണു. അവരുടെ ശരീരത്ത് ചോര പുരണ്ടിരിക്കുന്നത് കണ്ട് ഞെ ട്ടി തലയുയർത്തിയ മനുവർമ്മ കണ്ടത് പുറത്തെ വാതിൽക്കൽ നിൽക്കുന്ന കാക്കിധാരിയെയാണ്.

ഏഴ്

ഒരു നിമിഷം ഫോറസ്റ്റ് ഓഫീസിനുള്ളിൽ കനത്ത നിശ്ശബ്ദത പര ന്നു. ആരും ഒന്നും പറഞ്ഞില്ല.

ഉദ്വേഗപരമായ ഒരു രംഗത്തിന് സാക്ഷ്യം വഹിക്കുന്നത് പോ ലെയായിരുന്നു ഗാർഡുകൾ.

സത്യൻ മാത്രം അപ്പോൾ വാതിൽക്കൽ നിറഞ്ഞ് നിന്നിരുന്ന കാക്കിധാരിയെ ആരാധനയോടെ നോക്കി.

ആ മനുഷ്യൻ അകത്തേക്ക് വന്നു. അയാളുടെ കാൽക്കീഴിൽ സിമന്റ്ഫ്ളോർ ഞെരിഞ്ഞമർന്നു.

ഫോസ്റ്റർ മനുവർമ്മ കിടിലം കൊണ്ടു.

എങ്കിലും അയാൾക്ക് ചോദിക്കാതിരിക്കാനായില്ല.

“നിങ്ങളെന്താണീ കാണിക്കുന്നത്?”.

“മിസ്റ്റർ മനു”. ആഗതന്റെ ഘനഗംഭീരമായ ശബ്ദം ഉയർന്നു.

എന്റെ യൂണിഫോം കണ്ടപ്പോൾ തന്നെ നിങ്ങൾക്ക് എന്റെ റാങ്ക് മനസ്സിലായി കാണും എന്ന് എനിക്കറിയാം. പിന്നേയും നിങ്ങൾ കുരക്കുന്നത് ജൂനിയേഴ്സിനുമുന്നിൽ മിടുക്കനാവാൻ മാത്രം.” അയാൾ മനുവർമ്മയുടെ കണ്ണുകളിലേക്ക് നോക്കി.

“നിങ്ങളുടെ കാൽക്കീഴിൽ ഇപ്പോൾ കിടക്കുന്നവരെ ഒരു പക്ഷേ നിങ്ങൾക്കറിയില്ലായിരിക്കും. പക്ഷേ എനിക്കറിയാം.”

ഒരു സിഗററ്റിനു തീകൊളുത്താനുള്ള സമയമെടുത്തിട്ടാണ് അയാൾതുടർന്നത്.

“നിങ്ങൾ വിട്ടയച്ച ജാവേദ്ഫ്രാങ്കോയുടെ ഡ്രൈവറും ക്ലീനറു മാണവർ. ഇവർ കൊണ്ടുപോയ ലോറി ഇപ്പോൾ എന്റെ കസ്റ്റഡി യിലാണ്.

തലയിൽ ഒരു ബോംബു വീണാൽ കൂടി മനുവർമ്മ ഇത്രയും ഞെട്ടുമായിരുന്നില്ല. ലോറി പിടിക്കപ്പെട്ടെങ്കിൽ ഇനി ജാവേദ് തങ്ങളെ കാണാൻ വരുന്നത് തോക്കുമായിട്ടായിരിക്കും.

ശബ്ദിക്കാൻ കഴിയാതെ മനുവർമ്മ ആഗതന്റെ മുഖത്തേക്ക് നോ ക്കി.

അയാളുടെ മുഖത്തപ്പോഴും ഗൂഢമായ ഒരു പുഞ്ചിരിയുണ്ടായി രുന്നു.

“റെയിഞ്ചർ ജയദേവനു പിന്നാലെ തൽക്കാലം നിങ്ങൾക്കും പോകേണ്ടി വരും....”

ആ ശബ്ദം പോലും മനുവർമ്മയേയും മറ്റും നടുക്കി.

അവർക്കതു ചിന്തിക്കാൻ പോലും കഴിയാത്ത കാര്യമായിരുന്നു.

തങ്ങൾ സസ്പെൻഷനിൽ...

പെട്ടെന്നു ഫോൺ ശബ്ദിച്ചു.

ആഗതൻ മനുവർമ്മയെ നോക്കി. അയാൾ ഫോണെടുത്തു.

ഒരു കടുവയുടെ ഗർജ്ജനമാണ് ആദ്യം കേട്ടത്. ഒപ്പം ജാവേദ് ഫ്രാങ്കോയുടെ തെറിയും.

“എന്റെ കയ്യിൽ നിന്നും പണം വാങ്ങിയിട്ട് പിന്നെയും എന്റെ ലോഡ് പിടിക്കാൻ നിനക്ക് ധൈര്യമുണ്ടായി. അല്ലേടാ ബാസ്റ്റഡ് നിന്നെ എന്റെ കടുവയ്ക്ക് ഞാൻ വെട്ടിയെറിഞ്ഞു കൊടുക്കും...”

“അയ്യോ...” അറിയാതെ നിലവിളിച്ചുപോയി മനുവർമ്മ.

അയാൾ ദയനീയമായി ആഗതനെ നോക്കി.

ആഗതൻ ചെന്ന് മനുവർമ്മയുടെ കൈയ്യിൽ നിന്നും റിസീവർ വാങ്ങി.

"യേസ്..."

"ആരെടാ നീ?"

അയാളുടെ നെറ്റി ചുളിഞ്ഞു.

ഒരു നിമിഷം കഴിഞ്ഞാണ് മറുപടി നൽകിയത്.

"ഞാൻ റെയ്ഞ്ചർ ഗോവർദ്ധൻ...."

"സ്കൗണ്ട്റൽ. നീയാണോ എന്റെ ലോഡു തടഞ്ഞത്.?"

"യേസ്."

"എങ്കിൽ...... പത്തേ പത്തു നിമിഷം ഞാൻ തരാം. നീ പിടിച്ചു കൊണ്ടുപോയ എന്റെ ആൾക്കാരെ ഉടനെ വിട്ടയയ്ക്കണം. ഞാനിപ്പോൾ ലോഡിനരുകിൽ നിന്നാണ് സംസാരിക്കുന്നത്. നീ വെടിവച്ചു തകർത്ത ടയറുകൾ ഞാൻ മാറ്റിക്കഴിഞ്ഞു. ലോഡ് കൊണ്ടുപോകുകയാണ് ഞാൻ....."

"എടാ....."

"വെറുതെ ബ്ലഡ് പ്രഷർ കൂട്ടണ്ട റെയ്ഞ്ചറെ. മര്യാദയ്ക്ക് അവരെ വിട്ടേര്. അല്ലെങ്കിൽ വെറുതെ പിടിച്ചുകൊണ്ടുപോയി പീഡിപ്പിച്ചു എന്ന് പറഞ്ഞ് അവർ തന്റെ പേരിൽ കേസുകൊടുക്കും. ഇനി ഈ തടിയും ലോറിയും തനിക്ക് കണികാണാൻ പോലും ആവില്ല..."

മനുവർമ്മ ഗോവർദ്ധന്റെ മുഖത്തേക്ക് തന്നെ നോക്കി നിൽക്കുകയായിരുന്നു.

അയാളുടെ നെറ്റിയിൽ വിയർപ്പുകണങ്ങൾ പൊടിയുന്നത് മനുവർമ്മ കണ്ടു.

അപ്പുറത്ത് ഫോൺ ഡിസ്കണക്ട് ചെയ്യപ്പെട്ടിരുന്നു.

ഒരു സെക്കന്റ് അങ്ങനെ തന്നെ നിന്നിട്ട് ഗോവർദ്ധൻ ധൃതിയിൽ അടുത്ത ചെക്കുപോസ്റ്റിലേക്കു വിളിച്ചു.

തടി ലോറി വരുമെന്നും തടയണമെന്നും താൻ ഉടനെ എത്തുമെന്നുംഅറിയിച്ചിട്ട് റിസീവർ വച്ചു.

അനന്തരം ഗോവർദ്ധൻ ലോറി ഡ്രൈവറേയും ക്ലീനറേയും നോക്കി.

"ജാവേദ് ഫ്രാങ്കോ എവിടെയുണ്ടെന്ന് നിങ്ങൾ എനിക്ക് പറഞ്ഞുതരണം. ഞാൻ തിരിച്ചുവരുമ്പോൾ..." മനുവർമ്മയെ നോക്കിയാണ് ബാക്കി പറഞ്ഞത്. "ഞാൻ തിരിച്ചുവരുമ്പോഴും ഇവർ

ഇവിടെ തന്നെയുണ്ടാവണം. ജീവനോടെ. ഇവർക്ക് എന്തെങ്കിലും പറ്റിയാൽ തന്നെ ഞാൻ ബാക്കിവയ്ക്കില്ല. അണ്ടർസ്റ്റാൻഡ്"

"യേസ് സാർ"

ഗോവർദ്ധൻ ഉടൻ തന്നെ സിഗ്നേച്ചർ രജിസ്റ്റർ എടുത്ത് തന്റെ പേരെഴുതി ട്രാൻസ്ഫർ ഓർഡർ നമ്പരും മറ്റും ചേർത്ത് അതിൽ ഒപ്പുവച്ചു.

പിന്നെ വെട്ടിതിരിഞ്ഞ് ഗാർഡുകളെ നോക്കി.

"നിങ്ങളിൽ എത്രപേർ കാട്ടുകള്ളന്മാരുടെ ശമ്പളം വാങ്ങിക്കുന്നവർഉണ്ടെന്ന് എനിക്കറിഞ്ഞുകൂടാ. എങ്കിലും അങ്ങനെയുള്ളവർക്ക് ഇനിയും മാനസ്സാന്തരപ്പെടാൻ സമയമുണ്ട്. ഞാൻ തിരിച്ചു വരും വരെ..."

അയാൾ പുറത്തേക്ക് കുതിച്ചു.

മാരുതി ജിപ്സിക്കു ജീവൻ വച്ചു.

ഇരുളിൽ തീക്കണ്ണുകൾ ജ്വലിപ്പിച്ചുകൊണ്ട് അത് പാഞ്ഞുപോയി.

ചിരപരിചിതനെ പോലെ കാട്ടുപാതയിലൂടെ ജീപ്പു പറത്തുന്ന ഗോവർദ്ധൻ അവർക്കൊക്കെ ഒരു വിസ്മയമായി.

"അയാളെ ഇവിടേക്കു കെട്ടിയെടുത്തത് നമ്മുടെ കഷ്ടകാലത്തിനാ..." മനുവർമ്മ പറയുന്നതുകേട്ട് ഗാർഡ് സത്യൻ ചിരിച്ചു.

"ഇളിക്കണ്ടെടോ. താനും അനുഭവിക്കും." മനുവർമ്മ തിരിഞ്ഞു.

"ശങ്കരപ്പിള്ളേ....."

"സാർ."

"ഞാൻ ക്വാർട്ടേഴ്സിൽ ഒന്നുപോയിട്ട് പെട്ടെന്നുവരാം. അതുവരെ ഇവൻമാരെ നോക്കിക്കൊള്ളണേ. ഇല്ലെങ്കിൽ ആ പരമകാലൻ തിരിച്ച് വരുമ്പോൾ നമ്മളെ നിർത്തിപ്പൊരിക്കും...."

"സാർ"

"ഇവിടേക്ക് ട്രാൻസ്ഫർ ചോദിച്ചു വാങ്ങിയതാ അയാൾ. പാലക്കാട്ടുവച്ച് ഒരു ഡി.എഫ്.ഓ.യെ മുഖമടച്ച് കാച്ചിയ കക്ഷിയാ. സൂക്ഷിക്കണം."

"സർ"

മനുവർമ്മ ക്വാർട്ടേഴ്സിലേക്കു പോയി. കിട്ടിയ പണം കൊണ്ടുപോയിവയ്ക്കുകയാണ് ഉദ്ദേശമെന്ന് സത്യന് മനസ്സിലായി.

ദുർഘടം നിറഞ്ഞ കാട്ടുപാതയിലൂടെ അപ്പോൾ ജിപ്സി പറത്തിവിടുകയായിരുന്നു ഗോവർദ്ധൻ.

കൈക്കൂലിയുടേയും കള്ളത്തരങ്ങളുടേയും കുത്തരങ്ങാണ് ഈ

ഫോറസ്റ്റ് റേഞ്ച് ഓഫീസെന്ന് നേരത്തെ തന്നെ അറിഞ്ഞിരുന്നു. ഇപ്പോൾ അത് ബോദ്ധ്യമാവുകയും ചെയ്തു.

എല്ലാം ഒന്ന് ശുദ്ധീകരിച്ച് നേരെ കൊണ്ടുവരുമ്പോൾ കാലം കുറെഎടുക്കുമെന്ന് അയാൾക്ക് തോന്നി. ആദ്യത്തെ ചെക്ക്പോസ്റ്റ് കഴിഞ്ഞ് ജിപ്സി ലോറികിടന്നിരുന്ന ഭാഗത്ത് എത്താറായി.

കുറച്ച് അകലെ വച്ചേ കണ്ടു. റോഡിൽ തീയും പുകയും.....

അയാളുടെ കാൽ ബ്രേക്കിലമർന്നു.

റബ്ബർ കരിയുന്നതിന്റെ കനത്ത ഗന്ധം അവിടെയൊക്കെ പരന്നു. റോഡിലും, വണ്ടി ഓടുവാൻ സാദ്ധ്യതയുള്ള വനഭാഗത്തും തീ എരിയുകയാണ്. താൻ വെടി വച്ചു തകർത്ത ലോറിടയറുകളാണ് അതെന്ന് അയാൾക്ക് മനസ്സിലായി.

തീയ്ക്കപ്പുറം കടക്കുക ബുദ്ധിമുട്ടാണ്. ആ ടയറുകൾ എരിഞ്ഞു തീരണമെങ്കിൽ കുറച്ചു നേരമെടുക്കും.

ജാവേദ് ഫ്രാങ്കോ ബുദ്ധിപൂർവ്വം കളിച്ചിരിക്കുകയാണ്.

എന്തു വേണമെന്നറിയാതെ ഗോവർദ്ധൻ കുഴങ്ങി.

എങ്കിലും ഇത്രയും വേഗത്തിൽ ടയറുകൾ മാറ്റി ലോറിയുമായി രക്ഷപ്പെട്ട അയാൾ നിസ്സാരനല്ലെന്ന് ഗോവർദ്ധന് ഉറപ്പായി.

താൻ ഇന്നു വരെ കണ്ടിട്ടില്ലാത്ത ജാവേദ് ഫ്രാങ്കോയുടെ രൂപം അയളുടെ മനസ്സിൽ തെളിയുകയായിരുന്നു.

അടുത്തെവിടെ നിന്നോ ഒരു ആനയുടെ ചിന്നം വിളി കേട്ടു.

ഇനി ഇവിടെ നിന്നിട്ടു കാര്യമില്ല. റേഞ്ചാഫീസിൽ എത്തിയിട്ട് ചെക്ക്പോസ്റ്റുമായി ബന്ധപ്പെടാം എന്ന തീരുമാനത്തോടെ മടങ്ങിയ ഗോവർദ്ധൻ ആദ്യത്തെ ചെക്കുപോസ്റ്റിനരുകിൽ ഇറങ്ങുകയും അവിടെ നിന്ന് രണ്ടാമത്തെ ചെക്കു പോസ്റ്റിലേക്ക് ഫോൺ ചെയ്യുകയും ചെയ്തു.

പക്ഷേ, തടി ലോറി ആ വഴി ചെന്നിട്ടേയില്ലെന്നായിരുന്നു മറുപടി. ഗോവർദ്ധൻ തിരികെ വന്നു ജിപ്സിയിൽ കയറി.

ഈ നേരം റേഞ്ചാഫിസിന് മുന്നിൽ ഒരു ജിപ്പ് ബ്രേക്കിട്ടുനിന്നു.

ഗോവർദ്ധൻ ആയിരിക്കുമെന്ന് കരുതിയാണ് ഗാർഡ് സത്യൻ പുറത്തേക്കു നോക്കിയത്.

ജീപ്പിൽ നിന്നും ആദ്യം പുറത്തുവന്നത് ഒരു കടുവയാണ്.

പിന്നാലെ തടിച്ച മൊട്ടത്തലയനും......

അയാളുടെ കൈയിൽ ഒരു യന്ത്രത്തോക്കിരിക്കുന്നു.

ജാവേദ് ഫ്രാങ്കോ!

സത്യന്റെ കണ്ണുകളിൽ ഇരുൾ നിറഞ്ഞു.

എട്ട്

"ജാവേദ്...." ശങ്കരപ്പിള്ളയിൽനിന്നും നിലവിളിപ്പോലെയാണ് ശബ്ദം ഉയർന്നത്.

ഗാർഡുകൾ മരവിച്ചു നിന്നു.

ക്വർട്ടേഴ്സിലേക്ക് പോയ ഫോറസ്റ്റർ മനുവർമ്മ ഇനിയും മടങ്ങി വന്നിട്ടില്ല.

ആദ്യം റേഞ്ച് ഓഫീസിനുള്ളിലേക്ക് കടന്നുവന്നത് ആ കടുവയാണ്. അയാൾ പിന്നിലായിരുന്നു- ജാവേദ്

എല്ലാവരും ഭീതിയോടെ കടുവയെ നോക്കി. പുതുജീവൻ ലഭിച്ചതുപോലെ ലോറിയുടെ ഡ്രൈവറും ക്ളീനറും ചാടിയെണീറ്റു. പക്ഷേ, അവർ വിറയ്ക്കുന്നത് സത്യൻ കണ്ടു.

തന്റെ ഇത്രയും കാലത്തെ വനപാലത്തിനിടയിൽ ഒരിക്കൽ പോലും ഒരു കടുവയെ ഇത്രയും അടുത്ത് കാണാൻ കഴിഞ്ഞിട്ടില്ലല്ലോ എന്നാണ് ശങ്കരപ്പിള്ള ഓർത്തത്.

അകത്തേക്ക് വന്ന ജാവേദ് എല്ലാവരേയും നോക്കി പല്ലിളിച്ചു.

"എവിടെ അവൻ? എന്റെ ആൾക്കാരെ പിടിച്ചുകൊണ്ടുവന്നവൻ"

ഒരു ബുള്ളറ്റിന്റെ മുഴക്കത്തോടെ ജാവേദ് ഫ്രാങ്കോ തിരക്കി.

ആരും മിണ്ടിയില്ല.

കനത്ത നിശബ്ദത അവിടെ പരന്നു.

"കൊള്ളാം. നിശബ്ദമായി നിന്ന് എന്നെ ബഹുമാനിക്കാനെങ്കിലും നിങ്ങൾക്ക് തോന്നിയല്ലോ. അത്രയും നല്ലത്..."

സത്യന്റെ മനസ്സിൽ രോഷം തിളച്ചു. പക്ഷെ, അയാളത് അടക്കി.

"മനുവർമ്മ ...." ജാവേദ് ഉച്ചത്തിൽ വിളിച്ചു.

"പേടിച്ച് ഒളിച്ചിരിക്കണ്ട. ഇറങ്ങി വാ. നിന്നെ ഞാൻ കൊല്ലുകയില്ല"

"സാറിവിടില്ല..." സത്യൻ പറഞ്ഞു.

ജാവേദ് അയാളെ നോക്കി, കടുവയും.

യജമാനന്റെ ഒരൊറ്റ വാക്ക് മതി ആ ജന്തു തന്റെ മേൽ ചാടി വീഴുമെന്ന് സത്യൻ തോന്നി.

കടുവ വായ് പിളർന്നപ്പോൾ കൂർത്ത പല്ലുകൾ ലൈറ്റിന്റെ വെളിച്ചത്തിൽ തിളങ്ങി.

രക്ത വർണ്ണമാർന്ന നാവ് നീട്ടി അത് ചൊടി നനച്ചു.

ജാവേദ് ഒരു മിഠായി നുണയുന്ന ഭാവത്തിൽ സത്യനെ ശ്രദ്ധിച്ചുനില്ക്കുകയായിരുന്നു.

"നിനക്കൊരെല്ലു കൂടുതലുണ്ടെന്ന് ഞാൻ നേരത്തെ മനസ്സിലാക്കിയതാണ്. നാവിന് നീളം കൂടുതലും... അതൊക്കെ വേണ്ടി വന്നാൽ ഞാനിങ്ങ് എടുക്കും..."

സത്യൻ തല തിരിച്ചു.

ജാവേദ് തന്റെ ജോലിക്കാരുടെ നേരെ നോക്കി.

അവർ കിലുകിലെ വിറച്ചു.

"നിനക്കൊക്കെ അവിടെ മരിച്ചു വീഴാമായിരുന്നില്ലേ?"

"മാപ്പ് യജമാ... മാപ്പ്. ഞങ്ങളു പൊരുതിയതാണ്. പക്ഷേ....."

"പുതിയ റേഞ്ചർ കീഴടക്കി കളഞ്ഞു. അല്ലേ?"

അവർ നിശ്ശബ്ദം.

"കമോൺ..." ജാവേദ് തിരിഞ്ഞ് നടന്നു. അയാൾക്ക് പിന്നാലെ തൊഴിലാളികളും.

അവരെ തടയണമെന്ന് സത്യൻ തോന്നി. പക്ഷെ, ആ കടുവ... അയാളുടെ കയ്യിലിരിക്കുന്ന യന്ത്രത്തോക്ക് ...

ഒരു ഈയലിനെ പോലെ താൻ ഇവിടെ പിടഞ്ഞു വീഴുകയേ ഉള്ളെന്ന് സത്യന് അറിയാമായിരുന്നു.

വാതിൽക്കലെത്തിയ ജാവേദ് തിരിഞ്ഞ് നിന്ന് പറഞ്ഞു.

"പുതിയ റേഞ്ചറോട് പറഞ്ഞേര് മരണം വിലയ്ക്കു വാങ്ങരുതെന്ന്.... ഇനി ഒരിക്കൽ കൂടി എനിക്ക് ഇവിടെ വരേണ്ടിവന്നാൽ ഒരൊറ്റ മനുഷ്യജീവിയെ ബാക്കി കിട്ടില്ല. ഈ ഓഫീസ് തന്നെ ഞാൻ തോട്ടാവെച്ച് പൊട്ടിക്കും."

അയാൾ ചെന്ന് ജീപ്പിൽ കയറി. കൂടെ കടുവയും തൊഴിലാളികളും.

അഞ്ചു മിനിറ്റുകഴിഞ്ഞപ്പോൾ മനുവർമ്മ തിരിച്ചെത്തി.

ലോറിഡ്രൈവറേയും ക്ളീനറേയും കാണാതെ വന്നപ്പോൾ അയാൾ നെറ്റി ചുളിച്ചു.

"കൊണ്ടുപോയി..."

സത്യൻ പരിഹാസത്തോടെ പറഞ്ഞു.

"ആര്?"

"നിങ്ങടെയൊക്കെ ദൈവം. ജാവേദ് ഫ്രാങ്കോ..."

"ങേ" അയാൾ നടുങ്ങി ചുറ്റും നോക്കി

ഒരു വാഹനത്തിന്റെ ഇരമ്പൽ കേട്ടു.

ഗോവർദ്ധൻ സാർ വരുന്നു.

സത്യൻ പിറുപിറുത്തു.

ഒരു മിനിറ്റു കഴിഞ്ഞപ്പോൾ മുറ്റത്ത് ജിപ്സി ബ്രേക്കിട്ടു.

അതിൽ നിന്നിറങ്ങിയ ഗോവർദ്ധൻ കൊടുങ്കാറ്റ് പോലാണ് അകത്തേക്ക് വന്നത്.

ഡ്രൈവറുടേയും ക്ളീനറുടേയും നാവിൻ തുമ്പിൽ നിന്ന് ജാവേദ്ഫ്രാങ്കോയുടെ താവളം എവിടെയെന്നറിയണം. പറ്റുമെങ്കിൽ ഈ രാത്രി അവസാനിക്കും മുമ്പു തന്നെ അവനെ ഇരുമ്പഴിക്കു പിന്നിൽ എത്തിക്കണം. അതായിരുന്നു ഗോവർദ്ധന്റെ തീരുമാനം.

എന്നാൽ...

താൻ കസ്റ്റഡിയിലെടുത്തവരെ കാണാഞ്ഞ് അയാൾ പരിഭ്രാന്തിയോടെ നിൽക്കുന്ന ഫോറസ്റ്ററെയും ഗാർഡുകളേയും നോക്കി.

"അവരെവിടേ?. വാട്ട് ഹേപ്പെൻഡ്.?"

മനുവർമ്മ നടുങ്ങി

"ടെൽ മീ..." ഗോവർദ്ധന്റെ ശബ്ദം കനത്തു.

"ജാവേദ്... കൊണ്ടുപോയി... "മനുവർമ്മ ഒരു വിധത്തിൽ പറഞ്ഞൊപ്പിച്ചു. ഒരു കുതിപ്പിന് ഗോവർദ്ധൻ അയാൾക്ക് മുന്നിലെത്തി.

"പറ. ജാവേദ് ഇവിടെ വന്നിരുന്നോ?"

മനുവർമ്മ തല കുലുക്കി.

"എന്നിട്ട്?"

വിശദീകരണം നല്കാൻ അയാൾ ശങ്കരപ്പിള്ളയെ നോക്കി.

ഗോവർദ്ധന്റെ കണ്ണുകൾ കുറുകി.

"താൻ ഇവിടെയില്ലായിരുന്നോ മനുവർമ്മാ?"

"ഞാൻ... ക്വാർട്ടേഴ്സിൽ..."

"റാസ്ക്കൽ... " ഗോവർദ്ധൻ അയാളുടെ കുപ്പായത്തിൽ കടന്നു പിടിച്ചു. റിവേൾവർ വലിച്ചെടുത്ത് മനുവർമ്മയുടെ നെറ്റിയിൽ ചേർത്ത് വെച്ചു.

"കൊന്നുകളയും ഞാൻ"

"ഇപ്പോൾ താനും ജാവേദും എനിക്കൊരു പോലെയാണ്..."

കണ്ടു നിന്ന ഗാർഡുകൾ പോലും കിടുങ്ങി.

"കണ്ണിലെ കൃഷ്ണമണിപോലെ അവരെ കാത്തുകൊള്ളണമെന്ന് പറഞ്ഞിട്ടല്ലെ ഞാൻ പോയത്. എന്നിട്ടും താൻ..."

മനുവർമ്മയുടെ നെറ്റിയിലൂടെ വിയർപ്പുകണങ്ങൾ താഴേക്കടർന്നു. കവിളിലൂടെ ചാൽ പോലെ അതൊലിച്ചു.

ഗോവർദ്ധന്റെ കണ്ണുകളിൽ ഒരു കൊലയാളിയുടെ ക്രൂരത അയാൾ കണ്ടു.

"സാർ ഇതനീതിയാണ്. ഞങ്ങൾ സാറിന്റെ ജൂനിയേഴ്സ്

ആണെന്ന് കരുതി എന്തും ചെയ്തുകളയാമെന്ന് കരുതേണ്ട. ഞങ്ങൾക്കും യൂണിയൻ ഉണ്ട്..." ശങ്കരപ്പിള്ള പറഞ്ഞു.

മനുവർമ്മയെ വിട്ട് ഗോവർദ്ധൻ വെട്ടിതിരിഞ്ഞു.

"യൂണിയൻ ഉണ്ടെന്നു കരുതി ഞാനെന്ത് വേണം? യൂണിയൻ തീരുമാനം എന്താണെന്ന് അറിയും മുമ്പ് താൻ അങ്ങേലോകത്ത് എത്തിയിരിക്കും. കാണണോ...?"

ഗോവർദ്ധൻ അയാളുടെ നെഞ്ചിലേക്ക് റിവോൾവർ ചുണ്ടി. കൈ വിരൽ ട്രിഗറിലേക്ക് തെന്നി നീങ്ങി. റിവോൾവറിന്റെ സിലിണ്ടർ കറങ്ങുന്നത് ഞെട്ടലോടെ ശങ്കരപ്പിള്ള കണ്ടു.

"കൊല്ലല്ലേ സാർ...."

അയാൾ നിലവിളിച്ചു പോയി.

"വേണ്ടെടോ. താൻ പോയി യൂണിയൻകാരെ വിളിച്ചുകൊണ്ടു വാ..."

"ക്ഷമിക്കണം സാർ. ഇനി ഞാൻ...ഞാൻ...."

ക്രൂരമായൊരു ചിരിയോടെ ഗോവർദ്ധൻ റിവോൾവർ പിൻവലിച്ചു.

പിന്നെ അസ്വസ്ഥയോടെ ഒരു സിഗററ്റിന് തീകൊളുത്തി.

ഈ മനുഷ്യൻ അബ്നോർമൽ ആണെന്ന് മനുവർമ്മയ്ക്ക് തോന്നി. എങ്കിൽ ഇനി ഇവിടെ പലതും നടക്കും. ഭ്രാന്തന്റെ കയ്യിലാ തോക്കിരിക്കുന്നത്. ശാലിനിയുടെ വയറ്റിൽ കിടക്കുന്ന കുഞ്ഞിനെ തനിക്കൊന്നുകാണാൻ കഴിയുമോ ഈശ്വരാ.

ഗോവർദ്ധൻ കോപം ഇത്തിരി അടങ്ങിയത് പോലെ ഒരു കസേര വലിച്ചിട്ട് അതിലിരുന്നു.

"ഉണ്ടായത് എന്താണെന്ന് പറ." സ്വരത്തിൽ ഇത്തിരി ശാന്തതയുണ്ടെന്ന് കണ്ട സത്യൻ മുന്നോട്ട് നീങ്ങി.

നടന്ന സംഭവങ്ങൾ പറഞ്ഞു കേൾപ്പിച്ചു

ഒരു സിഗററ്റ് കൂടി കത്തിച്ചുകൊണ്ട് ഗോവർദ്ധൻ ശ്രദ്ധയോടെ കേട്ടു. അവസാനം കസേരയിൽ നിന്നെണീറ്റ് എല്ലാവരേയും ഒന്ന് നോക്കി.

"ഇതുവരെ നടന്നതെല്ലാം ഞാൻ മറക്കാൻ ഒരുക്കമാണ്. പക്ഷേ ഈനിമിഷം നിങ്ങളും എല്ലാം മറക്കണം. ഇതുവരെയുണ്ടായിരുന്ന നിങ്ങളുടെ സ്വഭാവങ്ങൾ പോലും..."

"ഇനി വേണ്ടത് പുതിയ ഭാവങ്ങളാണ്. ധരിച്ചിരിക്കുന്ന കാക്കി ഒരുഅലങ്കാരത്തിനല്ല എന്ന സത്യം ആദ്യം ഉൾകൊള്ളണം. വാങ്ങുന്ന ശമ്പളത്തിനോട് നന്ദിയുണ്ടായിരിക്കണം."

"അതല്ല ഇനിയും പഴയ ചാലിലൂടെ നീങ്ങാൻ ആർക്കെങ്കിലും താൽപര്യം ഉണ്ടെങ്കിൽ ഇപ്പോൾ പറയണം. അവർക്ക് വേണ്ടി ഈ റിവോൾവറിലെ ബുള്ളറ്റുകൾ കാത്തു വച്ചിരിക്കുകയാണ് ഞാൻ..."

ഗോവർദ്ധൻ പറഞ്ഞു നിർത്തി.

അവിടെ കനത്ത നിശ്ശബ്ദത പരന്നു.

ഒമ്പത്

ഫോറസ്റ്റർ മനുവർമ്മ പോലും ഒരു വാക്കുച്ചരിച്ചില്ല.

അറിയാതെ എന്തെങ്കിലും നാവിൽ നിന്നും അടർന്നു പോയാൽ ഗോവർദ്ധൻ സാർ റിവോൾവറെടുത്ത് തന്റെ നേരെ ചൂണ്ടും എന്നയാൾക്ക് തോന്നി.

താൻ പല റേയിഞ്ചറൻമാരുടെ കൂടെയും ജോലി നോക്കിയിട്ടുണ്ട്. പക്ഷേ ആദ്യമായാണ് ഇങ്ങനെ ഒരാൾ.

ഒരിക്കൽ വീരപ്പൻ കേരളത്തിലെ വനത്തിലേക്ക് കടന്നിട്ടുണ്ടെന്ന് വാർത്ത വന്നപ്പോൾ പോലും താനിത്രയും കിടുങ്ങിയിട്ടില്ല.

ഇപ്പോൾ സസ്പെൻഷനിൽ കഴിയുന്ന റെയിഞ്ചർ ജയദേവൻ സാറാകട്ടെ തന്റെ അഭിപ്രായം അതേ പടി അംഗീകരിക്കുന്ന കൂട്ടത്തിലായിരുന്നു. ഉള്ള സമയം കൊണ്ട് പത്ത് കാശ് ഉണ്ടാക്കണമെന്ന ചിന്തയുള്ളവനായിരുന്നു.

ഇയാളുടെയൊന്നും അപ്പൻമാർ നട്ടു പിടിപ്പിച്ച വനമൊന്നുമല്ല ഇത്. കണ്ണിലെ കൃഷ്ണമണിപോലെ കാത്തു സൂക്ഷിക്കാൻ,

വനത്തിൽ നിന്ന് അഞ്ചാറ് തടി പോയത് കൊണ്ട് ഇങ്ങേർക്ക് നഷ്ടമൊന്നുമില്ലല്ലോ.

മനുവർമ്മ അങ്ങനെ ചിന്തിക്കുമ്പോൾ ഗോവർദ്ധന്റെ ശബ്ദമുയർന്നു. "ആരും ഒന്നും മിണ്ടാത്തതിൽ നിന്നും ഞാൻ പറഞ്ഞ കാര്യം നിങ്ങൾക്കൊക്കെ സ്വീകാര്യമാണെന്ന് കരുതുന്നു. ഗുഡ്."

"ഇങ്ങനെ വേണം. നമുക്ക് നമ്മുടെ രാജ്യത്തോട് ഒരു കടപ്പാടും സ്നേഹവുമൊക്കെ വേണം. അല്ലെ മനുവർമ്മേ."

"അ....അതെ?"

പറയാതിരിക്കാനായില്ല. എങ്കിലും മനസ്സിൽ ഇങ്ങനെ പറഞ്ഞു. മാങ്ങാത്തൊലി. എടാ റെയിഞ്ചറെ തന്റെ വരുതിയിൽ നിൽക്കാനൊന്നും എന്നെ കിട്ടില്ല. താൻ നോക്കിക്കോ. പറ്റിയ നേരത്ത് പറ്റിയ പാര വെച്ച് കാച്ചും ഞാൻ.

ഗോവർദ്ധൻ എണീറ്റു. "അപ്പോൾ ഇനി രാവിലെ കാണാം."

അയാൾ സത്യനെ നോക്കി.

"എന്റെ ക്വാർട്ടേഴ്സ് എവിടെയാണ്."

"ഞാൻ കൂടെ വരാം സാർ"

"കമോൺ..."

സത്യൻ ഒരാണിയിൽ തൂക്കിയിരുന്ന താക്കോലെടുത്ത് കൊണ്ട് ഗോവർദ്ധനു പിന്നാലെ നീങ്ങി.

ജിപ്സി ക്വാർട്ടേഴ്സിലേക്ക് പാഞ്ഞു. മനുവർമ്മ താടിക്ക് കൈ താങ്ങി ഇരുന്നു.

ദൈവമേ. ഈ നിലയിൽ മുന്നോട്ടു പോകുകയാണെങ്കിൽ എന്തൊക്കെ കുരിശാണ് വന്നു ഭവിക്കുന്നതെന്ന് ആര് കണ്ടു.

"അങ്ങേർക്ക് ഭ്രാന്തുണ്ടോ സാറേ?", ശങ്കരപ്പിള്ള തിരക്കി.

"അങ്ങനാ എനിക്കും തോന്നുന്നത്."

മനുവർമ്മയും അനുകൂലിച്ചു.

പിന്നെ എണീറ്റ് ക്വാർട്ടേഴ്സിലേക്ക് നടന്നു.

ശാലിനി ഇപ്പോഴും ഉറങ്ങികാണില്ല.

അടുത്ത ദിവസം രാവിലെ ഒൻപത് മണിയായപ്പോൾതന്നെ റെയ്ഞ്ചർ ഗോവർദ്ധൻ ഓഫീസിലെത്തി.

ഫോറസ്റ്റർ മനുവർമ്മയും അപ്പോഴേക്കും എത്തികഴിഞ്ഞിരുന്നു.

സാധാരണ മനുവർമ്മ എത്തണമെങ്കിൽ പതിനൊന്നര മണി കഴിയണമായിരുന്നു.

ഇന്ന് ഗാർഡുകളും നേരത്തെ എത്തി.

ഗോവർദ്ധൻ ഇപ്പോഴാണ് എല്ലാവരേയും ശരിക്ക് പരിചയപ്പെടുന്നത് തന്നെ.

തന്റെ ജോയിനിംഗ് റിപ്പോർട്ട് ഡി.എഫ്.ഒ. യ്ക്ക് അയക്കാൻ വേണ്ടനിർദ്ദേശം നൽകിയിട്ട് ഗോവർദ്ധൻ എല്ലാവരേയും നോക്കി ഹൃദയപൂർവ്വം ചിരിച്ചു.

"ഇന്നു മുതൽ നമ്മൾ ഒരു പുതിയ ജിവിതം തുടങ്ങുകയാണ്. ഇന്നലെ രാത്രി പറഞ്ഞതുപോലെ. ധരിക്കുന്ന കാക്കിയോട്, വാങ്ങുന്ന ശമ്പളത്തിനോട്, നമ്മൾ ആത്മാർത്ഥത കാണിക്കാൻ പോകുകയാണ്..."

മനസ്സിൽ ചീത്ത വിളിച്ചുകൊണ്ടാണെങ്കിലും ആരും ദുർമുഖം കാട്ടിയില്ല. സത്യന് മാത്രം സന്തോഷമായിരുന്നു.

നട്ടെല്ലുള്ള ഒരു ഉദ്യോഗസ്ഥനാണ് ഇദ്ദേഹം.

മനുവർമ്മ, ഇനിയെന്ത് എന്ന ഭാവത്തിൽ വിഷണ്ണനായി ഇരിക്കുകയാണ്. ഗോവർദ്ധൻസാർ വിവാഹിതനൊന്നുമല്ലേ? ആയിരുന്നെങ്കിൽ ഇങ്ങ നെയൊന്നും പെരുമാറുമായിരുന്നില്ലെന്ന് അയാൾ

ക്ക് തോന്നി. ഭാര്യയേയും മക്കളേയും കുറിച്ചെങ്കിലും ചിന്തിക്കുമായിരുന്നല്ലോ.

റെയിഞ്ചർ രാവിലെ തന്നെ ചെക്ക്പോസ്റ്റിലേക്ക് പിന്നേയും വിളിച്ചു. ആ വഴി ലോറിയും ലോഡും ചെന്നിട്ടേയില്ലെന്നാണ് അപ്പോഴും കിട്ടിയ മറുപടി.

അതിൽ അയാൾക്കത്ര തൃപ്തി തോന്നിയില്ല. ഒന്നുകിൽ അവർ കള്ളം പറയുന്നു. അല്ലെങ്കിൽ വേറെ റോഡുവഴി ലോറി തിരിഞ്ഞുപോയി.

കൊമ്പൻകുത്തിമലയിൽ നിന്നാണ് ആ തേക്ക് മുറിച്ചിരിക്കുന്നത്. അവിടെപോയി അന്വേഷണം നടത്തണം. ഒപ്പം ലോറി പോയ വഴിയും

മനുവർമ്മയെ നോക്കിയിട്ട് ഗോവർദ്ധൻ എണീറ്റു.

"കമോൺ മനു. നമുക്കൊന്നു കറങ്ങാം. എനിക്ക് എല്ലാ ഇടവും ഒന്ന് കാണണം."

ഫോറസ്റ്റർക്ക് അനുസരിക്കാതിരിക്കാനാവില്ലല്ലോ. മനസ്സില്ലാമനസ്സോടെ അയാളും എണീറ്റു.

ഗാർഡ് സത്യനും വേറെ ചിലരും അക്കൂട്ടത്തിൽ പുറപ്പെട്ടു.

മാരുതി ജിപ്സിയിലായിരുന്നു യാത്ര.

ഡ്രൈവിംഗ് സീറ്റിൽ ഗോവർദ്ധൻ തന്നെയായിരുന്നു.

ദുർഘടം നിറഞ്ഞ കാനനപാതയിലൂടെയുള്ള ജിപ്സിയുടെ അസാധാരണ വേഗതയറിഞ്ഞ മനുവർമ്മ ഭയന്നുപോയി.

ഈ ജീപ്പ് ഏതെങ്കിലും കൊക്കയിൽ പതിക്കുമോയെന്ന് പോലും അയാൾ സംശയിച്ചു.

വൃക്ഷങ്ങൾക്കിടയിലൂടെ സൂര്യപ്രകാശം അരിച്ചരിച്ചെറങ്ങിവരുന്നുണ്ടായിരുന്നു.

പിഴുതുവീണു കിടന്നിരുന്ന ഒരു മരക്കൊമ്പിൽ ഒരു ആൺ മയിൽ ഇരിക്കുന്നത് മനുവർമ്മ കണ്ടു.

ജീപ്പ് അടുത്തെത്താറായപ്പോൾ അതു പറന്ന് പോയി.

ആദ്യത്തെ ചെക്ക്പോസ്റ്റ് പിന്നിട്ട് ജിപ്സി തലേന്നാൾ രാത്രിയിൽ ഗോവർദ്ധൻ ലോറി തടഞ്ഞ ഭാഗത്തെത്തി.

അയാൾ ബ്രേക്കമർത്തി.

റോഡിൽ ടയറുകൾ കത്തിയെരിഞ്ഞ പാടുകൾ കണ്ടു. കുറ്റിക്കാടുകളുടെ ഇലകളും കരിഞ്ഞിരിക്കുന്നു. ഏതാനും നിമിഷങ്ങൾ അത് നോക്കിയിരുന്നിട്ട് അയാൾ ജിപ്സി വീണ്ടും മുന്നോട്ടു വിട്ടു.

ഒരു കിലോമീറ്ററോളം കഴിഞ്ഞപ്പോൾ ഇടത്തേക്ക് ഒരു വെട്ടുവ

ഴികണ്ടു.

"ഈ റോഡ് വഴി പോയാൽ എവിടെ എത്താം?."

ഗോവർദ്ധൻ തിരക്കി.

ഗാർഡ് സത്യൻ സ്ഥലം പറഞ്ഞു.

ഗോവർദ്ധൻ ജിപ്സി നിർത്തി ഇറങ്ങി റോഡിൽ ശ്രദ്ധിച്ചു നോക്കി. ഒരു വാഹനത്തിന്റെ ടയറുകൾ അമർന്നതിന്റെ പാടുകൾ ഉണ്ടോ? ഏതായാലും ഈ വഴി പോയാൽ ചെക്ക്പോസ്റ്റ് കടക്കാതെ കാട്ടുകള്ളൻമാർക്ക് ഉദ്ദേശിക്കുന്നിടത്തെത്താം.

"ഇങ്ങനെയൊരു റോഡ് വെട്ടിയിട്ട് അധികകാലമായില്ല. അല്ലേ?" ഗോവർദ്ധൻ ചോദിച്ചപ്പോൾ മനുവർമ്മയുടെ മുഖം വിളറി.

തന്റെ കൂടെയുള്ള പലരും അറിഞ്ഞുകൊണ്ട് തന്നെയാണ് ഇത്തരംഒരു റോഡ് നിർമ്മിച്ചിരിക്കുന്നതെന്ന് അയാൾ മനസ്സിലാക്കി. അനന്തരം പിന്നേയും ജിപ്സിയിൽ കയറി. വെട്ടുവഴിയേ പോകാൻ ഒരുങ്ങുമ്പോൾ അതു വഴി മറ്റൊരു ജീപ്പു വന്നു.

ഡ്രൈവറുടെ വലതുവശത്ത് വെളുത്തുതടിച്ച ഒരാൾ ഇരിക്കുന്നത് ഗോവർദ്ധൻ കണ്ടു. ആ ജിപ്പു നിന്നു.

വെളുത്തു തടിച്ച മനുഷ്യൻ ഇറങ്ങി.

ഖദർ ജുബയും മുണ്ടും വേഷം.

കഴുത്തിൽ ഏകദേശം അരയിഞ്ച് കട്ടി തോന്നിക്കുന്ന കനത്ത സ്വർണ്ണചെയിൻ. വിലകൂടിയ വാച്ച്. എട്ടുവിരലിലും മോതിരങ്ങൾ. കണ്ണുകളെ മറച്ചുകൊണ്ട് കൂളിംഗ് ഗ്ളാസ്. പകുതിയോളം കഷണ്ടി ബാധിച്ച ശിരസ്സ്. കട്ടിയുള്ള മേൽമീശ.

ജീപ്പിൽ നിന്നിറങ്ങിയ ഉടനെ അയാൾ പാൻപരാഗ് വായിലേക്ക് കമിഴ്ത്തി. അതും ചവച്ചുകൊണ്ടാണ് ജിപ്സിക്കരുകിലേക്ക് വന്നത്.

ഗോവർദ്ധന്റെ കണ്ണുകൾ കുറുകി. അയാളെ ശ്രദ്ധിക്കാതെയാണ് ആഗതൻ മനുവർമ്മയ്ക്കരുകിലേക്ക് ചെന്നത്.

"താൻ എന്റടുത്തേക്ക് വരികയായിരുന്നോ?"

മനുവർമ്മയ്ക്ക് മിണ്ടാനായില്ല, അയാൾ വിയർക്കാൻ തുടങ്ങിയിരുന്നു. ദയനീയമായി അയാൾ ഗോവർദ്ധനെ നോക്കി.

അപ്പോഴാണ് ആഗതൻ ഗോവർദ്ധനെ കാണുന്നത്.

അയാളുടെ നെറ്റി ചുളിഞ്ഞു.

അയാൾ മനുവർമ്മയെ ചോദ്യഭാവത്തിൽ നോക്കി.

"ഞങ്ങളുടെ പുതിയ റെയ്ഞ്ചർ...."

ഒരു വിധത്തിൽ പറഞ്ഞൊപ്പിച്ചു.

"ങ്ങേ" അയാൾ പെട്ടെന്ന് ഇപ്പുറം വന്നു.

നീട്ടി തുപ്പിയിട്ട് ഗോവർദ്ധൻ കൈയെടുത്ത് ഷെയ്ക്ക് ഹാൻഡ് നല്കാനെന്ന ഭാവത്തിൽ ഒന്ന് ആഞ്ഞതിനുശേഷം കീശയിൽ നിന്നും സിഗരറ്റ് പായ്ക്കറ്റ് എടുത്തു.

സഖറിയാസ് വിളറിപ്പോയി.

ഗോവർദ്ധൻ സിഗററ്റ് ചുണ്ടുകൾക്കിടയിൽ തിരുകി.

പത്ത്

റെയിഞ്ചർ ഗോവർദ്ധൻ സിഗററ്റിന് തീ കൊളുത്തിയിട്ട് രണ്ടുമൂന്നു കവിൾപുക ഊതിപ്പറത്തി.

നീട്ടിപ്പിടിച്ച കൈയ്യോടെ വിളറി നില്ക്കുകയായിരുന്നു സഖറിയാസ്മുതലാളി. തന്റെ ജീവിതത്തിൽ ഒരിക്കൽ പോലും ഇങ്ങനെയൊരു അപമാനം ഏൽക്കേണ്ടിവന്നിട്ടില്ലെന്ന് അയാൾക്ക് തോന്നി.

"മിസ്റ്റർ സഖറിയാസ്" - ഗോവർദ്ധൻ പതിയെ പറഞ്ഞു. "ഞാൻ ഗോവർദ്ധൻ. റെയിഞ്ചർ ഗോവർദ്ധൻ. തൽക്കാലം നാട്ടുകാരുമായി സൗഹൃദം സ്ഥാപിക്കാൻ ഞാൻ ആഗ്രഹിക്കുന്നില്ല...."

സഖറിയാസിന്റെ നെറ്റി ചുളിഞ്ഞു. മനുവർമ്മയെ ഒന്നു നോക്കിയിട്ടാണ് അയാൾ മറുപടി നൽകിയത്.

"ഇവിടെ ഏത് ഫോറസ്റ്റ് ഉദ്യോഗസ്ഥൻ വന്നാലും ആദ്യം കാണാനെത്തുന്നത് എന്നെയാണ്. അവർക്ക് വേണ്ട സൗകര്യങ്ങളൊക്കെ ഞാൻ ചെയ്തുകൊടുക്കാറുമുണ്ട്. അല്ല വകുപ്പു മന്ത്രി ഇവിടെ വന്നാലും എന്നെ കാണാതെ പോകില്ല."

മനുവർമ്മയെ റെയിഞ്ചർ നോക്കി.

"എന്താ മനു... നിങ്ങളെയൊക്കെ ഈ മനുഷ്യൻ ഒരുപാട് സഹായിച്ചിട്ടുണ്ടോ?"

മനുവർമ്മയ്ക്ക് ഉത്തരം പറയാനായില്ല.

ഗോവർദ്ധൻ പകുതിയെരിഞ്ഞ സിഗററ്റ് വലിച്ചെറിഞ്ഞു.

"ഏതായാലും എനിക്ക് തൽക്കാലം മിസ്റ്റർ സഖറിയാസിന്റെ സഹായം വേണ്ട. ആവശ്യമാണെന്നു തോന്നിയാൽ ഞാൻ അറിയിക്കാം."

"അതുമതി. തീർച്ചയായും താങ്കൾക്ക് അതിനുള്ള അവസരം വന്നുചേരും." അവിടെ നിന്നും എങ്ങനെയും രക്ഷപ്പെട്ടാൽ മതിയെന്നേ ഉണ്ടായിരുന്നുള്ളു സഖറിയാസിന്. അയാൾ തന്റെ ജീപ്പിന് നേരെ തിരിച്ചു നടന്നു.

"ഒന്നു നിന്നേ..."

റെയിഞ്ചർ പറഞ്ഞപ്പോൾ സഖറിയാസ് നിന്നു.

തോളിന് മുകളിലൂടെ തലതിരിച്ചു നോക്കി.

"നിങ്ങൾക്ക് എന്താണ് ബിസിനസ്സ് എന്നു പറഞ്ഞില്ല..."

സഖറിയാസ് ഒരു നിമിഷം മൗനമായിനിന്നു. പിന്നെ പറഞ്ഞു.

എസ്റ്റേറ്റ്, തടിമില്ല്, ഇത്തിരി അബ്കാരി ബിസിനസ്സ് അങ്ങനെ പോകുന്നു..."

ഗോവർദ്ധന്റെ തലച്ചോറിൽ പൊടുന്നനെ വെളിച്ചം പരന്നു.

"തടിമില്ല്...."

അയാൾ തലകുലുക്കി.

സഖറിയാസ് ജീപ്പിൽ കയറി. അത് ഇടത്തേക്ക് തിരിഞ്ഞ് പാഞ്ഞുപോയി.

"മനുവർമ്മേ, നമുക്ക് ഈ സഖറിയാസിന്റെ തടിമില്ല് ഒന്നു കാണണമല്ലോ..."

ഗോവർദ്ധൻ പറഞ്ഞതുകേട്ട് തലയിൽ ബോംബ് വീണതുപോലെഅയാൾ നടുങ്ങിപ്പോയി. ഗാർഡുമാരിൽ പലരുടേയും അവസ്ഥയും അങ്ങനെ തന്നെയായിരുന്നു.

"ഈ വഴി നേരെ പോയാൽ സഖറിയാസിന്റെ തടിമില്ലിൽ എത്താമെന്ന് ഞാൻ കരുതുന്നു. ആം ഐ കറക്ട്.?" ഗോവർദ്ധൻ മനുവർമ്മയെ നോക്കി.

അയാൾക്ക് തല കുലുക്കാതിരിക്കാനായില്ല

ജിപ്സിയുടെ ചക്രങ്ങൾ ഉരുണ്ടു. റോഡിൽ പൊടിപടലങ്ങൾ ഇളകി. പത്തുമിനിട്ടോളം സഞ്ചരിച്ചു കഴിഞ്ഞപ്പോൾ മുന്നിൽ സഖറിയാസിന്റെ തടിമില്ലുകണ്ടു.

ഒരു വിശാലമായ പറമ്പായിരുന്നു അത്. അവിടെ ഒരു ആന തടി വലിച്ചു മാറ്റുന്നു. കനത്ത തടി ട്രോളിയിലേക്ക് ഉരുട്ടിക്കയറ്റുന്ന തൊഴിലാളികൾ. എല്ലാവിധ ഉപകരണങ്ങളും ഉള്ള കൂറ്റൻ മില്ലായിരുന്നു അത്. ഇരുപത്തിയഞ്ചിൽ കുറയാത്ത തൊഴിലാളികൾ അവിടെയുണ്ടായിരുന്നു.

മില്ലിനുമുന്നിൽ ജിപ്സിയും നിന്നു.

മനുവർമ്മയും ശങ്കരപ്പിള്ളയും മുഖാമുഖം നോക്കി.

ഫോറസ്റ്റുകാർ വന്ന ജീപ്പുകണ്ട് തൊഴിലാളികൾ നെറ്റി ചുളിച്ചു. കാരണം ഇതു വരെ ആ മില്ലിൽ ഒരൊറ്റ ഫോറസ്റ്റുകാരനും തിരിഞ്ഞു നോക്കിയിട്ടുപോലുമില്ല....

മനുവർമ്മ ജീപ്പിനരുകിൽ നിന്നതേയുള്ളു. ഗോവർദ്ധൻ മുന്നോ

ട്ടുനീങ്ങി.

തൊഴിലാളികൾ അയാളെ തുറിച്ചു നോക്കി.

ഗോവർദ്ധന്റെ കണ്ണുകൾ തലേ രാത്രി താൻ കണ്ട തേക്കിനുവേണ്ടിപരതി നടന്നു.

ഒരിടത്തും കണ്ടില്ല.

അയാൾ സ്വിച്ച് ബോർഡിനരുകിൽ നിന്നിരുന്ന തൊഴിലാളിയോട് അത് ഓഫ് ചെയ്യാൻ ആംഗ്യം കാണിച്ചു.

അയാൾ മെയിൻ സ്വിച്ചിന്റെ ലിവർ താഴേക്ക് തട്ടി.

പൊടുന്നനെ യന്ത്രങ്ങളുടെ ഒച്ച കുറഞ്ഞു.

അടുത്തുനിന്നിരുന്ന തൊഴിലാളികളെയെല്ലാം അയാൾ കൈകാട്ടി അടുത്തു വിളിച്ചു.

കഴിഞ്ഞ രാത്രിയിൽ ഇവിടെ ഒരു ലോഡ് തേക്ക് തടി വന്നല്ലോ... അതെവിടെ?'

തൊഴിലാളികൾ പരസ്പരം നോക്കി.

"ആറ് മണിക്ക് ഞങ്ങൾ ജോലി കഴിഞ്ഞു പോകും. പിന്നെ വരുന്നത് രാവിലെയാണ്. ഇന്നു വന്നപ്പോൾ ഞങ്ങൾ അങ്ങനെയുള്ള തടിയൊന്നും കണ്ടുമില്ല...."

കറുത്തു തടിച്ച ഒരുവനാണ് മറുപടി പറഞ്ഞത്.

അയാളെ കണ്ടാൽ ഒരു ഗുണ്ടയാണെന്ന് തോന്നുമായിരുന്നു.

അയാളുടെ കണ്ണുകളിലേക്ക് ഗോവർദ്ധൻ സൂക്ഷിച്ചു നോക്കി. അയാൾ മുഖം മാറ്റി.

മില്ല് പ്രവർത്തിച്ചുകൊണ്ടിരുന്നപ്പോൾ മുകളിലേക്ക് ഉയർന്നിരുന്ന അറക്കപ്പൊടി മഞ്ഞുമഴപോലെ താഴേക്ക് പതിക്കുന്നുണ്ടായിരുന്നു.

ഈ തൊഴിലാളികളിൽ നിന്നും തനിക്ക് കാര്യമായ വിവരമൊന്നുംകിട്ടാൻ പോകുന്നില്ലെന്ന് മനസ്സിലാക്കിയ ഗോവർദ്ധൻ പിന്തിരിഞ്ഞു.

മനുവർമ്മ ആശ്വാസത്തോടെ നിശ്വസിച്ചു.

"ഞങ്ങൾ മുതലാളി വരുമ്പോൾ എന്തെങ്കിലും പറയണോ സാർ?" നേരത്തേ സംസാരിച്ച തൊഴിലാളി തിരക്കി.

"വേണ്ട"

തിരികെ ചെന്ന് ജീപ്പിൽ കയറുമ്പോൾ മനുവർമ്മയുടെ മുഖത്തേക്കൊന്ന് നോക്കാതിരിക്കാൻ കഴിഞ്ഞില്ല ഗോവർദ്ധന്. മില്ല് പിന്നെയും പ്രവർത്തിച്ചു തുടങ്ങി.

"ആ തടി അപ്പോൾ ഇവിടെ വന്നിട്ടില്ല. അല്ലേ മനുവർമ്മേ?"

“ഒരിക്കലുമില്ല.” സന്തോഷത്തോടയാൾ പറഞ്ഞു.

“സഖറിയാസ് മുതലാളി ഒരു മാന്യനാണ്. കള്ളത്തടികളൊന്നും അയാൾ വാങ്ങില്ല...”

“താനും അയാളെ മുതലാളിയെന്നാണോ വിളിക്കുന്നത്?”

“അതു പിന്നെ... എല്ലാവരും വിളിക്കുന്നത് കേട്ട്...” ഫോറസ്റ്റർ പരുങ്ങി.

ഗോവർദ്ധൻ ജിപ്സി സ്റ്റാർട്ട് ചെയ്തു.

“സാർ... തടി ഇവിടെ തന്നെയാവണം വന്നത്”

-ഗാർഡ് സത്യൻ പറഞ്ഞു.

“തനിക്കങ്ങിനെ തോന്നാൻ കാരണം?”

ഗിയർ ചെയ്ഞ്ചു ചെയ്യാൻ ഭാവിച്ച ഗോവർദ്ധൻ തല തിരിച്ചു.

സാറിനോട് സംസാരിച്ച ആ തൊഴിലാളിയുടെ ശബ്ദത്തിൽ ധിക്കാരമായിരുന്നു...

ഗോവർദ്ധൻ എൻജിൻ ഓഫ് ചെയ്തു.

മില്ലിന് പിന്നിൽ മലപോലെ അറക്കപ്പൊടി കൂട്ടിയിട്ടിട്ടുണ്ടായിരുന്നു.

അതിലേക്ക് ഗോവർദ്ധന്റെ കണ്ണുകൾ പാളിവീണു.

അറക്കപ്പൊടി ഇളകിക്കിടക്കുന്നതുപോലെ ഒരു തോന്നൽ.

“വാ സത്യാ...”എന്നു പറഞ്ഞിട്ട് ധൃതിയിൽ അയാളിറങ്ങി.

ഫോറസ്റ്ററുടെയും മറ്റ് ഗാർഡുമാരുടെയും ഹൃദയം പിടച്ചു.

ചടുലമായൊരു നീക്കത്തോടെ ഗോവർദ്ധൻ അറക്കപ്പൊടിക്കൂനയുടെ അരുകിലെത്തിക്കഴിഞ്ഞിരുന്നു.

തൊട്ടു പിന്നാലെ സത്യനും.

“സത്യാ... ഇതിനുള്ളിൽ തിരയണം.”

“സാർ...”

സത്യൻ ചുറ്റും നോക്കി.

ഒരു അലവാങ്ക്, കിടക്കുന്നത് കണ്ടു. അയാൾ അതെടുത്ത് അറക്കപ്പൊടിക്കിടയിലേക്ക് കുത്തിയിറക്കി പരിശോധന തുടങ്ങി.

അഞ്ചാമത്തെ കുത്ത് തടിയിലാണേറ്റത്....

ഗോവർദ്ധന്റെ മുഖം വിടർന്നു. അയാൾ ബാക്കിയുള്ള ഗാർഡുകളെക്കൂടി വിളിച്ചു.

“അറക്കപ്പൊടി മാറ്റ്...”

അവർ തൂമ്പകൾകൊണ്ട് ജോലി ആരംഭിച്ചു.

മിനിട്ടുകൾക്കുള്ളിൽ അറക്കപ്പൊടിക്കടിയിൽ ഒളിപ്പിച്ചുവച്ചിരുന്ന കനത്ത തേക്കിൻതടി കാണപ്പെട്ടു.

മനുവർമ്മയുടെ കണ്ണുകളിൽ ഇരുൾ നിറഞ്ഞു.
പെട്ടെന്ന് മില്ല് നിശ്ശബ്ദമായി...
ഗോവർദ്ധൻ തിരിഞ്ഞു നോക്കി.
കൈയ്യിൽ കിട്ടിയ ആയുധങ്ങളുമായി തൊഴിലാളികൾ തങ്ങൾക്ക് ചുറ്റും ഒരു വലയം തീർത്തിരിക്കുന്നതാണ് കണ്ടത്.

പതിനൊന്ന്

റെയിഞ്ചർ ഗോവർദ്ധന്റെ കണ്ണുകളിൽ ഒരു തീപ്പൊരി പാളി വീണു. അനുനിമിഷം അത് കത്തിയെരിയാൻ തുടങ്ങി.
ഗാർഡ് സത്യൻ കൈയ്യിലിരുന്ന അലവാങ്കിൽ പിടിമറുക്കി.
ഫോസ്റ്റർ മനുവർമ്മ പേടിയോടെ റെയിഞ്ചറുടെ അടുത്തേക്ക് നീങ്ങി നിന്നു.
തൊഴിലാളികളുടെ കൈയ്യിൽ ഇരിക്കുന്ന അലവാങ്കുകളും അറുത്തിതടികഷണങ്ങളുമൊക്കെ ഏത് നിമിഷവും തങ്ങളുടെ മേൽ പതിക്കുമെന്ന് ശങ്കരപ്പിള്ളയ്ക്കുതോന്നി.
തങ്ങളുടെ അഞ്ചിരട്ടിയോളമുണ്ട് ഇവർ. തല്ലികൊന്ന് തങ്ങളേയും അറക്കപ്പൊടിക്കുള്ളിൽ ആക്കുകയില്ലെന്ന് ആരു കണ്ടു.
ഗോവർദ്ധൻ പണിപ്പെട്ട് സംയമനം നേടി.
എന്നിട്ട് ശാന്തതയോടെ പറഞ്ഞു.
"ഞങ്ങൾ ഞങ്ങളുടെ ഡ്യൂട്ടിയാണ് ചെയ്യുന്നത്. അതിന് നിങ്ങൾ വിഘാതം ഉണ്ടാക്കരുത്."
"ഞങ്ങൾ, ഞങ്ങളുടേയും ഡ്യൂട്ടിയാ സാറേ ചെയ്യുന്നത്." കറുത്തു തടിച്ചയാൾ പറഞ്ഞു. ഒരുപാട് ഫോറസ്റ്റുകാരെ ഞങ്ങളും കണ്ടിട്ടുണ്ട്. ഒരുത്തനും സഖറിയാസ് മൊതലാളിയുടെ മില്ലിൽ കടന്നു വന്നിട്ടില്ല. അഥവാ വന്നാൽ ഒട്ടുതിരിച്ചുപോകുകയുമില്ല..... അതാണ് ഞങ്ങളുടെ രീതി."
"ഞങ്ങൾക്കൊരു തെറ്റുപറ്റിയതാ സുഹൃത്തുക്കളെ. ഉപദ്രവിക്കരുത്. എന്റെ ശാലിനിയാണെങ്കിൽ ഗർഭിണിയുമാ..." കരയുംപോലെയായിരുന്നു മനുവർമ്മയുടെ ശബ്ദം.
"മനൂ..." താക്കീതുപോലെ ഗോവർദ്ധൻ വിളിച്ചു.
മനുവർമ്മ പിന്നെ മിണ്ടിയില്ല.
തടിയൻ വീണ്ടും പറഞ്ഞു.
"ജീവൻ വേണമെങ്കിൽ സാറൻമാർ തിരിച്ചുപോകണം. ഈ തടികൾ ഇവിടെ കണ്ട കാര്യം അങ്ങ് മറന്നേക്കണം. അങ്ങനെയാണെങ്കിൽ തിരിച്ച് പോയി വേണ്ടപ്പെട്ടവരെയൊക്കെ കാണാം."

ഇത്രയും പേരോട് ഏറ്റുമുട്ടി രക്ഷപ്പെടാൻ ഒരിക്കലും കഴിയില്ലെന്ന്ഗോവർദ്ധനും അറിയാം. എന്നാൽ കണ്ടെടുത്ത തടി ഉപേക്ഷിക്കാനുംപറ്റില്ല.

അയാൾ അനുനയത്തിൽ പറഞ്ഞു.

“വൈകീട്ട് ആറുമണിക്ക് ജോലി കഴിഞ്ഞുപോയ നിങ്ങൾ രാവിലെഇവിടെ തിരിച്ചെത്തുന്നതിന് മുമ്പാണ് ഈ തടികൾ ഇവിടെയെത്തിയ തെന്ന് എനിക്കറിയാം. അതു കൊണ്ട് നിങ്ങൾക്ക് ഈ കേസിൽ അകപ്പെടാതെ രക്ഷപ്പെടുവാൻ വേണ്ടത് ഞാൻ ചെയ്യാം. പക്ഷെ സഖറിയാസിന് രക്ഷപ്പെടാനാവില്ല”

“ഞങ്ങടെ പേരിൽ കേസ്സെടുത്താലും വല്യ പ്രശ്നമൊന്നുമില്ല സാറേ. കേസും കോടതീമൊക്കെ ഞങ്ങളും കൊറേ കണ്ടതാ...”

ഇനി എന്തുവേണമെന്നാണ് ഗോവർദ്ധൻ ചിന്തിച്ചത്.

ഇവിടേക്ക് വരുമ്പോൾത്തന്നെ പോലീസിൽ വിവരമറിയിച്ച് അവരെക്കൂടി സഹകരിപ്പിക്കാമായിരുന്നു....

ഒരിക്കൽക്കൂടി ഞാൻ പറയുന്നു. “നിങ്ങൾ പിന്മാറണം. ഞങ്ങളെഡ്യൂട്ടി ചെയ്യാൻ അനുവദിക്കണം. അല്ലെങ്കിൽ അതിന്റെ പ്രത്യാഘാതം ഭയങ്കരമാണ്.”

“ചുമ്മാ, ഉമ്മാക്കികാട്ടി വെരട്ടാതെ സാറേ. നിങ്ങൾക്ക് ജീവിക്കണോമരിക്കണോ അതു പറ.”

മരിക്കേണ്ടിവന്നാലും തോറ്റുമടങ്ങുന്ന പ്രശ്നമേയില്ലെന്ന് അയാൾ ഉറപ്പിച്ചുകഴിഞ്ഞിരുന്നു.

പെട്ടെന്നാണ് ഒരു ബൈക്ക് പാഞ്ഞുവന്നതും വെട്ടിത്തിരിഞ്ഞ് അവിടെ നിന്നതും.

ഏവരും തിരിഞ്ഞുനോക്കി.

റിപ്പോർട്ടർ സ്റ്റാൻലി

ബൈക്കിൽ ഇരുന്നുകൊണ്ടുതന്നെ അയാൾ പടമെടുത്തു.

തൊഴിലാളികളുടെ ശ്രദ്ധ തിരിഞ്ഞതും ഗോവർദ്ധൻ കുതിച്ചുചാടി.

ഉൽക്ക വന്നിടിച്ചതുപോലെ തടിയൻ തൊഴിയേറ്റ് പിന്നോട്ടുമറിഞ്ഞു.

അയാളുടെ കൈയ്യിലിരുന്ന അലവാങ്ക് പിടി വിട്ടുപോയി.

ആ നിമിഷം ഗോവർദ്ധൻ റിവോൾവർ വലിച്ചെടുത്ത് അയാളുടെ വായിലേക്ക് കുത്തികയറ്റി.

“അനങ്ങരുത്.” അയാളലറി, “അനങ്ങിയാൽ വെടിയുണ്ടകളേറ്റ് നിന്റെ തലയോട് തകർന്നുപോകും.” പിന്നെ തിരിഞ്ഞ് മറ്റുള്ള

തൊഴിലാളികളെ നോക്കി "നിങ്ങൾ ഞങ്ങളെ ആക്രമിക്കാനൊരുങ്ങിയാൽ ആ നിമിഷം ഇവൻ മരിച്ചുവീഴും."

അവർ സ്തബ്ധരായി.

"സത്യാ. പോലീസ് സ്റ്റേഷനിലേക്ക് ഫോൺ ചെയ്ത്..."

ഗോവർദ്ധൻ നിർദ്ദേശിച്ചു.

മില്ലിനോട് ചേർന്ന് ഒരു ചെറിയ മുറിയായിരുന്നു ഓഫീസ്.

അവിടെ ഫോണുണ്ടായിരുന്നു.

സത്യൻ പോലിസ് സ്റ്റേഷനിലേക്ക് വിളിച്ചു.

സംഗതി കുഴപ്പമാണെന്ന് തൊഴിലാളികൾക്ക് മനസ്സിലായി.

അവർ പതിയെ പിൻവലിഞ്ഞു.

സ്റ്റാൻലി ബൈക്കിൽത്തന്നെ ഇരിക്കുകയായിരുന്നു.

അയാളും ഇറങ്ങി അവർക്കരുകിലേക്ക് വന്നു.

പക്ഷേ അയാൾക്കപ്പോൾ മുടന്തുണ്ടായിരുന്നു.....

മനുവർമ്മ നെറ്റി ചുളിച്ചു.

കുറച്ചു ദിവസത്തിന് മുമ്പ് ജാവേദ് ഫ്രാങ്കോയുടെ വെടിയേറ്റത് ഇവനു തന്നെയാണെന്ന് അയാൾക്കുറപ്പായി.

"എഴുന്നേൽക്കടാ...."

റെയിഞ്ചർ ഗോവർദ്ധൻ തടിയനോട് പറഞ്ഞു.

അയാൾ എഴുന്നേറ്റു.

"ഇനി പിന്നോട്ടു നടക്ക്"

അയാൾക്ക് അനുസരിക്കാതെ തരമില്ലായിരുന്നു.

ഈ അവസരത്തിൽ ബാക്കിയുള്ള തൊഴിലാളികളൊക്കെത്തന്നെ അവിടെ നിന്നും രക്ഷപ്പെട്ടിരുന്നു.

ഗോവർദ്ധൻ അയാളുടെ വായിൽ നിന്നും റിവോൾവർ വലിച്ചെടുത്തു.

"എന്താ നിന്റെ പേര്?"

"ആന്റപ്പൻ." അയാളുടെ ശബ്ദത്തിൽ പതർച്ചയുണ്ടായിരുന്നു.

"കൊള്ളാം. നിന്റെ മുതലാളിക്കുവേണ്ടി മരിക്കാനും നീ ഒരുക്കമാണ്. അല്ലേ?"

ആന്റപ്പൻ മിണ്ടിയില്ല.

പോലീസ് പാർട്ടി സ്ഥലത്തെത്തി.

സഖറിയാസ് സ്ഥലത്തില്ലാതിരുന്നതിനാൽ ആന്റപ്പനെ കസ്റ്റഡിയിൽ എടുത്തു. പിടിക്കപ്പെട്ട തേക്കുതടികളിൽ സാതയടിച്ചു.

സഖറിയാസിന്റെ പേരിൽ കേസുമെടുത്തു.

റിപ്പോർട്ടർ സ്റ്റാൻലി ഗോവർദ്ധനോട് യാത്ര പറഞ്ഞു പോയി.

ഗോവർദ്ധനും മറ്റും ഫോറസ്റ്റ് ഓഫീസിലേക്ക് തന്നെ മടങ്ങി.

ജാവേദ് ഫ്രാങ്കോ തേക്കുതടി വെട്ടിയ ഭാഗത്തേക്ക് അടുത്തദിവസംപോകാമെന്ന് ഗോവർദ്ധൻ തീരുമാനിച്ചു.

അന്ന് വൈകുന്നേരം അയാൾ പോലീസ് സ്റ്റേഷനിലേക്ക് വിളിച്ചുസഖറിയാസിനെ ഇനിയും കണ്ടെത്താൻ കഴിഞ്ഞിട്ടില്ല എന്നതായിരുന്നു മറുപടി.

പോലീസുകാർക്ക് അയാളെ കണ്ടെത്താനും വലിയ താൽപ്പര്യമൊന്നുമില്ലെന്ന് ആ സംസാരത്തിൽ നിന്നുതന്നെ അയാൾ മനസ്സിലാക്കി.

കള്ളത്തടിവെട്ടുകാരുടെയും രാഷ്ട്രീയക്കാരുടേയും പോലീസിന്റേയുംപരസ്പരപൂരകമായ ഒരു സംഘമാണ് ഇവിടെ പ്രവർത്തിക്കുന്നതെന്ന് നേരത്തെ തന്നെ അയാൾ അറിഞ്ഞിരുന്നു...

അന്നുരാത്രി.

ഗോവർദ്ധൻ ക്വാർട്ടേഴ്സിലേക്ക് പുറപ്പെടാൻ ഭാവിക്കുമ്പോൾ ഫോൺശബ്ദിച്ചു.

അയാൾ റിസീവർ എടുത്തു.

"ഹലോ..."

ഒരു കടുവയുടെ ഗർജ്ജനം റിസീവറിൽ മുഴങ്ങി.

ഗോവർദ്ധൻ ഒന്നു ഞെട്ടി.

തൊട്ടുപിന്നാലെ മുഴക്കമുള്ള മറ്റൊരു ശബ്ദവും പിൻതുടർന്നെത്തി.

"ഐ ആം ഫ്രാങ്കോ... ജാവേദ് ഫ്രാങ്കോ..."

"സ്കൗണ്ട്റൽ....."ഗോവർദ്ധൻ രോഷം കടിച്ചമർത്തി.

"കളിക്കാനാണ് നിന്റെ തീരുമാനം അല്ലേ എങ്കിൽ നിന്നെ കളി ഞാൻപഠിപ്പിക്കാമെടാ ഈ ജാവേദ്. നീ കണ്ടിട്ടില്ലാത്ത കളി. കാട്ടിലെ കളി. എന്താ അതിനൊരുക്കമാണോ നീ.?"

"മറഞ്ഞിരിക്കാതെ നേരെ വാടാ ബാസ്റ്റാർഡ്.....നമുക്ക് നേരിട്ടു കളിക്കാം."

"വരുമെടാ, വരും ജാവേദ് വാക്കു പറഞ്ഞാൽ വാക്കാണ്. അതിനുമുമ്പ് ഈ രാത്രി അവസാനിക്കുന്നതുവരെ നിനക്ക് ഞാൻ സമയം തരും. സഖറിയാസിന്റെ പേരിലുള്ള പരാതി നീ പിൻവലിക്കണം. നിന്റെ ഒരു വാക്കു മതി. പോലീസ് എല്ലാം അവസാനിപ്പിക്കും. നീ സതയടിച്ച തടികൾ സഖറിയാസിന് തിരികെ കൊടുക്കണം. അത് അവിടെ എത്തിച്ചത് ഞാനാണ്. ജാവേദിന്റെ തടിയേൽ തൊട്ടാൽ കൈ മാത്രമല്ല മനസ്സും പൊള്ളുമെന്ന് നീ അറിയാൻ

പോകുകയാണ്. എന്ത് കോമ്പ്രമൈസിനും ഞാൻ ഒരുക്കമാണ്. നിനക്ക് പകരമായി എന്തും ചോദിക്കാം. തരും ഞാൻ.....

“നിന്റെ സർക്കാരുകൾ എനിക്കുവേണ്ടി എത്ര കോടികൾ മുടക്കി. എന്നിട്ടും കണ്ടോ?. ഞാൻ കാട്ടിലെ രാജാവായി വിരാജിക്കുന്നത്. അതുകൊണ്ട് എതിർക്കാൻ നോക്കണ്ടാ. നീ സ്വയം എരിഞ്ഞ് തീരുകയേ ഉള്ളു. എന്നോടൊത്തുനിന്നാൽ നിനക്ക് സ്വപ്നം കാണാൻ പോലും കഴിയാത്തതുനേടാം. അല്ലെങ്കിൽ...

“നാളെ പുലരുംമുമ്പ് എല്ലാം നടക്കണം. അല്ലെങ്കിൽ നീ കണികാണുന്നത് ഈ ബാസ്റ്റാർഡിനെ...ജാവേദ് ഫ്രാങ്കോയെ....”

ഫോൺ കട്ടായി.

ഗോവർദ്ധൻ മിഴിച്ചിരുന്നു......

പന്ത്രണ്ട്

റിസീവറും കൈയ്യിൽ പിടിച്ചുകൊണ്ട് ഇത്തിരിനേരം അങ്ങനെ ത്തന്നെ ഇരുന്നുപോയി ഗോവർദ്ധൻ.

പറഞ്ഞാൽ അതു പോലെ ചെയ്യുന്നവനാണ് ജാവേദ് ഫ്രാങ്കോയെന്ന് അയാൾക്കറിയാം. എന്നാലും ഒരു കാട്ടുകള്ളന്റെ ഭീഷണിക്കുവേണ്ടി അയാൾക്കടിമയായി ഇനിയുള്ള കാലം കഴിയുന്നതിലും ഭേദം മരണമാണെന്ന് ഗോവർദ്ധൻ തോന്നി.

റിസീവർ വെച്ചിട്ട് അയാൾ ഒരു സിഗററ്റിന് തീ കൊളുത്തി. പുറത്ത് ഒരു വാഹനം ബ്രേക്കിടുന്നതിന്റെ ഒച്ച.

ഇത്ര വേഗം ജാവേദ് ഇങ്ങെത്തിയോ.

ഗോവർദ്ധൻ തലയുയർത്തി.

അകത്തേക്ക് വരുന്ന കാലൊച്ചകൾ,

ഹാഫ്ഡോർ തള്ളിതുറക്കപ്പെട്ടു. ഒരാൾ അകത്തു കടന്നു.

ഗോവർദ്ധൻ സിഗററ്റു താഴെയിട്ടു.

മൂന്നിൽ ഡി.എഫ്.ഓ.യെ കൺ ഗോവർദ്ധൻ ചാടിയെണീറ്റ് അറ്റൻഷനായി.

“സാർ”

ഡി.എഫ്.ഓ. സത്യമൂർത്തി അയാളെ തുറിച്ചൊന്ന് നോക്കിയിട്ട ഇരുന്നു.

“മിസ്റ്റർ ഗോവർദ്ധൻ. ടേക്ക് യുവർ സീറ്റ്”

“സർ.” ഗോവർദ്ധനും ഇരുന്നു.

“അങ്ങ് ഈ രാത്രിയിൽ...”

“ഒന്നു വിളിച്ചിരുന്നെങ്കിൽ ഞാൻ അങ്ങോട്ടുവന്നേനെയുല്ലോ..”

"വേണ്ടെടോ. ഇങ്ങോട്ടുവരേണ്ട കാര്യത്തിന് ഇങ്ങോട്ടുതന്നെ വരണം."

ഗോവർദ്ധന്റെ നെറ്റി ചുളിഞ്ഞു.

സത്യമൂർത്തി സാറിന്റെ ഈ ആഗമനത്തിൻ ഏറെ പ്രാധാന്യം ഉണ്ടെന്ന് അയാൾക്ക് തോന്നി. അതുകൊണ്ട് തന്നെ അങ്ങോട്ടൊന്നും ചോദിക്കാതെ അയാൾ കാത്തിരുന്നു. മൂർത്തി സാർ തന്നെ പറയട്ടെ.

"ഗോവർദ്ധൻ. ഇന്ന് നിങ്ങൾ ഒരു തടി വേട്ട നടത്തി അല്ലേ.?"

"യെസ് സർ."

"എന്നിട്ട് ഇതേ വരെ എന്നെ വിളിച്ചറിയിച്ചില്ലല്ലോ...?"

"സർ.. അത്..."ഗോവർദ്ധൻ ഒന്നു പരുങ്ങി.

"ആ വേട്ടയുടെ ക്രെഡിറ്റ് ഞാൻ കൂടി പങ്കിടും എന്ന് താൻ കരുതി കാണും."

"ഇല്ല സാർ. ഞാൻ അങ്ങനെയൊന്നും..."

അയാളെ പൂർത്തിയാക്കാൻ അനുവദിക്കാതെ സത്യമൂർത്തി പറഞ്ഞു.

"ങാ. കഴിഞ്ഞതൊക്കെ കഴിഞ്ഞു. ഡിപ്പാർട്ടുമെന്റിൽ ഒരാൾക്കും കഴിയാത്ത കാര്യമാണ് നിങ്ങൾ ചെയ്തിരിക്കുന്നത്. ജാവേദ് ഫ്രാങ്കോ കാട്ടിൽനിന്ന് വെട്ടിയ തടി പിടിക്കുക എന്നു പറഞ്ഞാൽ സിംഹത്തെ പിടിക്കുന്നതിന് തുല്യമാണ്."

ഗോവർദ്ധന്റെ മുഖം തെളിഞ്ഞു.

"പക്ഷേ അതിനൊരു പിൻവശം കൂടിയുണ്ട്. യന്ത്രത്തോക്കുമായി കാട്ടിൽ നടക്കുന്നവനാണ് ഫ്രാങ്കോ. കണ്ണിൽ ചോരയില്ലാത്ത ചെകുത്താൻ. അവനാണ് സഖറിയാസിന് തടി വിറ്റതെന്നാണ് എനിക്ക് അറിയാൻ കഴിഞ്ഞത്."

"സർ. അത് സത്യമാണ്."

"പക്ഷേ മറ്റൊന്ന് കുടിയുണ്ട് ഗോവർദ്ധൻ."

ചോദ്യഭാവത്തിൽ അയാൾ സത്യമൂർത്തിയെ നോക്കി.

"ഈ സഖറിയാസുണ്ടല്ലോ. സർക്കാർ തലത്തിൽ എല്ലാവർക്കും വളരെ വേണ്ടപ്പെട്ട ആളാണ്. പ്രത്യേകിച്ചും വകുപ്പു മന്ത്രിക്ക്."

ഡി.എഫ.ഒ. എന്താണ് പറയാൻ വരുന്നതെന്ന കാര്യത്തിൽ ഗോവർദ്ധന് നേരിയ സംശയം തോന്നി തുടങ്ങി.

സത്യമൂർത്തി തുടർന്നു.

"ഇലക്ഷൻ സമയങ്ങളിലും പാർട്ടിയുടെ ഫണ്ട് ശേഖരണസമയത്തുംഒക്കെ ഇയാൾ വാരിക്കോരി കൊടുക്കാറുമുണ്ട്."

ഗോവർദ്ധൻ അസ്വസ്ഥനായി.

“അതുകൊണ്ട് ഇപ്പോൾ എനിക്ക് പറയുവാനുള്ളത് ഇതാണ്. ഈ ഒരു തടി വേട്ട താൻ മറക്കണം. മന്ത്രി തന്നെ എന്നെ നേരിട്ട് വിളിച്ച് പറഞ്ഞ കാര്യമാണ്...”

“സാർ” ഞെട്ടി പോയി ഗോവർദ്ധൻ.

“അതേടോ. ചിലപ്പതൊക്കെ കണ്ടില്ലെന്ന് നാം നടിക്കേണ്ടി വരും. ഈ യൂണിഫോം അണിഞ്ഞുകഴിഞ്ഞാലുള്ള ഗതികേടാണ് അത്...”

“നോ സർ.” ഗോവർദ്ധൻ രണ്ടാമത് ഒന്നാലോചിക്കാനുള്ള സമയം ഉണ്ടായിരുന്നില്ല. “പറ്റില്ല. ഞാൻ സമ്മതിക്കില്ല. ആ തടി വേട്ടക്കിടയിൽ ഞങ്ങൾക്ക് മരണം പോലും സംഭവിക്കുമായിരുന്നു. അത്രമാത്രം പ്രയാസപ്പെട്ട് ഞങ്ങൾ നേടിയെടുത്തത്. കഴിയില്ല സാർ. ഈ യൂണിഫോം തിരിച്ച് ചോദിച്ചാൽ ഞാൻ അഴിച്ചുതരും. പക്ഷേ....”

അയാൾ പൂർത്തിയാക്കാൻ സത്യമൂർത്തി അനുവദിച്ചില്ല.

“ഗോവർദ്ധൻ. ഇഷ്ടമുണ്ടായത് കൊണ്ടല്ല എനിക്ക് നിങ്ങളോട് ഇങ്ങനെ സംസാരിക്കേണ്ടി വന്നതെന്ന് ആദ്യം മനസ്സിലാക്കു. ഈ രാജ്യത്തെ വ്യവസ്ഥിതികൾ ഇങ്ങനെയായി പോയതുകൊണ്ടാണ്.”

“ആയതല്ല. ആക്കിയതാണ് സാർ.”

“അതെന്തുമാകട്ടെ. തൽക്കാലം നിങ്ങൾ എന്നെ അനുസരിക്കണം. ദിസ് ഈസ് ആൻ ഓർഡർ...”

“സർ...”

“ഇനി താനൊന്നും പറയണ്ട.”

എന്നിട്ടും ഗോവർദ്ധൻ സംസാരിച്ചു.

“അല്പം മുമ്പ് ജാവേദ് ഫ്രാങ്കോ എന്നെ ഫോണിൽ വിളിച്ചു. അയാളുടെ ആവശ്യവും ഇത് തന്നെയായിരുന്നു സാർ. ഇതിൽ നിന്ന് ഞാൻ എന്തനുമാനിക്കണം. എന്റെ സീനിയർ ഓഫീസറും ജാവേദും തമ്മിൽവ്യത്യാസം ഒന്നുമില്ലെന്ന് അല്ലേ സാർ.”

വിളറിപ്പോയി സത്യമൂർത്തി.

അയാൾ ദയനീയമായി ഗോവർദ്ധനെ ഒന്നു നോക്കി.

“ഒരു രാത്രികൊണ്ട് ലോകം അവസാനിക്കില്ല സാർ. ഇനിയും ഞാൻഈ വമ്പൻ സ്രാവുകളെ പൂട്ടും. അതിൽ നിന്നും രക്ഷപ്പെടാൻ സാക്ഷാൽദൈവംതമ്പുരാൻ വിചാരിച്ചാൽ പോലും അവർക്ക് കഴിയില്ല.”

സത്യമൂർത്തി മറുപടി പറയാതെ എണീറ്റു.

ഗോവർദ്ധൻ അറ്റൻഷനായി.

ഗുഡ്നൈറ്റ് പറഞ്ഞ് ഡി.എഫ്.ഒ.പോയി. പുറത്തെ മുറിയിലേക്കിറങ്ങിചെന്ന ഗോവർദ്ധൻ സന്തോഷത്തോടെ നിൽക്കുന്ന മനുവർമ്മയേയും ഗാർഡ് ശങ്കരപ്പിള്ളയേയും മറ്റും കണ്ടു.

ഒന്നും പറയാതെ അയാൾ ചെന്ന് മാരുതി ജിപ്സിയിൽ കയറി അത്ഓടിച്ചുപോയി.

അടുത്തദിവസം കൊമ്പൻകുത്തിമലയിലേക്ക് പോകണമെന്നും ജാവേദ് ഫ്രാങ്കോ വെട്ടിയ തേക്കിൻകുറ്റി കാണണമെന്നും ഉറച്ചിരുന്നതാണെങ്കിലും ഇനി അതിന്റെ ആവശ്യമില്ലെന്ന് മനസ്സിലാക്കിയ ഗോവർദ്ധൻ അത് വേണ്ടെന്ന് വെച്ചു.

പിറ്റേന്നത്തെ പത്രത്തിൽ തടി വേട്ടയെ കുറിച്ച് റിപ്പോർട്ടർ സ്റ്റാൻലിയുടെ ന്യൂസ് ഉണ്ടാകുമെന്ന് കരുതിയിരുന്ന ഗോവർദ്ധൻ തെറ്റി. ഒരു ചരമകുറിപ്പിന്റെ പ്രാധാന്യമുള്ള ന്യൂസ് പോലുമുണ്ടായിരുന്നില്ല.

രാവിലെ ഓഫീസിലെത്തിയ ഗോവർദ്ധൻ സ്റ്റാൻലിയെ വിളിച്ചു.

നിരാശപൂർണ്ണുമായ മറുപടിയാണ് സ്റ്റാൻലിയിൽ നിന്നും കിട്ടിയത്.

"സർ മാറ്റർ ഡി.റ്റി.പി. എടുത്തതാണ്. പക്ഷെ അവസാന നിമിഷത്തിൽ ചീഫ്. എഡിറ്ററുടെ നിർദ്ദേശാനുസരണം അതു മാറ്റുകയായിരുന്നു."

"മതിയായി സാർ. സത്യസന്ധമായ ഒരു റിപ്പോർട്ട് പബ്ലിഷ് ചെയ്യുവാൻ പോലും ഏറെ കടമ്പകൾ പിന്നിടേണ്ടിവരുന്ന പത്രത്തിലെ ജോലി അവസാനിപ്പിച്ചാലോ എന്ന് പോലും ഞാൻ വിചാരിക്കുന്നു."

"പാടില്ല സ്റ്റാൻലി. താൻ ആ പത്രത്തിൽ തന്നെ തുടരണം. ഇനിയും നമുക്ക് ആവശ്യമുണ്ടായേക്കും."

"സർ..."

ഗോവർദ്ധൻ ഫോൺ വച്ചു.

ദിവസങ്ങൾ പിന്നിട്ടു.

ഗോവർദ്ധൻ കാട്ടുപാതയിലൂടെ ജീപ്പോടിച്ച് പോകുമ്പോൾ അവിടെ ഒരു ജീപ്പ് കിടക്കുന്നത് കണ്ടു. നമ്പർ പ്ലേറ്റിൽ നിന്നും അത് സഖറിയാസിന്റെ ജീപ്പാണെന്ന് ഉറപ്പായി.

അയാൾ ജിപ്സി നിർത്തി ഇറങ്ങി. ആ പരിസരത്തെങ്ങും ആരേയും കണ്ടില്ല. അയാൾ ഒരു സിഗററ്റ് ചുണ്ടിൽ തിരുകി. ലൈ

റ്ററിന്റെ നാളത്തിൽ തീ കൊളുത്തി.

ജീപ്പിൽ വന്നയാൾ വനത്തിൽ ഏത് ഭാഗത്തേക്കാണ് പോയിരിക്കുന്നതെന്ന് അറിയാൻ പാടില്ലാത്തതിനാൽ കാത്തിരിക്കാൻ അയാൾ തീരുമാനിച്ചു.

ഏതാണ്ട് അര മണികൂർ കഴിഞ്ഞപ്പോൾ വനത്തിൽ നിന്നും ഒരാൾ ഇറങ്ങി വന്നു.

പട്ടാളക്കാരുടെ മാതിരിയുള്ള പച്ച പാന്റും ഷർട്ടും ധരിച്ച ഒരു യുവതി. അതേ നിറത്തിലുള്ള ഒരു തൊപ്പിയും അവൾ ധരിച്ചിരുന്നു.

വനത്തിലെ കുറ്റിചെടികൾക്കിടയിൽ അവൾ ഇരുന്നാൽ കണ്ടെത്താൻ തന്നെ പ്രയാസം.

അതിസുന്ദരി ആയിരുന്നു അവൾ. ഒരു ഹിന്ദി സിനിമാനടിയുടെ രൂപവും ഭാവവും ആയിരുന്നു അവൾക്ക്. കഴുത്തിൽ കട്ടി കുറഞ്ഞ ഒരു ചെയിനിൽ വജ്രം പോലെ തിളങ്ങുന്ന ഒരു ലോക്കറ്റുണ്ടായിരുന്നു.

തോളിൽ ഒരു ക്യാമറ തൂങ്ങി കിടപ്പുണ്ട്. ആ പരിസരത്തെങ്ങും ആരുമില്ലെന്ന ഭാവത്തിൽ മൂളിപ്പാട്ടും പാടിയായിരുന്നു അവളുടെ വരവ്.

അപ്രതീക്ഷിതമായി മുന്നിൽ ഒരു മാരുതി ജിപ്സിയും അതിൽ ചാരി സിഗററ്റു പുകച്ചുകൊണ്ട് നിൽക്കുന്ന.

കാക്കിധാരിയേയും കണ്ട് അവളൊന്നു പരുങ്ങി.

ഒരു നിമിഷം ഇരുവരുടേയും കണ്ണുകൾ തമ്മിൽ കൊരുത്തു.

അവൾ വേഗം അയാളെ അവഗണിച്ച് തന്റെ ജീപ്പിനരികിലേക്ക് നീങ്ങി.

“ഒന്നു നിന്നേ...”പിന്നിൽ നിന്ന് ഗോവർദ്ധൻ വിളിച്ചു.

ജീപ്പിലേക്ക് ഒരു കാൽ കയറ്റി വച്ചുകൊണ്ട് അവൾ തിരിഞ്ഞ് നോക്കി.

സിഗററ്റ് വലിച്ചെറിഞ്ഞ് അയാൾ മുന്നോട്ട് നീങ്ങി.

“വനത്തിൽ എന്തായിരുന്നു ബിസിനസ്സ്.?”

“എന്താ തിരക്കിയത്.”

“ചുമ്മാ. ഒന്നറിയാൻ...”

“പ്രായം ഇത്രയൊക്കെ ആയല്ലോ മനുഷ്യാ. എന്നിട്ടും കാണാൻ കൊള്ളാവുന്ന പെമ്പിള്ളാരേ കാണുമ്പോൾ ഒരു ഇളക്കം. അല്ലേ” അവൾ പൊട്ടി തെറിക്കും പോലെ ചോദിച്ചു.

മിഴിച്ചു നിന്നു പോയി ഗോവർദ്ധൻ.

അപ്പോൾ മണി കിലുങ്ങും പോലെ പൊട്ടിച്ചിരിച്ചുകൊണ്ട് അവൾ ജീപ്പിൽ കയറി.

"പോട്ടെ കിഴവാ..."

ജീപ്പ് അകന്നുപോയപ്പോഴും അയാൾ മിഴിച്ചു നിൽക്കുകയായിരുന്നു.

പതിമൂന്ന്

ജീപ്പിൽ ഓഫീസിലേക്ക് മടങ്ങുമ്പോഴും റേഞ്ചർ ഗോവർദ്ധന്റെ മനസ്സിൽ നിറഞ്ഞു നിന്നിരുന്നത് ആ സുന്ദരിയുടെ രൂപമായിരുന്നു.

മാധുരി ദീക്ഷിതുമായോ, ജൂഹിചൗളയുമായോ അവൾക്ക് കൂടുതൽ സാമ്യം...

ഓഫീസിൽ എത്തിയപ്പോഴാണ് അയാൾക്ക് പരിസരബോധം ഉണ്ടായത്.

തന്റെ സീറ്റിൽ ഇരുന്നശേഷം ബെൽ അമർത്തി.

ഗാർഡ് സത്യൻ ഹാഫ് ഡോറിനുമുന്നിൽ തല കാണിച്ചു.

"കമോൺ സത്യ"

അയാൾ കടന്ന് വന്നു.

"ഈ സഖറിയാസ്സിന്റെ വീട്ടിൽ ആരൊക്കെയുണ്ട്.?"

"ശരിക്കറിഞ്ഞുകൂടാ സാർ. എന്നാലും അയാളും ഭാര്യയും രണ്ട് ആൺമക്കളും ഉണ്ടെന്നാണ് തോന്നുന്നത്."

"പെൺമക്കൾ ഒന്നുമില്ലെ അയാൾക്ക്.?"

"ഇല്ലെന്നാണ് തോന്നുന്നത്. എന്താണ് സാർ.?"

"നത്തിംഗ്... താൻ പൊയ്ക്കോളു..."

സത്യൻ പോയി.

സഖറിയാസിന് ആൺമക്കൾ മാത്രമേ ഉള്ളുവെങ്കിൽ അവളാരാണ്. ആ ജീപ്പ് സഖറിയാസിന്റേതാണെന്നുള്ളതിന് സംശയമൊന്നുമില്ല.

ഫോൺ ശബ്ദിച്ചു.

അയാൾ റിസീവർ എടുത്തു.

"ഗോവർദ്ധൻ ഹിയർ..."

അപ്പുറത്തുനിന്നും ഒരു യുവതിയുടെ പൊട്ടിച്ചിരി കേട്ടു.

"ഞാഹ..... കിളവൻ ഇത്ര വേഗം അങ്ങ് ഓഫീസിലെത്തിയോ?"

താൻ ആ കണ്ട യുവതിയുടെ ശബ്ദമാണതെന്ന് അയാൾ തിരിച്ചറിഞ്ഞു.

അതോടെ മനസ്സിൽ ഒരു കൊളുത്തു വീണു.

ഒന്നും മിണ്ടാനാവാതെ ഇരുന്നുപോയി അയാൾ.

അപ്പോൾ പിന്നേയും കേട്ടു ആ ശബ്ദം.

“എന്താ ഒന്നും പറയാത്തത്?. തൈകിളവന്റെ നെഞ്ച് വല്ലാതെ മിടിക്കാൻ തുടങ്ങിയോ.?”

“നീ... നീ ആരാണ്?”

ഒരു വിധത്തിൽ ഗോവർദ്ധൻ തിരക്കി.

“കണ്ടോ,കണ്ടോ...ശബ്ദത്തിന് വിറയൽ. തൊണ്ട വരണ്ടു കാണുംകിഴവന്റെ. എനിക്കറിയാം മുഖം ഇപ്പോൾ ഒരു കാമുകന്റേതുപോലെയായി കാണും...”

“നിനക്കെന്തു വേണം.”

“യ്യോ. കോപം വരുന്നോ.? കിളവന് ഈ കൊച്ചുമോൾ ഒരുമ്മ തരാം...” പറഞ്ഞതും റിസീവറിലൂടെ ഒരു ചുംബനത്തിന്റെ സീൽക്കാരം ഒഴുകി വന്നു.

ഒപ്പം അപ്പുറത്ത് റിസീവർ വെക്കുകയും ചെയ്തു.

ഗോവർദ്ധന്റെ ചുണ്ടിൽ ഒരു ചിരി ഊറി വന്നു.

വനംവകുപ്പു മന്ത്രി വിദ്യാധരൻ ഒരു യാത്രക്കിടയിൽ റെയിഞ്ച് ഓഫീസും സന്ദർശിക്കുവാൻ സാധ്യതയുണ്ട്. വാർത്ത രണ്ട് ദിവസങ്ങൾക്കുമുമ്പ് തന്നെ ഫോറസ്റ്റ് ഓഫീസിൽ അറിഞ്ഞിരുന്നു.

“സാർ നമുക്ക് അദ്ദേഹത്തെ സ്വീകരിക്കണ്ടേ.?”

ഫോറസ്റ്റർ വലിയ സന്തോഷത്തോടെ ഗോവർദ്ധനോട് തിരക്കി.

“എന്തിന് അദ്ദേഹം നമ്മുടെ ഉന്നത ഉദ്യോഗസ്ഥനാണ്. അത് മാത്രംകണക്കാക്കിയാൽ മതി. അതിനപ്പുറം ഒരു സ്വീകരണത്തിന്റെ ആവശ്യമെന്ത്.?”

“അതല്ല സാർ. വർഷത്തിൽ രണ്ടു തവണയെങ്കിലും മന്ത്രി ഇവിടെവരാറുണ്ട്. ഹാർദ്ദവമായ സ്വീകരണമാണ് അദ്ദേഹത്തിന് നൽകാറുള്ളത്.”

“ഇവിടെ എന്തിനാ മനുവർമ്മേ മന്ത്രി ഇങ്ങനെ വരുന്നത്. മറ്റൊരിടരത്തും അദ്ദേഹം പോകാറില്ലല്ലോ......?”

വെട്ടിൽ വീണതുപോലെയായി ഫോറസ്റ്റർ.

“അതൊന്നും എനിക്കറിയില്ല സർ. അതൊക്കെ അങ്ങോട്ട് ചോദിക്കാൻ നമുക്കധികാരമില്ലല്ലോ...”

“ഉം.” ഗോവർദ്ധൻ ഒന്നമർത്തി മൂളി. എന്നിട്ട് മനുവർമ്മയുടെ മുഖത്തേക്ക് നോക്കി. ഞാൻ മറ്റൊരു വിവരം കൂടി അറിഞ്ഞല്ലോ

മനു... ഇവിടെ വന്നിട്ടു തിരിച്ചുപോകുന്ന മന്ത്രിയുടെ കാറിന്റെ ഡിക്കിയിൽ കരിങ്കുരങ്ങോ മയിലോ മ്ലാവോ ഒക്കെ ഉണ്ടാകുമെന്ന്..."

മനുവർമ്മ അതിന് ഉത്തരം പറഞ്ഞില്ല. പിടിക്കപ്പെട്ട ഒരു കള്ളന്റെ ഭാവമായിരുന്നു അയാളുടെ മുഖത്ത്.

"എന്താ മനു മിണ്ടാത്തത്.?"

"സാർ... അത്.... മുകളീന്ന് വിളിച്ചു പറഞ്ഞാൽ അനുസരിക്കാതിരിക്കാനാവുമോ?"

"മുകളീന്നു പറഞ്ഞാൽ താൻ എന്തും അനുസരിക്കുമോ മനു?."

മനുവർമ്മ ദയനീയമായി ഗോവർദ്ധനെ നോക്കി.

"ഇങ്ങനെ ചോദ്യം ചോദിച്ച് വിഷമിപ്പിക്കല്ലേ സാർ..."

പിന്നെ ഗോവർദ്ധൻ മിണ്ടിയില്ല.

മന്ത്രി വരുന്ന ദിവസം ആഗതമായി.

അദ്ദേഹം തലസ്ഥാനത്തു നിന്നും തിരിച്ചിട്ടുണ്ടെന്ന് രാവിലെ തന്നെമെസേജ് കിട്ടി. മൂന്നു മണിയോടുകൂടി ഫോറസ്റ്റ് റേഞ്ച് ഓഫീസിൽ എത്തുമെന്നും.

മനുവർമ്മ വലിയ ഉൽസാഹത്തിലാണെന്ന് ഗോവർദ്ധൻ കണ്ടു.

ഫോറസ്റ്റ് റേഞ്ച് ഓഫീസിന്റെ പരിസരമൊക്കെ അന്ന് തൂത്ത് വൃത്തിയാക്കി ഇട്ടിരുന്നു. എല്ലാ ഗാർഡുകളും കൃത്യസമയത്തുതന്നെ ഡ്യൂട്ടിയിൽ പ്രവേശിക്കുകയും ചെയ്തു.

ഗോവർദ്ധനുമാത്രം പ്രത്യേകിച്ച് യാതൊരു തയ്യാറെടുപ്പുമില്ലായിരുന്നു. എല്ലാം പതിവുപോലെ...

രാവിലെ അയാൾ വനത്തിലൂടെ കുറെദൂരം ജീപ്പോടിച്ചു. ജാവേദ്ഫ്രാങ്കോയെക്കുറിച്ച് എന്തെങ്കിലും വിവരമുണ്ടോ എന്നറിയുകയായിരുന്നു ഉദ്ദേശ്യം. ഏതായാലും ഈ ഓഫീസിൽ നിന്നും ട്രാൻസ്ഫറാകും മുമ്പ് താൻ അവനെ ഒതുക്കിയിരിക്കുമെന്ന് അയാൾ പ്രതിജ്ഞ ചെയ്തിരുന്നു.

എത്രയും വേഗം ആ ഭീകരനുമായി ഒരു മുഖാമുഖത്തിന് അയാൾ കൊതിച്ചു.

മൂന്നുമണിക്ക് മന്ത്രി വരും എന്നു പറഞ്ഞിരുന്നെങ്കിലും അദ്ദേഹം എത്തിയപ്പോൾ സമയം അഞ്ചര.

ഗോവർദ്ധനും മനുവർമ്മയും മറ്റ് ഗാർഡുകളുമെല്ലാം അദ്ദേഹത്തിന്മുന്നിൽ അറ്റൻഷനായി.

മന്ത്രി വിദ്യാധരൻ പ്രത്യഭിവാദനം ചെയ്തുകൊണ്ട് ചുറ്റും നോക്കി.

"മാലയും ബൊക്കയും ഫോട്ടോഗ്രാഫർമാരും ഒക്കെ എവിടെ.?"

മനുവർമ്മ കുറ്റപ്പെടുത്തും പോലെ ഗോവർദ്ധന് നേരെ കണ്ണയച്ചു.

തികഞ്ഞ ശാന്തതയോടെ അയാൾ മന്ത്രിയോട് തിരക്കി.

"സർ എന്തിനാണ് അതൊക്കെ? അങ്ങ് അങ്ങയുടെ അധികാര പരിധിയിൽ പെടുന്ന ഒരു ഓഫീസിൽ എത്തുന്നത് ഉൽസവാഘോഷം പോലെയല്ലല്ലോ..."

മന്ത്രിയുടെ നെറ്റി ചുളിഞ്ഞു. കോപത്തോടദ്ദേഹം ഗോവർദ്ധനെ നോക്കി.

"മിസ്റ്റർ ഗോവർദ്ധൻ നിങ്ങളുടെ നാവിന് നീളം കൂടുതലാണെന്നും എല്ലുകൾക്ക് എണ്ണം കൂടുതലാണെന്നും എനിക്ക് നേരത്തെ അറിയാം.?"

'താങ്ക് യൂ സാർ. അതു കൊണ്ടാണല്ലോ എനിക്ക് വർഷത്തിൽ രണ്ട്ട്രാൻസ്ഫറുകൾ വീതം തരുന്നത്."

മന്ത്രി അയാളെ തുറിച്ചു നോക്കി.

ഗോവർദ്ധൻ ചെറുചിരിയോടെ തുടർന്നു.

"മന്ത്രി റേഞ്ചോഫീസ് സന്ദർശിക്കുന്നതിന്റെ ഫോട്ടോയെടുത്ത് ഫ്രെയിം ചെയ്തുവയ്ക്കാനൊന്നും ഒരുക്കമല്ല ഞാൻ. വെറുതെ എന്തിന് ഈ പ്രഹസനങ്ങൾ"

"വാട്ട് ഡു യു മീൻ?" മന്ത്രി ജ്വലിച്ചു.

"സത്യം പറയുമ്പോൾ മുഴുവൻ കേൾക്കാതെ പ്രഷർ കൂട്ടരുതേ സാർ..."

"ഫോറസ്റ്റ് ഡിപ്പാർട്ട്മെന്റിൽ ഉള്ളവർക്ക് പൊതുവെ കടുത്ത അവഗണനയാണ് കിട്ടുന്നത്..."

വിദേശ നിർമ്മിതമായ തോക്കുമായി വേട്ടയ്ക്കെത്തുന്ന വനം കൊള്ളക്കാരെ എതിർക്കാൻ ഞങ്ങൾക്കുള്ളത് ഒന്നു പൊട്ടിച്ചു കഴിഞ്ഞാൽ അരമണിക്കൂറിനുശേഷം പൊട്ടിക്കാവുന്ന തുരുമ്പെടുത്ത തോക്ക്..."

"ആ സമയം കൊള്ളക്കാരുടെ തോക്കിൽനിന്നും ഒരു മിനിട്ടിനുള്ളിൽ ചീറിവരുന്നത് നൂറ്റിയിരുപത് ബുള്ളറ്റുകൾ... ഞങ്ങൾ എങ്ങനെ വനപാലനം നടത്തും സാർ. പിന്നെ ഇടയ്ക്കിടെ ഓട്ടം നിലയ്ക്കുന്ന പഴയജീപ്പുകൾ..."

"അപ്പോൾ പിന്നെ ഈ കിടക്കുന്ന പുതിയ മാരുതി ജിപ്സിയോ?" മന്ത്രി ചോദിച്ചു.

"ക്ഷമിക്കണം സാർ അത് ഗവൺമെന്റിന്റെ കീശയിൽനിന്നും

കടമെടുത്ത കാശുകൊണ്ട് വാങ്ങിയതല്ല. എന്റെ സ്വന്തം കീശയിലെ കാശാണതിന് മുടക്കിയത്. വനത്തിൽ എവിടെയെങ്കിലും കിടന്ന് കാട്ടാനയുടെ ചവിട്ടേറ്റ് ചാകാതിരിക്കാനാണ് ഞാനിങ്ങനെ ചെയ്തത്..."

ഗോവർദ്ധൻ തുടർന്നു.

"കാലാകാലങ്ങളിൽ കുറെ ലാത്തി മാത്രം ഇവിടെ കിട്ടുന്നുണ്ട്. അതുകൊണ്ടുള്ള ഉപയോഗം ഫോറസ്റ്റുകാർക്ക് എന്താണെന്ന് എനിക്ക് മനസ്സിലാകുന്നില്ല സാർ. പാമ്പിനെ തല്ലിക്കൊല്ലാനോ അതോ ഊന്നി നടക്കാനോ?"

"എടോ... താൻ...."

മന്ത്രിയുടെ പി.എ. എന്തോ പറയുവാൻ ഭാവിച്ചു.

"താൻ പോടോ. ആണുങ്ങൾ സംസാരിക്കുന്നിടത്ത് തനിക്കെന്താ കാര്യം.?"

അതോടെ അയാൾ അടങ്ങി.

ഗോവർദ്ധനെ തുറിച്ചൊന്നു നോക്കിയിട്ട് മന്ത്രി തിരിഞ്ഞു.

"നിന്റെ പേര് സീനിയോറിറ്റി ലിസ്റ്റിൽ ഞാൻ അടിവരയിട്ട് വച്ചേക്കാം. ഓർമ്മിക്കാൻ."

വാക്കുകളിലെ ഭീഷണി അറിഞ്ഞിട്ടും അയാൾ പറഞ്ഞു.

"താങ്ക് യൂ സാർ."

കാറിൽ കയറുംമുൻപ് മന്ത്രി മനുവർമ്മയെ അടുത്തുവിളിച്ച് രഹസ്യമായി സംസാരിക്കുന്നതും മനുവർമ്മ തന്നെ നോക്കിയിട്ട് എന്തൊക്കെയോ അടക്കം പറയുന്നതും ഗോവർദ്ധൻ കണ്ടു.

അയാൾ അങ്ങോട്ട് ചെന്നു.

"ക്ഷമിക്കണം സാർ. അങ്ങയുടെ കാറിന്റെ ഡിക്കിയിലിടുവാൻ ഇവിടെ കരിങ്കുരങ്ങോ മ്ലാവോ മയിലോ ഒന്നും കരുതിയിട്ടില്ല. വനമന്ത്രി വന്യമൃഗങ്ങളെയും മറ്റും വെട്ടിവിഴുങ്ങുന്ന ആളാണെന്ന് ആരും കരുതണ്ടെന്നുവച്ചാ അങ്ങനെ ചെയ്തത്.

മന്ത്രി വിളറി നിൽക്കുമ്പോൾ ഗോവർദ്ധൻ വെട്ടിതിരിഞ്ഞ് ഓഫീസിലേക്ക് നടന്നു.

പതിന്നാല്

പകൽ പോയി.

ഇരുളിന്റെ കരിമ്പടം കെട്ടഴിഞ്ഞുവീണു.

സഖറിയാസിന്റെ വീട്ടിൽ അപ്പോൾ ഒരു വിരുന്നിനുള്ള ഒരുക്കങ്ങൾ പൂർത്തിയാവുകയായിരുന്നു.

അയാളുടെ ഇരുനില ബംഗ്ലാവിന്റെ വിശാലമായ ഡൈനിംഗ് റൂമിൽ അന്ന് അഡീഷണലായി ഒരു മേശ കൂടി സ്ഥാനം പിടിച്ചിരുന്നു.

ഫൈവ് സ്റ്റാർ ഹോട്ടലുകളെപ്പോലും വെല്ലുന്ന ഒരുക്കങ്ങളായിരുന്നു അവിടെ. വറുത്തതിന്റേയും പൊരിച്ചതിന്റേയുമൊക്കെ സുഖകരമായ ഒരു ഗന്ധം വിസിറ്റിംഗ് റൂമിലേക്കു വരുന്നുണ്ടായിരുന്നു.

വിസിറ്റിംഗ് റൂമിൽ സഖറിയാസിന്റെ ഏറ്റവും പ്രധാനപ്പെട്ട അതിഥി ഇരിപ്പുണ്ടായിരുന്നു.

വനംവകുപ്പുമന്ത്രി വിദ്യാധരൻ.

അയാളെക്കൂടാതെ ഡി.എഫ്.ഒ. സത്യമൂർത്തിയും മറ്റു ചിലരും ഉണ്ടായിരുന്നു.

“അയാളെ കണ്ടില്ലല്ലോ. നമുക്കങ്ങ് തുടങ്ങിയാലോ. രാത്രി തന്നെ എനിക്ക് തലസ്ഥാനത്ത് തിരികെ എത്തേണ്ടതാണ്. നാളെ നിയമസഭ സമ്മേളനമുള്ള ദിവസമാ...” മന്ത്രി അക്ഷമനായി.

“അയാൾക്ക് എല്ലാവരും വരുന്നതുപോലെ വരാൻ പറ്റുമോ?. പക്ഷേ വരും. അതുറപ്പാ. വാക്കു പറഞ്ഞാൽ അതിന് യാതൊരു മാറ്റവും ഉണ്ടാക്കാത്തയാളാണ് അയാൾ.”

മന്ത്രി ഒന്നമർത്തി മൂളി.

ഡി.എഫ്.ഒ. സത്യമൂർത്തി മന്ത്രിയുടെ നേരെ തിരിഞ്ഞു.

എന്നാലും ഗോവർദ്ധൻ സാറിനോട് അങ്ങനെയൊക്കെ പറഞ്ഞു കളഞ്ഞല്ലോ.

മന്ത്രി ചിരിച്ചു.

“അണയാൻ പോകുന്ന തീ ആളിക്കത്തുമെന്നു പറയുന്നതു പോലെയാണ് അവന്റെ അവസ്ഥ.”

“അവനെ ഇങ്ങോട്ട് ട്രാൻസ്ഫറാക്കിയതു തന്നെ നിങ്ങളൊക്കെ കൂടി നേരെയാക്കികൊള്ളും എന്നു കരുതിയാ...”

“കുഴപ്പമൊന്നുമില്ല. ഞാൻ തന്നെ കൈകാര്യം ചെയ്തോളാം.” സഖറിയാസ് തലകുലുക്കി. “വന്നപ്പോൾത്തന്നെ ആ ജാവേദിനോടും എന്നോടും കളിക്കാൻ തോന്നിയത് അവന്റെ കഷ്ടകാലം.”

“എന്തായാലും അവൻ സൂക്ഷിക്കേണ്ട ഒരു കക്ഷി തന്നെയാ.നീർക്കോലി കടിച്ചാലും അത്താഴം മുടങ്ങുമെന്നാണല്ലോ...”

“പോരെങ്കിൽ അവൻ ആരുടെ വിത്താ. അതും നമ്മൾ ചിന്തിക്കണം. ഒരു പക്ഷെ പലതും മനസ്സിൽ അടുക്കിവച്ചുകൊണ്ടല്ലേ അവൻ വന്നിരിക്കുന്നതെന്ന് എങ്ങനെ അറിയും.”

അതു പറഞ്ഞപ്പോൾ മന്ത്രിയുടെ നെറ്റിയിൽ ചുളിവുകൾ വീണു. പൊടുന്നനെ ഒരു വാഹനത്തിന്റെ വെളിച്ചം ജനൽച്ചില്ലുകളിൽ പ്രതിഫലിച്ചു.

"അയാൾ വരുന്നുണ്ടെന്നു തോന്നുന്നു"

ഗേറ്റ് കടന്ന് ഒരു ജീപ്പ് അകത്തേക്കു വന്ന് ബ്രേക്കിട്ടു നിന്നു.

അതിൽ നിന്ന് ദീർഘകായനായ ആ മൊട്ടത്തലയൻ ഇറങ്ങി.

ജാവേദ്!

ജാവേദ് ഫ്രാങ്കോ...!

തോളിൽ തൂക്കിയിട്ടിരിക്കുന്ന സ്റ്റെൻഗൺ.

"വരണം... വരണം..." സഖറിയാസ് ഭവ്യതയോടെ വാതിൽക്കൽ ഓടിയെത്തി.

ജാവേദ് ഒന്നു ചിരിച്ചു.

"മന്ത്രി ഉണ്ടല്ലോ."

ജാവേദിന്റെ കാൽക്കീഴിൽ മൊസേക്ക് ഫ്ളോർ ഞെരിഞ്ഞമർന്നു. ആ ശബ്ദം മുറിക്കുള്ളിൽ പ്രകമ്പനം സൃഷ്ടിച്ചു.

അയാളെ കണ്ടപ്പോൾ മന്ത്രിപോലും അറിയാതെ എണീറ്റുപോയി. ഡി.എഫ്.ഒ. സത്യമൂർത്തി ദൈവത്തിനെയെന്നവണ്ണം ജാവേദിനെ തൊഴുതു.

"എങ്ങനെയുണ്ട് മൂർത്തി നിങ്ങടെ ഭരണം.?"

"എന്നേക്കാൾ കൂടുതൽ കാട് ഭരിക്കുന്നത് ജാവേദല്ലേ?"

"ദാറ്റ് ഈസ് റൈറ്റ്. കാടിന്റെ ഓരോ മുക്കും മൂലയും സ്പന്ദനങ്ങളും അറിയാവുന്ന ഒരാളേയുള്ളു. ഈ ജാവേദ്." അയാൾ കുലുങ്ങി ചിരിച്ചു കൊണ്ട് കസേരയിൽ അമർന്നു.

പിന്നെ മന്ത്രിയുടെ നേരെ തിരിഞ്ഞു.

"തന്റെ ആ റെയ്ഞ്ചർ ഇവിടേയും വരുമോ? ആ ബാസ്റ്റാർഡ്.?"

മന്ത്രി വിദ്യാധരൻ ഒന്നു വിളറി.

"ജാവേദ്... അത്"

"വേണ്ടെടോ വേണ്ടാ... താൻ വീണിടത്ത് കിടന്ന് ഉരുളണ്ടാ. ഡിപ്പാർട്ട്മെന്റിൽ ഇത്തരം ചുണക്കുട്ടികൾ ഉണ്ടാകുന്നത് എനിക്കിഷ്ടമാ. പക്ഷേ, ജാവേദ് എന്ന മൂന്നക്ഷരത്തിന്റെ മറ്റൊരർത്ഥമാണ് മരണം എന്ന് അവന്റെ കാതുകളിൽ ഇതുവരെ ഓതിക്കൊടുത്തിട്ടില്ലേ.?"

"ഞാൻ... ഞാൻ പറഞ്ഞു ജാവേദ്." സത്യമൂർത്തി ഇടയ്ക്കുകയറി പറഞ്ഞു. "പക്ഷേ ഒന്നും ചെവിക്കൊള്ളാത്ത ഒരു പ്രകൃതമാണ് അവന്റേത്..."

ജാവേദ് തലയിളക്കി.

“അവന്റെ കാര്യം പോകട്ടെ?” സഖറിയാസ് ഇടപ്പെട്ടു. “നമുക്ക് അതിനെക്കാളൊക്കെ പ്രധാനമായ കാര്യങ്ങൾ തീരുമാനിക്കാനുണ്ട്. ഒപ്പം ഭക്ഷണവും കഴിക്കാം.’

“ഓക്കെ.”

ഏവരും എണിറ്റ് ഡൈനിംഗ് റൂമിലേക്ക് നീങ്ങി. പരിചാരകർ ടേബിളിൽ എല്ലാം ഒരുക്കിവച്ചിരുന്നു. മുന്തിയ മദ്യം ഉൾപ്പെടെ.

തീറ്റയും കുടിയും തുടങ്ങി.

“ഇറച്ചി ഏതൊക്കെയാ?” മന്ത്രി തിരക്കി

“മയിൽ, കേഴയാട്, മുയൽ, പന്നി” സഖറിയാസ് അറിയിച്ചു.

“എനിക്ക് കൊണ്ടുപോകാൻ ബാക്കിവച്ചിട്ടുണ്ടോ. റേഞ്ചാഫീസിൽനിന്നും പതിവു പടി കിട്ടിയില്ല. ആ നായിന്റെ മോൻ ഗോവർദ്ധൻ എല്ലാം തുലച്ചു.”

“ഇവിടെ കരുതിയിട്ടുണ്ട്. കരിങ്കുരങ്ങ് ഉൾപ്പെടെയെല്ലാം.”

“താങ്ക്, യൂ സഖറിയാസ്.” മന്ത്രിയുടെ മുഖം തെളിഞ്ഞു.

മദ്യലഹരി സിരകളിൽ പടർന്നു തുടങ്ങിയപ്പോൾ സത്യമൂർത്തി പറഞ്ഞു.

“നമ്മൾ ഇതുവരെ ഒരു തീരുമാനത്തിൽ എത്തിയില്ല. ചന്ദന ഫാക്ടറിയുടെ കാര്യം...”

“അതിന് ബേജാറാവേണ്ട യാതൊരു കാര്യവുമില്ല. ലൈസൻസും മറ്റു കാര്യങ്ങളുമൊക്കെ ഞാൻ ശരിയാക്കിതരാം എന്ന് ഏറ്റതല്ലേ. പാവങ്ങളുടെ സർക്കാരല്ലേ ഇവിടെ ഭരിക്കുന്നത്. നമ്മെ പോലെയുള്ള പാവങ്ങളുടെ കാര്യം നടന്നില്ലെങ്കിൽ പിന്നെയെന്തു നടക്കാനാ?”

മന്ത്രിയുടെ ചോദ്യം കേട്ട ഏവരും പൊട്ടിചിരിച്ചു.

എന്നാൽ ജാവേദ് പൊടുന്നനെ ഗൗരവത്തിലായി.

“മറ്റു ചിലതുകൂടി ഇന്ന് ഉറപ്പിക്കണം”

ഏവരും ചോദ്യഭാവത്തിൽ ജാവേദിനെ നോക്കി.

“അതായത് കമ്പനിയുടെ ഷെയറിന്റെ കാര്യം...”

“അതേക്കുറിച്ച് കൂടുതൽ ചിന്തിക്കാനെന്തിരിക്കുന്നു.?” മന്ത്രി സംസാരിച്ചു.

“ഞാൻ, ജാവേദ്, സഖറിയാസ്, സത്യമൂർത്തി. നാലു പേർക്കും തുല്യഷെയർ. ലൈസൻസും മറ്റ് സർക്കാർ ഭാഗത്ത് നിന്നുണ്ടാകുന്ന ആനുകുല്യങ്ങളുമൊക്കെ നേടിത്തരുന്നത് ഞാനാണെങ്കിലും എനിക്ക് കൂടുതൽ ഒന്നും വേണ്ട.”

പക്ഷേ അതുകൊണ്ട് തൃപ്തിപ്പെടുവാൻ ജാവേദ് ഒരുക്കമല്ലായിരുന്നു.

“കാട്ടിൽ നിന്നും ചന്ദനം മുറിച്ച് അവിടെ എത്തിക്കുന്നതു ഞാനാ, മറ്റുള്ളവരേക്കാൾ കൂടുതൽ ജോലി എനിക്കാ. അതുമല്ല ഇതിനിടയിൽ പൊലീസിന്റേയോ വനപാലകരുടെയോ തോക്കിൽ നിന്നും ചീറിവരുന്ന വെടിയുണ്ടകളിൽ നിന്നും എനിക്കു രക്ഷപ്പെടുകയും വേണം. അതുകൊണ്ട്...”

ഒന്നു നിർത്തിയിട്ട് അയാൾ ഗ്ളാസ്സിൽ പകുതിയോളം ഉണ്ടായിരുന്ന മദ്യം വായിലേക്ക് കമഴ്ത്തി.

മറ്റുള്ളവർ മുഖാമുഖം നോക്കി.

പുറംകൈകൊണ്ട് ചുണ്ടു തുടച്ചിട്ട്ജാവേദ് തുടർന്നു.

“അതുകൊണ്ട് മൊത്തം അഞ്ചു ഷെയറുകൾ വേണം. രണ്ടെണ്ണം എനിക്ക്, നിങ്ങൾക്ക് ഓരോന്നു വിതം.”

“ജാവേദ് അത്...”

എന്തോ പറയാൻ ഭാവിച്ച മന്ത്രിയെ തടഞ്ഞുകൊണ്ട് അയാൾ എണീറ്റു.

“വേണ്ടാ, എതിരൊന്നും പറയണ്ട. ഞാൻ പോകുവാ. എതിർപ്പുണ്ടെങ്കിൽ പിന്നെ അറിയിച്ചാൽ മതി.”

ജാവേദ് കൈപോലും കഴുകാതെ ഇറങ്ങിപ്പോയി.

പുറത്ത് ജീപ്പ് സ്റ്റാർട്ടായി.

ഏതാനും മിനിട്ടുകൾ കഴിഞ്ഞാണ് അവർ സംസാരിച്ചത്.

“ഇതിപ്പോൾ വേലിയേൽ കിടന്ന പാമ്പിനെ എടുത്ത് കഴുത്തിൽ ചുറ്റിയതുപോലെയായി.” സത്യമൂർത്തി പിറുപിറുത്തു. “നമ്മളേക്കാളൊക്കെ ഒരുപാട് വളർന്നിരിക്കുന്നു അവൻ...”

“കൊന്നു കുഴിച്ചുമൂടണം അല്ല പിന്നെ...”

മന്ത്രിക്ക് കോപം അടക്കാനായില്ല.

“അവനെ ഇങ്ങനെ ആക്കിയതും നമ്മളൊക്കെതന്നെയാ. നമ്മെയൊക്കെ വിഴുങ്ങാൻ പറ്റിയ തിമിംഗലമായി അവനിപ്പോൾ മാറിയിരിക്കുന്നു. അവൻ പറയുന്നത് നമ്മൾ അനുസരിക്കേണ്ട ഗതികേടാണിപ്പോൾ...” സഖറിയസ് പറഞ്ഞു.

“എന്തായാലും ഇതനുവദിക്കാൻ പറ്റില്ല.”

“പറ്റാതെന്തു ചെയ്യും. അവൻ ആ സ്റ്റെൻഗണ്ണായി മുന്നിലേക്ക് വന്നാൽ നമ്മളൊക്കെ എന്താ ചെയ്കയെന്ന്” മനുവർമ്മയുടെ ചോദ്യത്തിന് ആരും ഉത്തരം പറഞ്ഞില്ല.

പെട്ടെന്നാണ് ചില വാഹനങ്ങൾ സഖറിയാസിന്റെ വീട്ടുമുറ്റത്തേ

ക്ക് ഇരച്ചുകയറി വന്ന് ബ്രേക്കിട്ടത്.

ഒരു നിമിഷം കഴിഞ്ഞപ്പോൾ സഖറിയാസിന്റെ മൂത്ത മകൻ അവിടേക്ക് ഓടിവന്നു.

"ഡാഡീ...വിജിലൻസ്.! കൂടെ ആ ഗോവർദ്ധനുമുണ്ട്... "

അവന്റെ ശബ്ദം കേട്ട് അവർ കിടുങ്ങി...

പതിനഞ്ച്

"എന്റെ ദൈവമേ......! എല്ലാം തുലച്ചു." നിലവിളി പോലെയായിരുന്നു മന്ത്രി വിദ്യാധരന്റെ ശബ്ദം. പാവപ്പെട്ടവന്റെ മന്ത്രി കഴിക്കുന്നത് ഇതൊക്കെയാണെന്നറിഞ്ഞാൽ പത്രക്കാർ വെറുതെയിരിക്കുമോ? ജനങ്ങൾ വെറുതെ വിടുമോ ?"

മന്ത്രി പെട്ടെന്ന് മദ്യക്കുപ്പികൾ എടുത്തു മാറ്റുവാൻ പരിചാരകർക്ക്കല്പന നല്കി.

നിമിഷങ്ങൾക്കുള്ളിൽ പരിചാരകർ അതെടുത്തുമാറ്റി.

മന്ത്രി കൈ കഴുകി.

"വിജിലൻസിന് എടുക്കാൻ പാകത്തിൽ ഇനി എന്താടോ സഖറിയാസേ ഇവിടെയുള്ളത്."

അയാൾക്ക് അതിന് മറുപടി പറയാൻ കഴിയുംമുൻപ് വിജിലൻസുകാർ അവിടെയെത്തിയിരുന്നു.

മന്ത്രിയെ മുന്നിൽ കണ്ടപ്പോൾ അവർ ഒന്നു പകയ്ക്കാതിരുന്നില്ല. എന്നാൽ പിന്നിൽ നിന്നിരുന്ന ഗോവർദ്ധൻ ചിരിച്ചു.

ആ ക്ഷണം ഒരു ക്യാമറയുടെ ഫ്ളാഷുണ്ടായി.

മന്ത്രി ഞെട്ടിത്തിരിഞ്ഞു നോക്കി.

റിപ്പോർട്ടർ സ്റ്റാൻലി.

"താൻ എന്തിനാടോ ഫോട്ടോ എടുത്തത്."

"എപ്പോഴെങ്കിലും ആവശ്യം വരികയാണെങ്കിൽ ഉപയോഗിക്കാനാ സാറേ."

പത്രക്കാരോട് ആവശ്യമില്ലാതെ ശണ്ഠകൂടിയാൽ അതു പിന്നെ വല്ലാത്ത തലവേദനയായിത്തീരുമെന്ന് അറിയാമായിരുന്നതിനാൽ വിദ്യാധരൻ വിജിലൻസുകാരെ നോക്കി.

"ഇപ്പോൾ നിങ്ങൾ ഇവിടെ?"

വിജിലൻസ് ഐ.ജി.മുന്നോട്ടു നീങ്ങിനിന്നു.

"സർ, ഇവിടം റെയിഡു ചെയ്താൽ പലതും കിട്ടുമെന്ന് ഒരു അനോണമിസ് കോളിന് പിന്നാലെയാണ് ഞങ്ങൾ ഇപ്പോൾ വന്നിരിക്കുന്നത്."

"അനോണിമസ് കോൾ! എടോ അതു വല്ല ഭ്രാന്തനുമായിരിക്കും. ഫയർ സ്റ്റേഷനിൽ ഒരു ദിവസം ഇത്തരം എത്ര കോളുകൾ കിട്ടാറുണ്ടെന്നറിയാമോ?'

"അതുപോലെതന്നെ ട്രെയിനിലും വിമാനത്തിലുമൊക്കെ ബോംബ് വച്ചിട്ടുണ്ടെന്നുള്ള എത്രയെത്ര കോളുകൾ സമയം നഷ്ടപ്പെടുത്താറുണ്ട്..."

"ഇവിടേയും അതുതന്നെ പ്രശ്നം. മിസ്റ്റർ സഖറിയാസ് എനിക്ക് വ്യക്തമായി അറിയാവുന്ന ആളാണ്. കൃത്യമായി ഇൻകം ടാക്സ് നൽകുന്നവൻ. അങ്ങനെ ഒരാളെ അപമാനിക്കലാവും ഇത്. നിങ്ങൾക്കു പോകാം."

"സോറി സർ" ഐ.ജി.പറഞ്ഞു. "ഞങ്ങൾക്ക് റെയ്ഡ് നടത്തിയേപറ്റൂ" മന്ത്രിയുടെ കണ്ണുകൾ കുറുകി.

"എന്റെ വാക്കുകൾ നിങ്ങൾ അനുസരിക്കില്ല?"

"സർ. ഇത് അങ്ങയുടെ ഡിപ്പാർട്ട്മെന്റല്ല"

വാക്കുകളുടെ അർത്ഥം ഗ്രഹിച്ചറിഞ്ഞ വിദ്യാധരൻ പിന്നെ മിണ്ടിയില്ല.

"അതിരിക്കട്ടെ. എന്താണ് നിങ്ങൾക്ക് കിട്ടിയ അനോണിമസ് കോൾ?" സഖറിയാസ് പരിഹാസപൂർവ്വം തിരക്കി.

"ഇവിടെ അനധികൃതമായി വന്യമൃഗങ്ങളേയും പക്ഷികളേയും മറ്റും. വേട്ടയാടി ഉന്നതന്മാർക്ക് അത്താഴം ഒരുക്കുന്നു എന്നാണ്..."

തലയിൽ ഒരു ബോംബു വീണതുപോലെ സഖറിയാസ് കിടുങ്ങി.

അയാൾ ദയനീയമായി മന്ത്രിയെ നോക്കി.

മന്ത്രിയും ഡി.എഫ്.ഒ.യുമെല്ലാം വിളറി നിൽക്കുകയാണ്.

ഒരു വാക്ക് ഉച്ചരിക്കാൻ കൂടി അവർക്ക് കഴിഞ്ഞില്ല.

പിടി വീണു കഴിഞ്ഞുവെന്ന് അവർക്കുറപ്പായി.

അറിയാതെ സത്യമൂർത്തിയുടെ കണ്ണുകൾ മേശപ്പുറത്തിരുന്ന ഇറച്ചി പ്ളേറ്റുകളിലേക്ക് തെന്നി വീണു......

അപ്പോൾ അവരുടെ കാതുകളെ ചൂട്ടുപൊള്ളിച്ചുകൊണ്ട് വിജിലൻസ് ഐ.ജി.യുടെ ശബ്ദം ഉയർന്നു.

പിറ്റേദിവസത്തെ പ്രതത്തിൽ നാലുകോളം വാർത്തയായിരുന്നു അത്.

"മന്ത്രിയുടെ അത്താഴ വിരുന്നിന് വനജന്തുക്കൾ ബലി കഴിക്കപ്പെടുന്നു..." ഇതായിരുന്നു വാർത്തയുടെ തലക്കെട്ട്.

തലേന്ന് തടിയുടെ കള്ളക്കടത്തിന്റെ കാര്യം പ്രസിദ്ധീകരിക്കാൻ

കഴിയില്ലെന്ന് ശഠിച്ച പത്രാധിപർ തന്നെയാണ് ഈ വാർത്ത പ്രസിദ്ധീകരിച്ചതെന്ന് പ്രതം കയ്യിൽ കിട്ടിയപ്പോൾ റെയിഞ്ചർ ഗോവർദ്ധൻ ഓർത്തു. റിപ്പോർട്ടർ സ്റ്റാൻലി എന്തു തന്ത്രമാവും പ്രയോഗിച്ചിരിക്കുക.

വാർത്ത വിപുലമായിരുന്നു.

മന്ത്രിയുടെ അത്താഴ വിരുന്നിന് മയിലിനെയും കേഴയാടിനെയും മുയലിനേയും പന്നിയേയുമൊക്കെ പൊരിച്ചതു കൂടാതെ മന്ത്രിക്ക് കൊണ്ടുപോകുവാൻ കരിങ്കുരങ്ങും മാനും വേറെ......

പാവങ്ങളുടെ മന്ത്രിയെന്ന് നാഴികക്ക് നാൽപതു വട്ടം പ്രസംഗിക്കുന്ന വിദ്യാധരനാണ് ഇങ്ങനെ ചെയ്യിച്ചിരിക്കുന്നതെന്നുകൂടി അത്ഭുതം കലർത്തി സ്റ്റാൻലി എഴുതിയിരുന്നു.

സഖറിയാസ് അറസ്റ്റിലാണ്.

അയാളെ തൊട്ടടുത്ത ദിവസം തന്നെ കോടതിയിൽ ഹാജരാക്കി റിമാൻഡ് ചെയ്തു.

പ്രഗൽഭനായ വക്കീലാണ് അയാൾക്ക് വേണ്ടി കോടതിയിൽ ഹാജരായതെങ്കിലും ജാമ്യം കിട്ടിയിരുന്നില്ല.

ഒന്നുരണ്ടു ദിവസങ്ങൾ പിന്നിട്ടു.

ഭരണപക്ഷത്തിനെതിരെ ആഞ്ഞടിക്കുവാൻ ഒരു കാരണത്തിനു വേണ്ടി നോക്കിയിരുന്ന പ്രതിപക്ഷത്തിന് വീണു കിട്ടിയ അവസരമായിരുന്നു ഇത്.

കേന്ദ്രത്തിൽ നിന്നും പാർട്ടിയുടെ ലീഡർ തന്നെ കേരളത്തിലെത്തി.

മിണ്ടാപ്രാണികളെ കൊലചെയ്യുന്ന കിരാതൻ രാജിവെയ്ക്കണം. പത്രസമ്മേളനത്തിൽ ആദ്യമായി ലീഡർ പറഞ്ഞത് ഇതാണ്.

"നിങ്ങളുടെ ഭരണകാലത്തും ഇങ്ങനെ ഉണ്ടായിക്കാണില്ലേ ?" പത്രപ്രതിനിധികൾ തിരക്കി.

"ആർക്കറിയാം.?"അദ്ദേഹം കൈ മലർത്തി, "ഉണ്ടായെങ്കിൽ നിങ്ങൾക്കു കണ്ടുപിടിക്കാൻ മേലാരുന്നോ?"

വിദ്യാധരന്റെ രാജിയിൽ കുറഞ്ഞലക്ഷ്യമൊന്നും പ്രതിപക്ഷത്തിന് ഉണ്ടായിരുന്നില്ല. അവർ ഹർത്താൽ നടത്തി.

പ്രകൃതിസ്നേഹികളെക്കൊണ്ട് കവിത എഴുതിച്ചു. തെരുവു നാടകങ്ങൾ സംഘടിപ്പിച്ചു. അതിൽ വനം വകുപ്പു മന്ത്രിയെ ഒരു ഇറച്ചിവെട്ടുകാരനായി അവതരിപ്പിച്ചു.

തന്റെ മുന്നണിക്കുള്ളിൽ അഴിമതിയോ പരാതിയോ പരിഭവമോ ഒന്നുമില്ലെന്നു കൂടെകൂടെ പറയാറുള്ള മുഖ്യമന്ത്രിക്ക് വിദ്യാധ

രനെ മന്ത്രിസഭയിൽ വച്ചുകൊണ്ടിരിക്കാനാവില്ല എന്ന അവസ്ഥയായി. ഘടക കക്ഷിയിൽപെട്ടയാളാണ് വിദ്യാധരൻ. ഇടപെടുന്നത് സൂക്ഷിച്ചുവേണമെന്ന് മുഖ്യനറിയാം. അവരുടെ പത്ത് എം.എൽ.എ.മാർ പോയാൽ മന്ത്രിസഭയുടെ ആയുസ്സു തീർന്നു.

അതുകൊണ്ടുതന്നെ മുഖ്യൻ ആദ്യം ഘടകകക്ഷിയുടെ അഖിലേന്ത്യാ പ്രസിഡന്റുമായി സംസാരിച്ചു. പാർട്ടിയിലെ തന്നെ മറ്റൊരാളെ വകുപ്പുമന്ത്രിയാക്കാം. എന്നാലും തൽക്കാലം വിദ്യാധരൻ സ്ഥാനം ഒഴിയണം പാർട്ടി പ്രസിഡണ്ട് സമ്മതിച്ചെങ്കിലും വിദ്യാധരൻ സമ്മതിച്ചില്ല. അയാൾ തന്റെ ഒരു പാനൽ തന്നെ അതിനെതിരെ ഉണ്ടാക്കി. പാർട്ടി പിളർപ്പിന്റെ വക്കിൽ. പ്രസിഡന്റും മ്രന്തിയും രണ്ടു ചേരിയിൽ. അവസാനം മന്ത്രിയെ പുറത്താക്കണോ വേണ്ടയോ എന്നത് വോട്ടെടുപ്പിലൂടെ തീരുമാനിക്കാനുറച്ചു.

വോട്ടെടുപ്പു നടന്നു.

മുന്നിൽ രണ്ടു ഭൂരിപക്ഷത്തോടെ പാർട്ടി പ്രസിഡണ്ട് വിജയം ചെയ്തു.

മന്ത്രി വിദ്യാധതൻ രാജി വച്ചു.

പതിനഞ്ചു ദിവസങ്ങൾക്കുള്ളിൽ ഇത്രയും നടന്നിരുന്നു.

മന്ത്രി രാജിവച്ച അന്നാണ് സഖറിയാസ് ജാമ്യത്തിൽ പുറത്തിറങ്ങുന്നതും."ഇപ്പോൾ നമ്മുടെ പതനമോർത്തു ചിരിക്കുന്ന നായിന്റെമോൻമാർക്ക് ചുട്ട മറുപടി കൊടുക്കണം. അതായിരിക്കണം ആദ്യത്തെ കർമ്മം..." വിദ്യാധരൻ സഖറിയാസിനോടു പറഞ്ഞു.

"അതു തന്നെയാടോ എനിക്കും പറയാനുള്ളത്. ഞാൻ എന്തിനും റെഡി. താനിങ്ങോട്ടു വാ..."

"വരും. ഈ രാത്രി തന്നെ ഞാൻ വരും. താൻ ജാവേദിനോടും വിവരം പറഞ്ഞേര്...."

"ഓക്കെ..."

അന്ന് അടിയന്തിരമായി പുതിയ വനം വകുപ്പുമന്ത്രിയുടെ ഒരു മെസേജ് റേഞ്ച് ഓഫീസിൽ കിട്ടി. ഗോവർദ്ധൻ ഉടൻ തിരുവനന്തപുരത്ത് എത്തണം.

അപ്പോൾ തന്നെ അയാൾ തന്റെ ജിപ്സിയിൽ കയറി.

ജിപ്സി വനം പിന്നിട്ട് ഗ്രാമത്തിൽ പ്രവേശിച്ചതും എതിരെ ഒരു കൈനറ്റിക് ഹോണ്ട വരുന്നത് കണ്ട് അയാൾ ബ്രേക്കമർത്തി.

ഹോണ്ടയും ജിപ്സിക്കരുകിൽ നിന്നു.

അതിൽ ഇരുന്നത് അവളായിരുന്നു.

ഗോവർദ്ധൻ വനത്തിൽ വച്ചു കണ്ട ആ തെറിച്ച പെണ്ണ്.

പതിനാറ്

റെയിഞ്ചർ ഗോവർദ്ധൻ കണ്ണിമയ്ക്കാതെ തന്നെ അവളെ നോക്കിയിരുന്നു.

അവൾ മനോഹരമായി ചിരിച്ചു.

"എന്താ കിഴവാ ഇങ്ങനെ നോക്കുന്നത്?"

ജാള്യതയോടെ ഗോവർദ്ധൻ മിഴികൾ തെറ്റിച്ചു.

അവൾ പിന്നേയും തിരക്കി.

"ഇവിടെ വണ്ടി നിർത്തിയത് എന്തിനാ.?"

ഇനി സംസാരിക്കാതിരുന്നാൽ അത് ശരിയാവില്ലെന്ന് അയാൾക്ക് തോന്നി.

ഒരു വന്യമൃഗം ഇങ്ങനെ കൈനറ്റിക് ഹോണ്ടയിൽ വരുന്നത് കണ്ടപ്പോൾ അറിയാതെ നിർത്തി പോയതാ....

"അയ്യടാ. ഭയങ്കര തമാശക്കാരനാണല്ലോ. ചിരി വന്നിട്ട് എനിക്ക് സഹിക്കാൻ പറ്റുന്നില്ല.

ഗോവർദ്ധൻ വല്ലാതെയായി.

"ചമ്മണ്ട കേട്ടോ. ഞാൻ വെറുതെ പറഞ്ഞതാ. പിന്നെ പ്രായം ഇത്രയൊക്കെയായില്ലേ. വഴിയേ വരുന്ന പെൺപിള്ളേരെ നോക്കി ഇങ്ങനെ വെള്ളം വിഴുങ്ങാതെ പോകാൻ നോക്കിയാട്ടെ. ങ്ഹാ. ഒരു കാര്യം പറയാൻ മറന്നുപോയി. കിഴവന്റെ പേരകുട്ടിയുടെ കല്ല്യാണത്തിന് എന്നെ കൂടി വിളിക്കണേ..." പറഞ്ഞതും അവൾ കൈനറ്റിക് ഹോണ്ട വിട്ടുപോയി.

ഗോവർദ്ധൻ മിഴിച്ചിരുന്നു.

ഏതാണീ പെണ്ണ്?

പേരു പോലും ചോദിക്കാൻ കഴിഞ്ഞില്ല. അല്ല. അതിനുള്ള അവസരം കിട്ടിയിട്ടുവേണ്ടേ.?

ചെറുചിരിയോടെ അയാൾ ജിപ്സി മുന്നോട്ടെടുത്തു.

അവൾ മറഞ്ഞു കഴിഞ്ഞിരുന്നു. തിരുവനന്തപുരം.

വനം വകുപ്പു മന്ത്രിയുടെ ഔദ്യോഗിക വസതിയിൽ ഗോവർദ്ധൻ എത്തി.

നേരത്തെ ഓഫീസിൽ എത്തിയപ്പോൾ വീട്ടിൽ വെച്ച് കാണാമെന്ന് പറയുകയായിരുന്നു.

മന്ത്രി ജോൺമത്തായി ഗോവർദ്ധനെ കാത്തിരിക്കുകയായിരുന്നു. മന്ത്രിയുടെ പേഴ്സണൽ റൂമിൽ വച്ചായിരുന്നു അഭിമുഖം.

തികച്ചും കോൺഫിഡൻഷ്യൽ...

പി.എ.യെ പോലും മന്ത്രി ഒഴിവാക്കിയിരുന്നു.

"മിസ്റ്റർ ഗോവർദ്ധൻ ഇരിക്കൂ..."

"സർ"

മന്ത്രിക്കെതിരെയുള്ള കസേരയിൽ അയാൾ ഉപവിഷ്ടനായി.

ഒരു നിമിഷം അയാളുടെ മുഖത്തേക്ക് തന്നെ നോക്കിയിരുന്നിട്ടാണ് മന്ത്രി പറഞ്ഞു തുടങ്ങിയത്.

"നിങ്ങളെ കുറിച്ച് ഞാൻ തിരക്കിയറിഞ്ഞതിനു ശേഷമാണ് ഇങ്ങനെയൊരു അഭിമുഖത്തെ കുറിച്ച് ചിന്തിച്ചത്. സർവ്വീസിൽ ഒരുപാടു തവണ നിങ്ങൾ സ്ഥലമാറ്റത്തെ അഭിമുഖീകരിക്കേണ്ടി വന്നിട്ടുള്ളവനാണെന്ന് എനിക്കറിയാം."

"പക്ഷേ, അതൊക്കെ ഓരോരുത്തരുടെ താൽപര്യങ്ങൾ സംരക്ഷിക്കാൻ വേണ്ടിയായിരുന്നു എന്ന കാര്യവും ഞാൻ വിസ്മരിക്കുന്നില്ല. മുഖം നോക്കാതെ നീതിയുക്തമായ നടപടികൾ സ്വീകരിക്കുന്നതിനാലാണ് നിങ്ങൾ പലരുടേയും ശത്രുവായി തീരുന്നത്. പുതിയറേഞ്ചോഫീസിൽ നിങ്ങൾ എത്തിയിട്ട് ഒരു മാസം പോലുംതികഞ്ഞിട്ടില്ലെങ്കിലും അവിടേയും നിങ്ങൾ പലരുടേയും ശത്രുവായി കഴിഞ്ഞു. മുൻമന്ത്രി വിദ്യാധരൻ ഉൾപ്പെടെയുള്ളവരുടെ..."

മന്ത്രി പറയുന്നതത്രയും ശ്രദ്ധയോടെ കേട്ടിരിക്കുകയായിരുന്നു ഗോവർദ്ധനെങ്കിലും എന്താണ് പറഞ്ഞു വരുന്നതിന്റെ ഉദ്ദേശ്യം എന്ന് അയാൾക്ക് സംശയിക്കാൻ പോലും കഴിഞ്ഞില്ല. ഒരു സിഗററ്റു കത്തിക്കാനുള്ള സമയമെടുത്തിട്ട് മന്ത്രി തുടർന്നു.

"നിങ്ങളെ ഞാൻ ഒരു ജോലി ഏൽപ്പിക്കുകയാണ്. നിങ്ങൾക്കേ അതിന് കഴിയൂ. തമിൾനാടും കർണ്ണാടകവും കോടികണക്കിന് രൂപ ഇതിനോടകം ചിലവഴിച്ചുകഴിഞ്ഞ ഒരു കേസ്സാണ്...."

ഗോവർദ്ധന്റെ നെറ്റി ചുളിഞ്ഞു.

"ജാവേദ് ഫ്രാങ്കോയുടെ കാര്യമാണ് ഞാൻ പറയുന്നത്. അയാൾ ഇപ്പോൾ നമ്മുടെ വനത്തിലുണ്ടെന്ന് തനിക്കറിയാമല്ലോ.?"

ഗോവർദ്ധൻ തല കുലുക്കി.

"ഇവിടെ നിന്ന് അവൻ ഒരിക്കലും തിരിച്ചു പോകരുത്. ഭരണപക്ഷത്തും ഡിപ്പാർട്ടുമെന്റിലും അവന്റെ ശമ്പളം പറ്റുന്നവർ ഉണ്ട്. അതുകൊണ്ട് തന്നെ ഇക്കാര്യം നിങ്ങളോടല്ലാതെ മറ്റാരോടും തുറന്നു പറയാൻ എനിക്കു ധൈര്യമില്ല..."

ഗോവർദ്ധന്റെ കണ്ണുകൾ തിളങ്ങി. മന്ത്രി കൂട്ടി ചേർത്തു.

"അവിടെ സഖറിയാസും ജാവേദും മറ്റു പലരുമായി എന്തൊക്കെയോ പദ്ധതികൾ ഒരുക്കുന്നുണ്ട്. അതൊക്കെ നിങ്ങൾ തകർക്കണം. ഡി.എഫ്.ഒ.സത്യമൂർത്തിയും അവർക്കൊപ്പമാണ്."

"അറിയാം സാർ"

"ങാ. നമ്മുടെ ഈ കണ്ടുമുട്ടൽ പുറത്താരും അറിയേണ്ടാ. ഇവിടെ പറഞ്ഞ കാര്യങ്ങൾ ഗോവർദ്ധന്റെ മനസ്സിൽ തന്നെയിരിക്കട്ടെ. എന്റെ ഭാഗത്തു നിന്നും നിങ്ങൾക്ക് വേണ്ട എല്ലാ സപ്പോർട്ടുകളും ഉണ്ടായിരിക്കും."

"താങ്ക് യൂ സാർ."

"ഇനി നിങ്ങൾക്ക് പോകാം."

"സാർ."

ഗോവർദ്ധൻ എണീറ്റു.

മടങ്ങുമ്പോൾ നേരം ഇരുട്ടിയിരുന്നു. കോട്ടയത്ത് എത്തുമ്പോൾ പത്തു മണി. റിപ്പോർട്ടർ സ്റ്റാൻലിയെ ഒന്നു കണ്ടാലോ എന്ന് വെറുതെ ഓർത്തു.

മുന്നിൽ കണ്ട ഒരു ബൂത്തിനരുകിൽ ജിപ്സി നിറുത്തി.

പത്രം ഓഫീസിലേക്ക് വിളിച്ചു.

സ്റ്റാൻലി ലോഡ്ജിൽ കാണുമെന്ന് മറുപടി കിട്ടി, അവിടുത്തെ നമ്പരും കിട്ടി.

ലോഡ്ജിലേക്ക് ഡയൽ ചെയ്തു.

സ്റ്റാൻലി അവിടെയുണ്ടായിരുന്നു.

താൻ ഉടനെ അങ്ങെത്തുമെന്ന് പറഞ്ഞു ഫോൺ വെച്ചു.

വീണ്ടും ജിപ്സിയിൽ കയറി.

നാഗമ്പടത്ത് നിന്ന് ഒരു ഇടുങ്ങിയ വഴിയേ പോകുന്നതിനിടത്തായിരുന്നു ലോഡ്ജ്.

വാതിൽക്കൽത്തന്നെ സ്റ്റാൻലി കാത്തുനിന്നിരുന്നു. അയാൾ റെയിഞ്ചറെ തന്റെ മുറിയിലേക്ക് കൂട്ടി കൊണ്ടുപോയി.

"സാറിങ്ങോട്ടു തന്നെ വന്നതോ അതോ.?" സ്റ്റാൻലി തിരക്കി.

"ഒരിടത്ത് പോയിട്ടു വരികയാണ്."

മുറിയാകെ നോക്കി കാണുന്നതിനിടയിൽ ഗോവർദ്ധൻ പറഞ്ഞു.

വൃത്തിയുള്ള മുറിയായിരുന്നു അത്.

സാധാരണ എഴുത്തുകാരുടെ മുറിയിലേതു പോലെ പേപ്പറുകൾ ചുരുട്ടി കൂട്ടിയിടുകയോ ഒന്നും ചെയ്തിട്ടില്ല. മേശപ്പുറത്ത് പാഡും പുസ്തകങ്ങളുമൊക്കെ ചിട്ടയോടെ ക്രമീകരിച്ചിരുന്നു.

"സാറിന് കഴിക്കാൻ...?"

"എന്തുമാകാം."

"ഇന്നിവിടെ കൂടാമെങ്കിൽ നമുക്കൊന്ന് ആഘോഷിക്കാമായിരുന്നു" സ്റ്റാൻലി ചിരിച്ചു.

"അത് പറ്റില്ല സ്റ്റാൻലി. എനിക്ക് പോകണം. എന്നാലും രണ്ട് പെഗ്ഗ് അകത്താക്കുന്നതിൽ, വിരോധമില്ല."

"ഓ.ക്കെ."

സ്റ്റാൻലി ഫോണിലൂടെ റിസപ്ഷനുമായി ബന്ധപ്പെട്ട വേണ്ട നിർദ്ദേശങ്ങൾ നല്കി.

പതിനഞ്ച് മിനിട്ടിനുള്ളിൽ ഓർഡർ ചെയ്ത സാധനങ്ങൾ എത്തി. സംഭാഷണത്തിനിടയിൽ ഗോവർദ്ധൻ തിരക്കി.

"ആദ്യത്തെ റിപ്പോർട്ട് പ്രസിദ്ധീകരിക്കില്ലെന്ന് പറഞ്ഞ എഡിറ്റർ എന്തുകൊണ്ടാണ് സ്റ്റാൻലി രണ്ടാമത്തെ റിപ്പോർട്ട പ്രസിദ്ധീകരിച്ചത്.?"

ഗ്ലാസ്സ് ഉയർത്തി ഒരിറക്ക് അകത്താക്കിയ ശേഷമാണ് സ്റ്റാൻലി മറുപടി പറഞ്ഞത്.

"സഖറിയാസ് ഞങ്ങളുടെ മാനേജ്മെന്റിന്റെ അടുത്ത ആളാണ്. അതുകൊണ്ട് ആദ്യത്തെ ന്യൂസ് വന്നില്ല. പക്ഷേ, രണ്ടാമത്തേതിൽ അയാൾ കൂടി ഉൾപ്പെട്ടുവെങ്കിലും മന്ത്രി വിദ്യാധരന് എതിരെ ആഞ്ഞടിക്കാൻ, പറ്റിയ കേസ്സായതിനാലാണ് റിപ്പോർട്ട് പബ്ളിഷ് ചെയ്തത്."

"എന്തായിരുന്നു മന്ത്രിയുമായുള്ള പ്രശ്നം.?"

"അത് വർഷങ്ങൾക്ക് മുമ്പു തന്നെ തുടങ്ങിയതാ. അയാൾ എം.എൽ.എ.പോലുമാകുന്നതിനു മുമ്പ്, ഒരിക്കൽ അയാളുടെ നേതൃത്വത്തിലുള്ള പാർട്ടിക്കാർ പത്രകെട്ടുകൾ കത്തിച്ചു. അന്നു തുടങ്ങിയ മത്സരമാ. വിദ്യാധരന് എതിരെ എങ്ങനെയൊക്കെ പ്രതികരിക്കാമോ അങ്ങിനെയൊക്കെ പത്രം പ്രതികരിക്കും."

"ങാ. ഏതായാലും താൻ സൂക്ഷിക്കണം സ്റ്റാൻലി. എന്നെ പോലെതന്നെ അവരുടെ നോട്ടപുള്ളിയാ സ്റ്റാൻലിയും."

"എനിക്ക് അറിയാം സാർ..."

പന്ത്രണ്ട് മണിയോട് അടുത്ത നേരത്താണ് ഗോവർദ്ധൻ സ്റ്റാൻലിയോട യാത്ര പറഞ്ഞത്.

ഒരുവിധം നന്നായി അയൾ മദ്യപിച്ചിരുന്നു. എന്നാലും സ്വബോധത്തിന് യാതൊരു പ്രശ്നവും ഉണ്ടായിരുന്നില്ല.

വനമേഖലയിലെത്തുമ്പോൾ രണ്ടുമണിയായി.

ഇനി പതിനഞ്ചുമിനിറ്റോളം സഞ്ചരിച്ചുകഴിഞ്ഞാൽ ക്വാർട്ടേഴ്സിലെത്താം.

ജിപ്സി ചെമ്മൺ റോഡിലേക്ക് തിരിഞ്ഞു.

ഒരു കിലോമീറ്ററോളം സഞ്ചരിച്ചു കഴിഞ്ഞപ്പോൾ പൊടുന്നനെ

യാണത് കണ്ടത്...

റോഡിന് സൈഡിൽ നിന്നിരുന്ന ഒരു മരം റോഡിന് കുറുകെ മറിഞ്ഞുവീണു.

അയാളുടെ കാൽ ബ്രേക്കിൽ ആഞ്ഞമർന്നു.

ജിപ്സി നിന്നു.

ഹെഡ്ലൈറ്റിന്റെ വെളിച്ചത്തിൽ ഗോവർദ്ധൻ സൂക്ഷിച്ചു നോക്കി.

മരം വീണതെങ്ങനെ

പെട്ടെന്ന് പിന്നിൽ ഒരൊച്ച.

ഞെട്ടലോടെ അയാൾ തിരിഞ്ഞുനോക്കി.

അവിടെയും ഒരു മരം വീഴുന്നു...

പതിനേഴ്

നരച്ച ആകാശത്തിൻ താഴെക്കൂടി ആടിയുലയുന്ന ഒരു കറുത്ത നിഴൽ താഴേക്കുപതിക്കുന്നതുപോലെയാണ് ജിപ്സിയ്ക്ക് പിന്നിൽ മരം വീഴുന്നതറിഞ്ഞ് തിരിഞ്ഞ് നോക്കിയ ഗോവർദ്ധൻ തോന്നിയത്.

ഇപ്പോൾ തന്റെ വാഹനം പത്മവ്യൂഹത്തിൽ അകപ്പെടുന്നതു പോലെയാണ്. ഇടതും വലതും ഭാഗങ്ങളിൽ അല്പം ഉയർന്ന മൺതിട്ടകളാണ്.

മുന്നിലും പിന്നിലും റോഡ് ബ്ളോക്ക് ചെയ്ത് മരങ്ങളും...

ഗോവർദ്ധന്റെ ആറാമിന്ദ്രിയം ഉണർന്നു. അത് അയാൾക്ക് അപകടസൂചന നൽകി കഴിഞ്ഞു.

മുന്നിൽ മരം വീണപ്പോൾ യാദൃച്ഛികം എന്നേ കരുതിയുള്ളു. പോട്പിടിച്ച വൃക്ഷങ്ങൾ ഇങ്ങനെ വീഴാറുള്ളതാണ്. പക്ഷേ, ഇവിടെ പിന്നിലും അതു തന്നെ സംഭവിച്ചിരുന്നു.

ശത്രുക്കൾ തന്നെ ട്രാപ്പിൽപ്പെടുത്തിയിരിക്കുകകയാണെന്ന് ഉറപ്പായി. എന്നിട്ടും അയാൾ ജിപ്സിയിൽ നിന്നും ഇറങ്ങിയില്ല. ശത്രുവിന്റെ ഒരു ചലനത്തിനായി കണ്ണുകളും കാതുകളും ജാഗരുകമാക്കി.

വലതുകൈ പാന്റിന്റെ കീശയിൽ കിടക്കുന്ന റിവോൾവറിലേക്ക് തെന്നിനിങ്ങി.

ഒരിടത്തും ശത്രുവിന്റെ പൊടിപോലുമില്ല...

പൊടുന്നനെ എന്തോ ചിന്തിച്ചുറച്ച ഗോവർദ്ധൻ ഹെഡ് ലൈറ്റുകൾ അണച്ചതും പുറത്തെ ഇരുളിലേക്ക് ചാടിയതും

ഒന്നിച്ചായിരുന്നു.

നിമിഷങ്ങൾ പിന്നിട്ടു.

ഇരുളിൽ ഇരുൾക്കട്ടകൾ ചലിക്കും പോലെ ചില രൂപങ്ങൾ ജിപ്സിക്ക്ചുറ്റും ഒരു വലയം തീർത്തു.

അവരിൽ ഒരു കനത്ത നിഴലിന്റെ കൈയ്യിൽ എന്തോ ചലിച്ചു.

വല്ലാത്തൊരു ശബ്ദത്തോടെ ജിപ്സിയുടെ ഫ്രണ്ട് ഗ്ളാസ്സ് തകർന്നുവീണു.

ആരോ തെളിച്ച ടോർച്ചിന്റെ വെളിച്ചം ജീപ്പിനുള്ളിലേക്ക് പതിഞ്ഞു.

"ദേ അവനെവിടെ" അമ്പരപ്പിൽ കുതിർന്ന ശബ്ദം.

ക്ഷണത്തിൽ അവർ ജിപ്സിക്കകം മുഴുവൻ പരിശോധിച്ചിട്ടും ആരേയും കാണാതെ വന്നപ്പോൾ തെല്ലൊന്നുമല്ല അമ്പരന്നത്.

ജീപ്പിനടിയിലും അവർ പരിശോധിച്ചു.

പക്ഷേ ആരേയും കണ്ടില്ല.

അബദ്ധമായല്ലോ. അവനിത് എവിടെപ്പോയി.?

"കത്തീരെടാ ജീപ്പ്" നേതാവ് കൽപ്പിച്ചു.

ഒരാൾ പെട്രോൾ ടാങ്കിന്റെ അടപ്പു തുറക്കാൻ ഭാവിച്ചപ്പോൾ പെട്ടെന്നൊരു വെടിപ്പൊട്ടി.

ഒപ്പം ഒരാളുടെ ആർത്തനാദവും ഉയർന്നു.

ജിപ്സിയ്ക്കരുകിൽ നിന്നിരുന്ന ഒരാൾ പിടഞ്ഞുവീണു.

ശത്രുക്കൾ കിടുങ്ങിപ്പോയി.

അവരുടെ പ്രതീക്ഷകൾക്ക് വിപരീതമായ ഒരു സംഭവമായിപ്പോയി അത്.... അതുകൊണ്ടുതന്നെ അവർ പതറിപ്പോയി...

അടുത്തക്ഷണം ഇരുൾ തുളച്ചുകൊണ്ട് ഒരു ബുള്ളറ്റു കൂടി ചീറിവന്നു.

രണ്ടാമനും വീണു.

ഇനി നിന്നാൽ തങ്ങളുടെയെല്ലാം മാറിടം പിളരുമെന്ന് തോന്നിയ അവർ ക്ഷണത്തിൽ വെടിയേറ്റ വീണവരുമായി ഇരുളിലൂടെ കുതിച്ചു...

റോഡിൽ മാർഗ്ഗതടസ്സം സൃഷ്ടിച്ചിരുന്ന വൃക്ഷത്തിന്റെ ചില്ലകളനങ്ങി.

അതിൽ നിന്നും ഗോവർദ്ധൻ പുറത്തുവന്നു.

ഇനിയിപ്പോൾ തടിമാറ്റിയിട്ട് വാഹനവുമായി മുന്നോട്ടുപോകാൻ കഴിയില്ലെന്നറിയാമായിരുന്നതിനാൽ അയാൾ റോഡിലൂടെ നടന്നു.

നാളെ രാവിലെ ജിപ്സി കത്തിക്കരിയാതെ കിട്ടിയാൽ ഭാഗ്യം.

പിറ്റേന്ന് രാവിലെ റേഞ്ച് ഓഫീസിലെ ഗാർഡുകളുടേയും ചില നാട്ടുകാരുടേയും പ്രയത്നത്താൽ റോഡിലെ തടസ്സം നീക്കുകയും ജിപ്സി ഗോവർദ്ധൻ വർക്ക്ഷോപ്പിലേക്ക് കൊണ്ടുപോവുകയും ചെയ്തു.

ഗ്ലാസ്സ് മാറ്റിയാൽ മാത്രം മതിയായിരുന്നതിനാൽ വൈകുന്നേരത്തോടുകൂടി വണ്ടി തിരികെ കിട്ടും.

‘‘എന്താണ് സാർ കേസ് വേണ്ടെന്ന് വച്ചത്.’’ വൈകിട്ട് ഓഫീസിൽവച്ച് ഗാർഡ് സത്യൻ ചോദിച്ചു.

“ഓ. അതുകൊണ്ടൊന്നും വലിയ പ്രയോജനമൊന്നുമില്ല സത്യാ, ശത്രു ആരാണെന്ന് എനിക്കറിയാം. വേണ്ടത് വേണ്ട സമയത്ത് ഞാൻ ചെയ്തോളാം...”

മനുവർമ്മ എല്ലാം കേട്ടുകൊണ്ട് ഇരിക്കുകയായിരുന്നെങ്കിലും ഒന്നും പറഞ്ഞില്ല,

‘‘സാർ. എനിക്ക് തോന്നുന്നത് ഇങ്ങനെ ഒരാക്രമണം, ഉണ്ടാകുമെന്ന് ഇവിടെ പലർക്കും അറിയാമായിരുന്നുവെന്നാണ്.” സത്യൻ ശബ്ദം താഴ്ത്തി അറിയിച്ചു.

ഗോവർദ്ധൻ പതിയെ ചിരിച്ചു.

“എനിക്കും അതറിയാം സത്യാ.” അയാൾ ഒന്നമർത്തി മൂളി.

ആ രാത്രി വനത്തിനുള്ളിൽ ഒരു കുന്നിൻ ചരുവിലെ പാറക്കെട്ടുകളിൽ കത്തിയെരിയുന്ന പന്തം തെളിഞ്ഞുനിന്നു.

അതിന്റെ വെളിച്ചത്തിൽ ചിലർ അവിടെ ഇരിക്കുകയായിരുന്നു

ജാവേദ് ഫ്രാങ്കോ, മുൻ മന്ത്രി വിദ്യാധരൻ, സഖറിയാസ്...

അവർക്ക് മുന്നിൽ പാറപ്പുറത്ത് നാടൻ ചാരായവും കാട്ടിറച്ചി ഉണങ്ങിയതും വറുത്തതും ഒരു യുവതി കൊണ്ടുവന്നു വച്ചു. അർദ്ധ നഗ്നയായിരുന്നു അവൾ. ഏറിയാൽ ഇരുപത് വയസ്സ് വരും.

പന്തത്തിന്റെ വെളിച്ചത്തിൽ അവളുടെ അംഗങ്ങൾ വ്യക്തമായി കാണാമായിരുന്നു.

“നീ അപ്പുറത്തുപോ. വിളിക്കാം.”

ജാവേദ് അവളെ നോക്കി. അവൾ മറഞ്ഞു.

“അയാൾ ചാരായക്കുപ്പിയെടുത്ത് അടപ്പുതുറന്ന് വായിലേക്ക് കമഴ്ത്തി.

പുറം കൈകൊണ്ട് ചുണ്ടു തുടച്ചിട്ട് വറുത്തത് വാരി വായിലിട്ട് ചവച്ചു. പിന്നെ കുപ്പി സഖറിയാസിന്റെ കൈയിൽ കൊടുത്തു.

ജാവേദിന്റെ രണ്ട് കണ്ണുകളിലും പന്തത്തിന്റെ പ്രതിഫലനം സഖറിയാസ് കണ്ടു.

"ഒരു ജോലി ചെയ്യാൻ കഴിവില്ലാത്തവരെ അങ്ങനെയൊന്നിന് നിയോഗിച്ചതു തന്നെ തെറ്റ്. ജാവേദ് പറഞ്ഞു. അതുകൊണ്ടിനി അവൻ കൂറേക്കൂടി കരുതിയേ നടക്കൂ..."

"കഴിവില്ലാത്തവർ ആയിരുന്നില്ല ജാവേദ് അവർ. വിശ്വസിച്ച് ഏത് ജോലിയും ഏൽപ്പിക്കാവുന്നവരായിരുന്നു അവർ. മരണത്തെപ്പോലും അവഗണിച്ചുകൊണ്ട് അവർ എനിക്ക് വേണ്ടി എത്രയെത്ര ജോലികൾ പൂർത്തിയാക്കിയിട്ടുണ്ടെന്ന് അറിയാമോ?"

"പക്ഷേ ഇവിടെ പാളിച്ച പറ്റിപ്പോയെന്ന് സമ്മതിക്കുന്നു. ആർക്കും പ്രതീക്ഷിക്കാൻ കഴിയാത്ത ഒരു നീക്കമായിപ്പോയി അവന്റേത്..."

ജാവേദ് ക്രൂരമായി ചിരിച്ചു.

"അങ്ങനെതന്നെ ഒരു നീക്കം നിങ്ങൾ നേരത്തേ തന്നെ പ്രതീക്ഷിക്കണമായിരുന്നു. എന്നിട്ട് ഇറച്ചി നുറുക്കും പോലെ അവനെ കൊത്തി നുറുക്കണമായിരുന്നു...."

"ഏതായാലും കഴിഞ്ഞുപോയല്ലോ ജാവേദേ. വിദ്യാധരൻ ഒരിറക്ക് ചാരായം അകത്താക്കിയിട്ട് പറഞ്ഞു ഇനിയുള്ള നീക്കങ്ങൾ തെറ്റാതിരുന്നാൽ മതി. ങ്ഹാ. അവനെയൊക്കെ അങ്ങേ ലോകത്തേക്ക് കെട്ടിയെടുക്കുന്നതിന്റെയൊപ്പം, എന്റെ കസേരയിൽ ഇപ്പോൾ ഞെളിഞ്ഞിരിക്കുന്ന ആമന്ത്രിയെക്കൂടി ഉൾപ്പെടുത്തിയേക്കണം. ഒരു ജോൺ മത്തായി, ഫൂ..."

"അക്കാര്യത്തിൽ താൻ ബേജാറാവേണ്ട കാര്യമൊന്നുമില്ല വിദ്യാധരാ. ജോൺ മത്തായിയുടെ ശവവും ഈ വനത്തിന് വളമാകും. അവന്റെ നെഞ്ചത്ത് നമ്മളൊരു തേക്കിൻതൈ നടുകയും ചെയ്യും."

ജാവേദ് ഒരിക്കൽകൂടി മദ്യക്കുപ്പി ഉയർത്തി.

"എന്തായാലും ഈ കളികളൊന്നും ഇനി നീട്ടികൊണ്ടുപോകുവാൻ ഞാൻ ഉദ്ദേശിക്കുന്നില്ല. ശത്രുക്കളെ ഒതുക്കേണ്ട നേരത്ത് ഒതുക്കിയിരിക്കണം. അതാണ് ജാവേദിന്റെ രീതി."

"സഖറിയാസിന് മൃഗവേട്ടയുടെ പേരിൽ ശിക്ഷ കിട്ടുമെന്ന് ഉറപ്പാണ്. അതിനുമുമ്പ് ആ റെയ്ഞ്ചറും റിപ്പോർട്ടറും ഈ ലോകത്തുനിന്നും യാത്രയാകണം."

"മാത്രവുമല്ല അടുത്തമാസം സിംഗപ്പൂർ പാർട്ടിക്കാർക്ക് ഒമ്പത് ആന കൊമ്പുകളെങ്കിലും കൊടുത്തേ പറ്റൂ."

"കാട്ടിൽ ഒരുപാട് ആനകൾ ചത്തുവിഴും. അതു പക്ഷേ, പുറംലോകം! അറിയാതിരിക്കണമെങ്കിൽ സ്റ്റാൻലിയും ഗോവർദ്ധനും

ഈ ലോകത്ത് ഉണ്ടായിരിക്കരുത്....” അത് പറയുമ്പോൾ ജാവേദിന്റെ മുഖത്ത് വന്യമായൊരു ഭാവം മൊട്ടിട്ടുകഴിഞ്ഞിരുന്നു. നേരത്തേ വന്ന ആ യുവതി പിന്നേയും വന്നു. പന്തത്തിൽ എണ്ണ പകർന്നിട്ടുപോയി. വിദ്യാധരൻ കൊതിയോടെ അവളെ നോക്കി.

“ഇതിനെ എവിടുന്നുകിട്ടി ജാവേദേ?”

അയാൾ മറുപടി പറയും മുൻപ് അവർക്ക് പിന്നിൽ ഇരുളിൽ ഒരു കടുവയുടെ മുരൾച്ച കേട്ട് വിദ്യാധരനും സഖറിയാസും ഞെട്ടി.

“ആവശ്യമില്ലാത്ത ചോദ്യങ്ങൾ പാടില്ല എന്നാണ് ആ മുരൾച്ചയുടെ അർത്ഥം.” പറഞ്ഞുകൊണ്ട് ജാവേദ് കൈയാട്ടി.

കടുവ അയാളുടെ അടുത്തുവന്നു.

സ്നേഹപൂർവ്വം യജമാനനോട് ചേർന്നിരുന്നു.

സഖറിയാസിനേയും വിദ്യാധരനേയും നോക്കി രക്തനിറമാർന്ന നാവുനീട്ടി ചൊടി നനച്ചു.

ജാവേദ് ഒന്ന് മൂളിയാൽ ആ ജന്തു തങ്ങളെ കടിച്ചുകീറുമെന്ന് അവർക്ക് തോന്നി.

“ഗഞ്ചാവുതോട്ടത്തിൽ വിളവെടുപ്പ് നടക്കുന്നുണ്ടല്ലോ, അല്ലേ?” സഖറിയാസ് തിരക്കി.

“ഉണ്ട്. ഇങ്ങേർ മന്ത്രിയായിട്ട് ഇരിക്കുകയായിരുന്നുവെങ്കിൽ ഇവിടെയൊരു ഡിസ്റ്റിലറി സ്ഥാപിക്കണമെന്ന് എനിക്കുണ്ടായിരുന്നു. ഇനിയിപ്പോൾ അത് നടക്കില്ലല്ലോ...”

“അടുത്ത ഇലക്ഷൻ ഒന്ന് കഴിഞ്ഞോട്ടെ ജാവേദേ. ഞാൻ തന്നെ പിന്നേയും മന്ത്രി.” വിദ്യാധരൻ പണിപ്പെട്ട് ചിരിച്ചു.

പെട്ടെന്ന് വനത്തെ നടുക്കികൊണ്ട് ഒരു സ്ത്രീയുടെ നിലവിളി ഉയർന്നു. അവർ കുതിച്ചെണീറ്റു. ആ ക്ഷണം അവർക്കിടയിൽ പാറയിൽ എന്തോ വന്നു വീണു. അവർ തുറിച്ചു നോക്കി. രക്തത്തിൽ കുളിച്ച ഒരു യുവതി.

ജാവേദിന്റെ സഹായിയായ ആ യുവതിയാണതെന്ന് പന്തത്തിന്റെ വെളിച്ചത്തിൽ അവർ തിരിച്ചറിഞ്ഞു.

പതിനെട്ട്

ജാവേദ് കിടുങ്ങിപ്പോയി.!

സഖറിയാസിന്റേയും വിദ്യാധരന്റേയും അവസ്ഥയും അങ്ങനെ തന്നെയായിരുന്നു. ഏതാനും സെക്കൻഡുകൾക്ക് മുമ്പ് ഈ പന്തത്തിൽ എണ്ണപകർന്നുകൊണ്ട് പോയ യുവതിയാണ് ഇപ്പോൾ

രക്തത്തിൽ കുളിച്ച്...

അവളുടെ ശരീരത്തിൽ എവിടേയോ മുറിവേറ്റതെന്ന് പോലും അറിയാത്തരീതിയിൽ രക്തം പടർന്നിരിക്കുകയാണ്.

ചെകുത്താൻമാരുടെ ചെകുത്താനായ ജാവേദ് ഫ്രാങ്കോ പോലും തെല്ലുനേരം മരവിച്ചിരുന്നുപോയി.

പിന്നെ നടുക്കത്തിൽ നിന്നുണർന്ന് അയാൾ കുതിച്ചെണീറ്റു.

കടുവയെ നോക്കി ഗർജ്ജിച്ചു. "മുവ്...."

കടുവ ഇരുളിലേക്ക് കുതിച്ചു.

തന്റെ തോളിൽ തുക്കിയിരുന്ന് സ്റ്റെൻഗൺ ഇതിനിടയിൽ വലിച്ചെടുത്ത് കഴിഞ്ഞിരുന്നു അയാൾ.

കടുവയ്ക്ക് പിന്നാലെ ജാവേദും പാറക്കെട്ടുകൾക്കിടയിൽ മറഞ്ഞു.

വിദ്യാധരനും സഖറിയാസും മുഖാമുഖം നോക്കി.

പിന്നെ ഭീതിയോടെ ഇരുളിലേക്കും.

അവിടെ നിന്ന് ആരെങ്കിലും തങ്ങളെ ശ്രദ്ധിക്കുന്നുണ്ടോ?

ഒരു തോക്കിൻ കുഴൽ തങ്ങൾക്ക് നേരെ നീട്ടുന്നുണ്ടോ.?

ഓർത്തപ്പോൾ തന്നെ ചോര മരവിച്ചു.

"സഖറിയാസേ..." വിദ്യാധരൻ ഭീതിയോടെ വിളിച്ചു.

"നമ്മൾ എങ്ങോട്ടുപോകും? ഇരുട്ടിൽ വഴി എവിടെയാണെന്നു പോലും അറിയില്ലല്ലോടോ..."

"ഞാനും അതുതന്നെയാ ചിന്തിക്കുന്നത്. ഏതായാലും ഇവിടെ നിന്നും ഒന്നു മാറിയേ പറ്റു. താൻ വാ....."

മരിച്ചു കിടക്കുന്ന ആ യുവതിയെ ഒന്നു നോക്കുവാൻ പോലും ധൈര്യപ്പെടാതെ അവർ പാറയുടെ ഒരു വിള്ളലിലേക്ക് നീങ്ങി നിന്നു.

സമയമിഴഞ്ഞു.

ജാവേദ്ഫ്രാങ്കോയും കടുവയും തിരിച്ചുവന്നപ്പോൾ ഏതാണ്ട് രണ്ട് മണിക്കൂറുകളോളം കഴിഞ്ഞു.

പന്തം അപ്പോഴേക്കും അണഞ്ഞു കഴിഞ്ഞിരുന്നു.

ജാവേദ് ടോർച്ച് തെളിച്ചു.

ആരെയെങ്കിലും കിട്ടിയോ ജാവേദ്

ഇരുവരും ഒരേ പോലെയാണ് തിരക്കിയത്.

"ഇല്ല. പക്ഷേ, അതാരായാലും ഈ കാട്ടിൽനിന്നും പുറത്തു പോകും മുൻപുതന്നെ എന്റെ ആൾക്കാരുടെ പിടിയിൽ വീഴും." കിതയ്ക്കുന്നുണ്ടായിരുന്നു അയാൾ.

ടോർച്ചു തെളിച്ച്, മരിച്ചുകിടക്കുന്ന ആ യുവതിയെ നോക്കിയ ശേഷം അവരോട് പറഞ്ഞു.

"നിങ്ങളും വാ. തൽക്കാലം ഇവിടെ കഴിയുന്നത് ശരിയല്ല. താവളം മാറുകയാണ് ഞാൻ."

"എവിടേക്ക്?"

"അതൊന്നും തൽക്കാലം നിങ്ങൾപോലും അറിയേണ്ടാ."

"അതെന്താ ജാവേദേ?. ഞങ്ങളെപ്പോലും താൻ സംശയിക്കുന്നോ ?" സഖറിയാസാണ് ചോദിച്ചത്.

"എന്റെ നിഴലിനെ പോലും ഞാൻ വിശ്വസിക്കാറില്ല:" അറത്തു മുറിച്ചതു പോലെയായിരുന്നു അയാളുടെ മറുപടി.

സഖറിയാസിന്റേയും വിദ്യാധരന്റേയും മുഖം വിളറിപ്പോയി.

ജാവേദ് മുന്നിൽ നടന്നു.

കടുവ അവിടെതന്നെ ഇരുന്നു.

"ഈ മൃതദേഹം ?" വിദ്യാധരൻ ചോദിച്ചു.

"അത് കടുവ തിന്നോളും....!"

അവർ ഒരിക്കൽ കൂടി ഞെട്ടി.

അപ്പോൾ ജാവേദ് തുടർന്നു.

"നമ്മളിൽ ആരു മരിച്ചാലും ശവത്തിന് അവകാശി അവനാണ്..."

പിന്നെ ആരും ഒന്നും പറഞ്ഞില്ല.

അവർക്കജ്ഞാതമായ ഏതോ മാർഗ്ഗത്തിലൂടെ മുന്നോട്ടുപോകുകയായിരുന്നു ജാവേദ് ഫ്രാങ്കോ...

ദിവസങ്ങൾ കൊഴിഞ്ഞുകൊണ്ടിരുന്നു.

ജാവേദ് ഫ്രാങ്കോയെ കണ്ടെത്താനുള്ള റെയിഞ്ചർ ഗോവർദ്ധന്റെ നീക്കം ഒരിടത്തും എത്തിയില്ല...

എന്നാൽ, തന്റെ അതിർത്തിക്കുള്ളിൽത്തന്നെ അയാൾ ഉണ്ടെന്ന കാര്യത്തിൽ ഗോവർദ്ധൻ യാതൊരു സംശയവും ഉണ്ടായിരുന്നില്ലതാനും.

ഇതിനിടെ കൈനറ്റിക് ഹോണ്ടയിൽ വരുന്ന ആ സുന്ദരിയെ അയാൾ ഒന്ന് രണ്ട് തവണ കണ്ടിരുന്നു. അപ്പോഴും പേരുപോലും പറയാതെ ഒരു പരൽമീൻകണക്കെ അവൾ തെന്നി രക്ഷപ്പെട്ടു.

അവളെക്കുറിച്ച് മറ്റാരോടെങ്കിലും അന്വേഷിക്കുവാൻ ഗോവർദ്ധൻ മടിയായിരുന്നു.

ഒരു ഉച്ചകഴിഞ്ഞ നേരം.

ഗോവർദ്ധൻ ക്വാർട്ടേഴ്സിൽ പോയിട്ട് മടങ്ങിവരുമ്പോൾ ഒരാൾ അയാളെ കാത്ത് അവിടെ ഇരിപ്പുണ്ടായിരുന്നു.

റിപ്പോർട്ടർ സ്റ്റാൻലി.

ഗോവർദ്ധൻ അയാളെ നോക്കി ചിരിച്ചു.

"താൻ വന്നിട്ട് ഒരുപാട് നേരമായോ സ്റ്റാൻലി."

"ഇല്ല സാർ. കഷ്ടിച്ച് പത്തുമിനിട്ട്."

"വാ." അയാളെയും വിളിച്ചുകൊണ്ട് ഗോവർദ്ധൻ തന്റെ ക്യാബിനിലേക്ക് കയറുമ്പോൾ ഫോസ്റ്റർ മനുവർമ്മ പല്ലുകൾ അമർത്തി ഞെരിക്കുകയായിരുന്നു.

"ഈ പൊലയാടിമോൻ ഒരു കട്ടുറുമ്പാ."

മനുവർമ്മ ഗാർഡ് ശങ്കരപ്പിള്ളയോട് പറഞ്ഞു.

"നമുക്ക് കിട്ടികൊണ്ടിരിക്കുന്ന പലതും നഷ്ടപ്പെടുവാൻ ഇവൻ കൂടി കാരണക്കാരനാ..."

ശങ്കരപ്പിള്ളയും ഒരു വന്യമൃഗത്തിന്റെ ഭാവത്തിൽ ഗോവർദ്ധന്റെ ക്യാബിന് നേരെ നോക്കി.

അവർ പറഞ്ഞത് എന്താണെന്ന് കേട്ടില്ലെങ്കിലും ഗാർഡ് സത്യന് എല്ലാം മനസ്സിലാകുന്നുണ്ടായിരുന്നു. അയാൾ അടക്കിച്ചിരിച്ചു.

"പിന്നെ എന്തൊക്കെയുണ്ട് സ്റ്റാൻലി വിശേഷങ്ങൾ?" ഗോവർദ്ധൻ ഒരു സിഗററ്റിന് തീ കൊളുത്തുന്നതിനിടയിൽ സ്റ്റാൻലിയോട് തിരക്കി.

"ശരിയാണോ എന്ന് എനിക്ക് കൃത്യമായി അറിയില്ല. എങ്കിലും സിംഗപ്പൂരിലേക്ക് കുറെ ആനകൊമ്പുകൾ കയറ്റി അയയ്ക്കാമെന്ന് സഖറിയാസും മറ്റും ഏറ്റിട്ടുണ്ടെന്ന് അറിയുന്നു."

ഗോവർദ്ധന്റെ നെറ്റി ചുളിഞ്ഞു.

അയാൾ ശ്രദ്ധയോടെ കേട്ടിരുന്നു.

"അങ്ങനെയാണെങ്കിൽ ഇനിയും ഇവിടെ ആനകൾ പിടഞ്ഞു വീഴാൻ തുടങ്ങും..."

ഗോവർദ്ധന്റെ കണ്ണുകളിൽ ഓരോ തീപ്പൊരികൾ പാറിവീണു കഴിഞ്ഞിരുന്നു. അനുനിമിഷം അവ ജ്വലിക്കാൻ തുടങ്ങി.

"ഇല്ല സ്റ്റാൻലി... "അയാളുടെ അമർത്തിയ പല്ലുകൾക്കിടയിലൂടെ ചതഞ്ഞരഞ്ഞ വാക്കുകൾ പുറത്തേക്ക് വന്നു. "അവൻ ആനകളെ കൊല്ലാനുള്ള അവസരം കൊടുക്കില്ല ഞാൻ. അതിന് മുൻപ് ജാവേദിനെ ഈ ലോകത്തുനിന്ന് തന്നെ ഞാൻ തുടച്ചുനീക്കിയിരിക്കും...."

"അതേടോ. ഒരു നീതിക്കും ഞാൻ ജീവനുള്ള ജാവേദിനെ കൊടുക്കില്ല. അതെന്റെ പ്രതിജ്ഞയാണ്. അവൻ ഏത് ഇരുമ്പഴിക്ക് പിന്നിലെത്തിയാലും ഇവിടത്തെ നാറിയ വ്യവസ്ഥിതി അവൻ

രക്ഷയുടെ വലയം തീർക്കും... അത് പാടില്ല. ഒരു വീരപ്പനായി ജാവേദ് ഇന്ത്യൻ കാടുകളെ നടുക്കിക്കൂടാ...."

മറുപടി പറയാതെ അയാളുടെ മുഖത്തേക്ക് തന്നെ നോക്കിയിരുന്നതേയുള്ളു റിപ്പോർട്ടർ സ്റ്റാൻലി.

വാതിൽക്കൽ ഒരു ചലനമറിഞ്ഞ് ഗോവർദ്ധൻ കുതിച്ചെണീറ്റു.

ഹാഫ് ഡോർ തള്ളിത്തുറന്ന് പുറത്തേക്ക് പാഞ്ഞ അയാൾ കണ്ടത് ഭിത്തിയോട് ചേർന്ന് നിന്ന് ആ മുറിയിലെ സംഭാഷണങ്ങളത്രയും ശ്രദ്ധിക്കുകയായിരുന്ന ഗാർഡ് ശങ്കരപ്പിള്ളയെയാണ്.

"സ്കൗണ്ട്റൽ....." ഗോവർദ്ധൻ അയാളുടെ ഷർട്ടിൽ കുത്തിപ്പിടിച്ച് തന്റെ നേരെ വലിച്ചടുപ്പിച്ചു "പറയ്... താനെന്തിനാ ഞങ്ങളുടെ സംസാരം ഒളിഞ്ഞുനിന്ന് കേട്ടത്.?"

ശങ്കരപ്പിള്ളയ്ക്ക് ശബ്ദിക്കാൻ കഴിഞ്ഞില്ല. അയാളുടെ തൊണ്ട വരണ്ടുപോയിരുന്നു. ഗോവർദ്ധൻ തന്നെ കണ്ടെത്തുമെന്ന് അയാൾ സ്വപ്നത്തിൽപോലും കരുതിയിരുന്നുമില്ല...

"പറയാൻ... താനെന്തിന് ഇവിടെ വന്നുനിന്നു.?"

ശങ്കരപ്പിള്ള കുടുകുടെ വിയർക്കാൻ തുടങ്ങിയിരുന്നു.

ദയനീയമായി അയാൾ ഗോവർദ്ധനെ നോക്കി.

ജാവേദ് ഫ്രാങ്കോയുടെ കടുവയേക്കാൾ മൃഗീയമായ ഭാവത്തോട് നിൽക്കുകയാണ് ഗോവർദ്ധൻ.

"ആരു പറഞ്ഞിട്ടാ താനീ പണി ചെയ്തത്. മിണ്ടാതെ നിന്നാൽ തനിക്ക് ഇനിയൊരിക്കലും മിണ്ടേണ്ടി വരില്ല. തന്റെ നാവ് അരിഞ്ഞു വീഴ്ത്തും ഞാൻ..."

ശങ്കരപ്പിള്ളയുടെ നോട്ടം ഫോറസ്റ്റർ മനുവർമ്മയിലേക്ക് നീണ്ടു ചെന്നു. വർമ്മ പതറി. എല്ലാം മനസ്സിലാക്കിയ ഗോവർദ്ധൻ ശങ്കരപ്പിള്ളയെ വിട്ട് മനുവർമ്മയുടെ നേരെ കുതിച്ചു.

പത്തൊമ്പത്

മനുവർമ്മയുടെ കണ്ണുകൾ പിടഞ്ഞു.

രക്ഷപ്പെടാൻ വെമ്പുന്നതുപോലെ അയാൾ ചുറ്റും നോക്കി.

അപ്പോഴേയ്ക്കും തൊട്ടുമുന്നിൽ എത്തികഴിഞ്ഞിരുന്നു റെയ്ഞ്ചർ ഗോവർദ്ധൻ.

കസേരയിൽ നിന്നും അറിയാതെ മേലോട്ടുയർന്നുപോയി മനുവർമ്മ. ഗോവർദ്ധന്റെ കത്തുന്ന കണ്ണുകളെ നേരിടാനുള്ള കരുത്തില്ലാതെ അയാൾ നോട്ടം തെറ്റിച്ചു.

റെയ്ഞ്ചർ അയാളുടെ മുഖത്തിനു നേരെ കൈചൂണ്ടി.

“മനുവർമ്മ” ഇടിമുഴക്കത്തിന്റെ നടുക്കം.

“എന്തിന് നീ ശങ്കരപ്പിള്ളയെ ചാരപ്പണിക്ക് നിയോഗിച്ചു?”

“സർ...”മനുവർമ്മ പതറി.

“നോക്ക്. നാഴികക്ക് നാൽപ്പതുവട്ടം നീ പറയുന്ന ഒരു പല്ലവിയുണ്ടല്ലോ. നിന്റെ ശാലിനി ഗർഭിണിയാണെന്ന്. അവളുടെ വയറ്റിൽ കിടക്കുന്ന കുഞ്ഞിനെ കാണണമെന്ന്, നിനക്ക് ആഗ്രഹമുണ്ടെങ്കിൽ ഞാൻ ചോദിക്കുന്നതിന് ശരിയായ ഉത്തരം തരണം.”

മനുവർമ്മയുടെ മുഖം പ്രേതത്തെ കണ്ടതുമാതിരി വിളറിപ്പോയി.

“ഇനി നിനക്ക് രക്ഷപ്പെടാനാവില്ല മനു. പലതും മനസ്സിൽ അടുക്കിവച്ചിട്ടുണ്ട് നീ. വിലപ്പെട്ട വിവരങ്ങൾ. അതൊക്കെ ഇന്നു നിന്റെ നാവിൻതുമ്പിൽ നിന്നും അടർന്നു വീഴണം. ജാവേദ് ഫ്രാങ്കോ എന്ന ബാസ്റ്റാർഡ് എവിടെയുണ്ട് എന്നതുവരെ...”

ഫോറസ്റ്റ് റേഞ്ച് ഓഫീസിൽ ആരും ശബ്ദിച്ചില്ല.

അവിടെ കനത്ത നിശ്ശബ്ദത പരന്നു.

റിപ്പോർട്ടർ സ്റ്റാൻലിയും ഗാർഡുകളും ശ്വാസം അടക്കിപ്പിടിച്ചു നിൽക്കുകയായിരുന്നു. ഗോവർദ്ധനെ പിടിച്ചകറ്റണമെന്ന് എല്ലാവർക്കും ആഗ്രഹമുണ്ടായിരുന്നു. പക്ഷേ, ആർക്കും അതിനുള്ള ധൈര്യം ഉണ്ടായില്ല.

ഗോവർദ്ധൻ പിന്നേയും എന്തോ സംസാരിക്കാൻ ഭാവിക്കുമ്പോൾ ഫോൺ ശബ്ദിച്ചു.

അയാൾ തോളിനു മുകളിലൂടെ തല തിരിച്ചു നോക്കി. അറ്റന്റ് ചെയ്യുവാൻ ഗാർഡ് സത്യനോടു പറഞ്ഞു.

സത്യൻ റിസീവർ എടുത്തു.

ഏതാനും സെക്കൻഡുകൾ കഴിഞ്ഞ് ഫോണിന്റെ മൗത്തിൽ കൈ അമർത്തിക്കൊണ്ട് അയാൾ പറഞ്ഞു.

“സർ, അമ്മയാണ്.....”

ഗോവർദ്ധൻ വേഗം വന്ന് റിസീവർ വാങ്ങി.

“യേസ്, എന്താ അമ്മേ?”

ഇത്തിരി നേരത്തെ സംസാരം. അയാൾ ചിന്താഭാരത്തോടെ റിസീവർ വെച്ചു.

പിന്നെ വീണ്ടും മനുവർമ്മയുടെ മുന്നിലെത്തി.

എന്നോട് പറയാനുള്ള സത്യങ്ങൾ ഒന്നും വിട്ടുപോകാതെ മനസ്സിൽ അടുക്കി വച്ചോളു. ഒരു കുമ്പസാരത്തിനുള്ള സമയമാണിത്. അല്ലെങ്കിൽ പിന്നെ എനിക്കുപോലും നിന്നെ രക്ഷിക്കാൻ കഴിഞ്ഞെ

ന്ന് വരില്ല മനുവർമ്മ. ഈ രാത്രി നിനക്ക് കുമ്പസാരിക്കാനുള്ളതാണ്."

ഗോവർദ്ധൻ തിരിഞ്ഞു.

റിപ്പോർട്ടർ സ്റ്റാൻലിയോട് പറഞ്ഞു.

"കമോൺ സ്റ്റാൻലി. നമുക്ക് ഒരിടം വരെ പോകേണ്ടതുണ്ട്. തന്റെ ബൈക്ക് ഇവിടെത്തന്നെ ഇരിക്കട്ടെ. തിരികെ വന്നിട്ടുപോകാം."

മറ്റാരോടും ഒന്നും പറഞ്ഞില്ല.

ഇരുവരും ചെന്ന് മാരുതി ജിപ്സിയിൽ കയറി.

അതകന്നു പോയി.

ഫോറസ്റ്റർ മനുവർമ്മയ്ക്ക് അപ്പോഴാണ് ശ്വാസം നേരെയായത്. അണപ്പല്ലുകൾ കടിച്ചമർത്തികൊണ്ട് അയാൾ എണിറ്റു.

രോഷത്തോടു തന്നെ ചെന്ന് റിസീവർ എടുത്ത് ആർക്കോ ഡയൽ ചെയ്തു. അവിടെ നടന്ന സംഭവങ്ങളത്രയും പറഞ്ഞു കേൾപ്പിച്ചു. പിന്നെ മറുപടിക്കായി കാതോർത്തു.

വനത്തിന്റെ അതിർത്തി കടക്കുവോളം റെയ്ഞ്ചർ ഗോവർദ്ധൻ റിപ്പോർട്ടർ സ്റ്റാൻലിയോട ഒന്നും സംസാരിച്ചില്ല. കടുത്ത ചിന്തയിലായിരുന്നു അയാൾ. ഇങ്ങോട്ട് സംസാരിക്കാതെ അങ്ങോട്ടൊന്നും ചോദിക്കേണ്ടെന്ന് സ്റ്റാൻലിയും തീരുമാനിച്ചിരുന്നു.

വനത്തിന്റെ അതിർത്തി കടന്നപ്പോൾ ഗോവർദ്ധൻ സ്റ്റാൻലിയെനോക്കി.

"അമ്മ ടൗണിൽ വന്നു നിൽപ്പുണ്ട്."

അയാൾ പറഞ്ഞപ്പോൾ സ്റ്റാൻലി അമ്പരന്നു പോയി.

ഗോവർദ്ധൻ തുടർന്നു.

"ഒന്നും അറിയിക്കാതെ അമ്മ വന്നതിൽ എനിക്കെന്തോ ഉത്കണ്ഠ തോന്നുന്നു..."

"അമ്മ മാത്രമേ ഉണ്ടായിരുന്നുള്ളോ വീട്ടിൽ."

"ഉം. ഒരു ദീർഘനിശ്വാസത്തോടെ അയാൾ പറഞ്ഞു. ബാക്കിയുള്ളവരൊക്കെ എന്നേയും അമ്മയേയും ഉപേക്ഷിച്ചുപോയി......" അപ്പോൾ അയാളുടെ ശബ്ദം പതറിയിരുന്നു. ആ മുഖത്ത് കടുത്ത ദുഃഖം നിഴലിച്ചു.

എന്തായിരിക്കും ഗോവർദ്ധന്റെ കുടുംബത്തിന് സംഭവിച്ചിരിക്കുക എന്നാണ് സ്റ്റാൻലി ചിന്തിച്ചത്. ഗോവർദ്ധനാണെങ്കിൽ പിന്നെ ഒന്നും പറഞ്ഞുമില്ല.

ബസ്സ്സ്റ്റാൻഡിൽ അമ്മ കാത്തുനില്ക്കുന്നത് അകലെ വച്ചേ ഗോ

വർദ്ധൻ കണ്ടു. അമ്മയ്ക്കരികിൽ ഒരു പെട്ടിയും ഷോൾഡർ ബാഗും.

ജിപ്സിയിൽ നിന്നിറങ്ങി ഇരുവരും അമ്മയ്ക്ക് നേരെ നടന്നു.

കുലീനത്വം തുളുമ്പുന്ന ഒരു സ്ധ്രീയായിരുന്നു ഗോവർദ്ധന്റെ അമ്മ ഭാഗീരഥി. തല മുഴുവനും വെള്ളിനൂലുകൾ കണക്കെ വെളുത്തിരുന്നു. കണ്ണട ധരിച്ചിട്ടുണ്ട്. സെറ്റുമുണ്ടാണ് വേഷം.

"അമ്മേ..."

ഗോവർദ്ധൻ വിളിച്ചപ്പോഴാണ് ഭാഗീരഥി മകനെ കണ്ടത്.

"മോനേ...."

"വാ. സംസാരമൊക്കെ പിന്നെ......."

ഗോവർദ്ധൻ പെട്ടിയും സ്റ്റാൻലി ഷോൾഡർ ബാഗുമെടുത്തു.

ജിപ്സിയുടെ മുൻസീറ്റിൽ അമ്മയെ ഇരുത്തിയിട്ട് സ്റ്റാൻലി പിന്നിൽ കയറി. പട്ടണം കഴിയും മുൻപു തന്നെ അവർ ഒരു ഹോട്ടലിൽ കയറി കാപ്പി കുടിക്കുകയും ചെയ്തു.

അവിടെ നിന്നും തിരിച്ചപ്പോൾത്തന്നെ നേരം സന്ധ്യയായി.

യാത്രാമദ്ധ്യേയാണ് അമ്മ പറഞ്ഞത്. "ചില ദിവസങ്ങളായി ആരോ ഫോൺ ചെയ്യുന്നു. നിന്നെ ജീവനോടെ വേണമെങ്കിൽ ഉടനെ കൂട്ടികൊണ്ടു പോരണമെന്ന്. ഞാനത്ര കാര്യമാക്കിയില്ല. ഭീഷണികൾ എനിക്ക് പുത്തരിയല്ലല്ലോ. പക്ഷേ ഇന്നലെ രാത്രി..."

അമ്മ ഒന്നു നിർത്തി ഗോവർദ്ധനും സ്റ്റാൻലിയും അമ്മയെ ഉറ്റു നോക്കി.

"രാത്രി?" ഇരുവരും ഒന്നിച്ചാണ് തിരക്കിയത്.

അമ്മയുടെ മുഖത്ത് പൊടുന്നനെ സങ്കടം നിറഞ്ഞു.

വാക്കുകളിൽ ഗദ്ഗദം തിങ്ങി.

"ഇന്നലെ രാത്രി ഒരു ജീപ്പിൽ ഒരാൾ അവിടെ വന്നു. ഒപ്പം ഒരു കാട്ടുമൃഗവും........"

"ജാവേദ് ഫ്രാങ്കോ....!"

ഇരുവരുടേയും മനസ്സ് ഒരേ പോലെ മന്ത്രിച്ചു.

"എന്നിട്ട്?"

"നിന്നെ തിരിച്ചുവിളിക്കണമെന്നും പറഞ്ഞ് അവൻ എന്നെ അടിച്ചു..."

"അമ്മേ....."

പൊടുന്നനേ ഗോവർദ്ധൻ ജിപ്സി നിറുത്തി. അമ്മയുടെ മുഖത്തേക്ക് ഉറ്റുനോക്കി. ഭാഗീരഥിയുടെ കണ്ണുകളിൽ നിന്നും രണ്ട് തുള്ളി നീർ അടർന്നു വീണു.

“നിന്നെ വിളിച്ചുകൊണ്ട് പോന്നില്ലെങ്കിൽ ആ മൃഗത്തിനെ കൊണ്ട് എന്നെ കൊല്ലിക്കും എന്നു പറഞ്ഞു....... മരിക്കുന്നെങ്കിൽ നിന്റെ മടീൽ കിടന്നു മരിക്കാമെന്ന് കരുതി ഞാനിങ്ങു പോന്നു. അല്ലാതെ നിന്നെ ഇവിടെ നിന്നും മടക്കികൊണ്ടുപോകാൻ കഴിയില്ലെന്ന് ഈ അമ്മയ്ക്കറിയാം.”

ഭാഗീരഥി ദീർഘമായി ഒന്നു നിശ്വസിച്ചു.

“എങ്കിലും അമ്മ ഒന്നറിയിച്ചിരുന്നെങ്കിൽ ഞാനങ്ങോട്ട് വന്നേനേയല്ലോ.”

“ഓ, ടൗണിൽ വന്നിട്ട് ഓഫീസിലേക്ക് വിളിക്കാം. അല്ലെങ്കിൽ ഒരു ടാക്സി വിളിച്ചു പോരാം എന്നു കരുതി.”

“സ്റ്റാൻലി” ഗോവർദ്ധൻ ഡ്രൈവു ചെയ്യുന്നതിനിടയിൽ തിരിഞ്ഞു നോക്കി.

“സർ”

“താൻ ഈ വിവരമൊന്നും തൽക്കാലം പത്രത്തിൽ എഴുതണ്ട കേട്ടോ.”

“ശരി സാർ.” അവർ റേഞ്ച് ഓഫീസിൽ എത്തുമ്പോൾ രാതി എട്ടു മണിയായി.

“സ്റ്റാൻലി, ഇനി പൊയ്ക്കൊ. ഞാൻ അമ്മയെ ക്വാർട്ടേഴ്സിലേക്ക് കൊണ്ടു പോകട്ടെ.”

“ശരി സാർ.”

സ്റ്റാൻലി അവിടെ ഇറങ്ങി തന്റെ ബൈക്കിൽ കയറുമ്പോൾ റേഞ്ച് ഓഫീസിന്റെ വാതിൽക്കൽ ഗാർഡുകൾ നോക്കി നിൽക്കുന്നത് കണ്ടു. നിശ്ശബ്ദതയെ പിളർന്നുകൊണ്ട് ഇരുളിൽ ഹെഡ്‌ലൈറ്റുകൊണ്ടൊരു ഗുഹാമാർഗ്ഗം സൃഷ്ടിച്ചു ബൈക്ക് പാഞ്ഞുപോയി.

പതിനഞ്ച് മിനിട്ടുകൾ പിന്നിട്ടുകാണും. ബൈക്ക് ഒരു വളവ് തിരിഞ്ഞതും റോഡിൽ അയാളുടെ ശ്രദ്ധയിൽപ്പെടാതെ കുറുകെ കിടന്നിരുന്ന ഒരു കയർ ജീവൻ വച്ചതുമാതിരി മുകളിലേക്കുയർന്നതും ഒന്നിച്ചായിരുന്നു.

ബൈക്കിന്റെ മുൻചക്രത്തിലെ മഡ്ഗാർഡിൽ കയർ കുരുങ്ങി.

ലക്ഷ്യം തടസ്സമായ ബൈക്ക് ഒന്നു കുതിച്ചുയർന്ന് മലക്കം മറിഞ്ഞു. അതിൽ നിന്നും പിടിവിട്ടു തെറിച്ചുപോയ സ്റ്റാൻലി ഓടയിൽ മുഖമടിച്ചു വീണു.........

കയറിൽ കുരുങ്ങിയ ബൈക്ക് എൻജിൻ ഓഫാകാതെ റോഡിൽ വട്ടം കറങ്ങി. പിൻ ചക്രത്തിനിടയിൽ നിന്നും മൺതരികൾ തെറിച്ചു......

ഇരുപത്

റോഡിൽ ആസുരമായ ഭാവത്തിൽ വട്ടം കുറങ്ങുകയായിരുന്ന ബൈക്കിന്റെഹെഡ്‌ലൈറ്റുകളിലെ വെളിച്ചം ചുറ്റുമുള്ള കാടുകളെ തൊട്ടുഴിഞ്ഞു.

വീണിടത്തുനിന്നും ഒരുവിധത്തിൽ ഉരുണ്ടുപിരണ്ട് എണീൽക്കുകയായിരുന്നു സ്റ്റാൻലി അപ്പോൾ.

ശരീരം എവിടെയൊക്കെയാണ് ചെന്നിടിച്ചതെന്നൊന്നും അറിയില്ലായിരുന്നു. മൂക്കിലും വായിലുമൊക്കെ മണ്ണുണ്ടായിരുന്നു.

പൊടുന്നനെ ബൈക്കിന്റെ എൻജിൻ ഓഫായി.

അവിടെ കനത്ത ഇരുൾ പരന്നു.

അപ്പോഴും സംഭവിച്ചത് എന്താണെന്ന് വ്യക്തമായിരുന്നില്ല സ്റ്റാൻലിക്ക്. ബൈക്ക് പൊടുന്നനെ മുകളിലേക്ക് ഉയരുന്നത് മിന്നായം പോലെ ഒന്നറിഞ്ഞത് മാത്രമേയുള്ളു.

ചെവിയെ നനച്ചുകൊണ്ട് എന്തോ താഴേക്ക് ഒലിച്ചിറങ്ങുന്നുതുപോലെ തോന്നിയ അയാൾ തടവി നോക്കി.

കൊഴുത്ത ദ്രാവകമാണതെന്ന് മനസ്സിലായി. ചോരയുടെ ഗന്ധം...

തല മുറിഞ്ഞിട്ടുണ്ട്.

പക്ഷേ, വേദന അറിയാനേ ഇല്ല. തല മാത്രമല്ല ശരീരവും മരവിച്ചിരിക്കുകയാണ്.

തോളിൽ തൂക്കിയിരുന്ന സഞ്ചി എവിടെയോ വീണു പോയിരിക്കുന്നുവെന്ന് അയാളറിഞ്ഞു. വേച്ചു പോകുന്ന കാലുകളോടെ സ്റ്റാൻലി ഇരുളിലൂടെ ബൈക്കിനരുകിലേക്ക് നടക്കുമ്പോൾ അപ്രതീക്ഷിതമായാണ് റോഡിൽ എതിർഭാഗത്ത് രണ്ട്. തീക്കണ്ണുകൾ തെളിഞ്ഞത്...

സ്റ്റാൻലി ഒന്നു ഞെട്ടി.

അതൊരു ജീപ്പാണെന്നും അത് അവിടെ നിറുത്തിയിട്ടിരിക്കുകയായിരുന്നെന്നും അയാൾക്ക് മനസ്സിലായി.

ജീപ്പ് മുന്നോട്ട് വന്നു.

ഹെഡ് ലൈറ്റുകളിലെ വെളിച്ചം സൂചിമുനകളായി സ്റ്റാൻലിയുടെ കണ്ണുകളിൽ തുളഞ്ഞിറങ്ങി....

റെയ്ഞ്ചർ ഗോവർദ്ധൻ അമ്മയെ ക്വാർട്ടേഴ്സിൽ എത്തിച്ച് കുറേ നേരം അവടെ ഇരുന്നതിനുശേഷം ഓഫീസിലേക്ക് മടങ്ങി വന്നു. ഫോറസ്റ്റർ മനുവർമ്മ നെഞ്ചിൽ പേറികൊണ്ടുനടന്ന ആ രഹസ്യം അറിയണമെന്നു തന്നെയായിരുന്നു അയാളുടെ തീരുമാനം.

മനുവിലൂടെ ജാവേദ് ഫ്രോങ്കോയ്ക്ക് അരുകിലെത്താനാവും എന്ന കാര്യത്തിൽ അയാൾക്ക് സംശയമേ ഉണ്ടായിരുന്നില്ല.

ഓഫീസിലെത്തിയ അയാൾ മനുവർമ്മയുടെ സീറ്റ് ഒഴിഞ്ഞു കിടക്കുന്നതാണ് കണ്ടത്. ക്വാർട്ടേഴ്സിലേക്ക് പോയതായിരിക്കുമെന്ന് കരുതി തന്റെ സീറ്റിൽ അമരുന്നതിനിടയിലാണ് മേശപ്പുറത്തിരിക്കുന്ന ലീവ് ആപ്ലിക്കേഷൻ കണ്ടത്.

ചുളിഞ്ഞ നെറ്റിയോടെയാണ് ഗോവർദ്ധൻ അതെടുത്തത്.

അയാൾ അമ്പരന്നു പോയി.

മനുവർമ്മ ഒരു മാസത്തേക്ക് കമ്മ്യൂട്ടഡ് ലീവ് എടുത്തിരിക്കുന്നു. ഓൺ മെഡിക്കൽ ഗ്രൗണ്ട്...

ലീവ് ആപ്ലിക്കേഷനും കൈയ്യിൽ വച്ചുകൊണ്ട് ഗോവർദ്ധൻ അങ്ങനെതന്നെ ഇത്തിരിനേരം ഇരുന്നുപോയി.

ഈ ലീവ് ആപ്ലിക്കേഷൻ റിജക്ട് ചെയ്യാൻ തനിക്ക് കഴിയും. പക്ഷേ ഒരു ഡോക്ടർ മനുവർമ്മയ്ക്ക് രോഗമുണ്ടെന്ന് പറഞ്ഞാൽ പിന്നെ അതിന്റെ നിയമവശങ്ങൾ തേടി താൻ പോകേണ്ടിവരും.

"സത്യാ"-ഗോവർദ്ധൻ വിളിച്ചു.

ഗാർഡ് സത്യൻ കടന്നുവന്നു.

"സാർ?"

"എപ്പോഴാണ് ഇതിവിടെ വെച്ചിട്ട് മനുവർമ്മ പോയത്?"

"സാർ പോയി ഒരു മണിക്കൂർ കഴിഞ്ഞുകാണും."

ഒന്നമർത്തി മൂളിയിട്ട് ഗോവർദ്ധൻ എണീറ്റു.

മനുവർമ്മ ക്വാർട്ടേഴ്സിലുണ്ടാവും.

അങ്ങനെ അയാൾ തന്റെ കൈയ്യിൽ നിന്നും രക്ഷപ്പെട്ടുകൂടാ.

ജിപ്സിയിൽ അയാൾ മനുവർമ്മയുടെ ക്വാർട്ടേസിലേക്ക് കുതിച്ചു. പക്ഷേ..... അവിടെ ക്വാർട്ടേഴ്സിന് മുന്നിൽ ലൈറ്റ് പോലും ഉണ്ടായിരുന്നില്ല. ജിപ്സിയുടെ വെളിച്ചത്തിൽ ക്വാർട്ടേഴ്സിന്റെ വാതിലിൽ തൂങ്ങികിടക്കുന്ന വലിയ താഴ് അയാൾ കണ്ടു.

"ഛേ..." അമർഷത്തോടെ ഗോവർദ്ധൻ സ്റ്റിയറിംഗ് വീലിൽ തട്ടി.

അയാൾ രക്ഷപ്പെട്ടു.

അവിടന്ന് ജിപ്സി തിരിച്ച് അയാൾ ആക്സിലേറ്ററിൽ കാൽ ആഞ്ഞമർത്തി.

അടുത്ത പ്രഭാതം. വൃക്ഷത്തലപ്പുകൾക്കിടയിലൂടെ സൂര്യപ്രകാശം അരിച്ചിറങ്ങിവന്നു... റെയ്ഞ്ചർ ഗോവർദ്ധൻ അപ്പോഴാണ് കണ്ണുകൾ തുറന്നത്. തലേന്ന് രാത്രിയിൽ വൈകിയാണ് ഉറങ്ങാൻ

കിടന്നത്. അയാളെണീറ്റ് പുറത്തേക്ക് ചെന്നപ്പോഴേക്കും അമ്മ ആവി പറക്കുന്ന കാപ്പിയുമായി അങ്ങോട്ടുവന്നു.

"എന്താ ഭാഗീരഥി കണ്ണുകൾ വല്ലാതെ ഇരിക്കുന്നത്. ഇന്നലെ ഉറങ്ങിയില്ലേ.?" കാപ്പി കപ്പ് വാങ്ങുന്നതിനിടയിൽ ഗൗരവത്തിൽ ഗോവർദ്ധൻ തിരക്കി.

അമ്മ കൈയോങ്ങി.

"നീ രാവിലെ തല്ലുമേടിക്കരുത്." ഗോവർദ്ധൻ ചിരിച്ചു.

അമ്മ ഉണ്ടാക്കിക്കൊടുത്ത പലഹാരങ്ങളും കഴിച്ചിട്ടാണ് ഗോവർദ്ധൻ ഓഫീസിലേക്ക് പോയത്.

അവിടെയെത്തിയ ഉടനെ ഫോൺ ശബ്ദിച്ചു.

ഗോവർദ്ധൻ അറ്റന്റ് ചെയ്തു.

അപ്പുറത്തുനിന്നുള്ള വാർത്ത കേട്ട് അയാൾ ഞെട്ടിപ്പോയി.

ഒരു മിനിട്ടുനേരത്തെ സംസാരം.

റിസീവർ വയ്ക്കുമ്പോൾ അയാളുടെ നെറ്റിയിലൂടെ വിയർപ്പ് കണങ്ങൾ ഇറ്റുവിഴുകയായിരുന്നു.

അയാളുടെ ഈ മാറ്റം ശ്രദ്ധിച്ചുകൊണ്ട് നിൽക്കുകയായിരുന്നു ഗാർഡ് സത്യൻ.

"എന്തു പറ്റി സാർ?" അയാൾ ഉദ്വേഗത്തോടു തിരക്കി.

ഗോവർദ്ധൻ എണീറ്റു.

"കമോൺ സത്യാ. നമുക്ക് ഒരിടം വരെ പോകണം."

മറ്റാരോടും ഒന്നും പറഞ്ഞില്ല.

ഇരുവരും ജിപ്സിയിൽ കയറി.

അത് പാഞ്ഞകന്നു.

ഇന്നലെ രാത്രി സ്റ്റാൻലിക്ക് ഒരു ആക്സിഡന്റ് ഉണ്ടായി. യാത്രാമദ്ധ്യേയാണ് ഗോവർദ്ധൻ പറഞ്ഞത്.

"എന്നിട്ട്"

"വ്യക്തമായി ഒന്നുമറിയില്ല. ഹോസ്പിറ്റലിൽ എത്തിയിട്ടേ അറിയാനാവൂ.?"

വഴിമദ്ധ്യേ അവർ റോഡിന്റെ ഓരത്തു കിടക്കുന്ന സ്റ്റാൻലിയുടെ ബൈക്ക് കണ്ടു. ഏതാനും ആൾക്കാർ അവിടെ നില്പ്പുണ്ടായിരുന്നു. അവിടെ നിറുത്താതെ ജീപ്പോടിച്ചു പോയി.

ഹോസ്പിറ്റൽ-

ഇന്റൻസീവ് കെയർ യൂണിറ്റിലായിരുന്നു സ്റ്റാൻലി.

ഇനിയും സ്വബോധം വീണ്ടു കിട്ടിയിട്ടില്ല... ഗോവർദ്ധൻ അയാളെ കണ്ടു, പിന്നെ ഡോക്ടറുമായി സംസാരിച്ചു.

"ഒന്നും തീർത്തു പറയാനാവാത്ത അവസ്ഥയാണിപ്പോൾ അയാളുടേത്." ഡോക്ടർ പറഞ്ഞു. "ഇരുപതു ശതമാനത്തിൽ കൂടുതൽ പ്രതീക്ഷ വേണ്ട. തലയ്ക്ക് ശക്തമായ മുറിവുണ്ട്. കൈയിൽ ഏതോവന്യമൃഗം കടിച്ചു പറിച്ചതുമാതിരിയാണ് മുറിവ്."

വന്യമൃഗം!

ജാവേദ്ഫ്രാങ്കോയുടെ കടുവയെക്കുറിച്ചാണ് ഗോവർദ്ധൻ അപ്പോൾ ചിന്തിച്ചത്.

ഒരു പക്ഷേ, ഇനി ജാവേദ്...

അയാൾ ചിന്താഭാരത്തോടെ എണിറ്റു. പരിചയമുള്ള ചില പൊലീസുകാരെ ഹോസ്പിറ്റലിൽ കണ്ടു.

നാട്ടുകാരിൽ ആരോ ആയിരിക്കണം രാത്രിയിൽ പോലീസ് സ്റ്റേഷനിലേക്ക് വിളിച്ചാണ് സ്റ്റാൻലി റോഡിൽ കിടക്കുന്ന വിവരം അറിയിച്ചതെന്ന് പോലീസുകാർ പറഞ്ഞു.

പക്ഷേ, ആരാണെന്ന് ചോദിച്ചിട്ട് പറഞ്ഞുമില്ല...

ഗോവർദ്ധൻ സത്യനേയും കൂട്ടി അവിടെനിന്നു മടങ്ങി.

ഈ സമയം മറ്റൊരിടത്ത് ജാവേദ്ഫ്രാങ്കോയും അയാൾക്കരുകിൽ കടുവയും ഉണ്ടായിരുന്നു.

മുന്നിൽ സഖറിയാസ് മുതലാളിയും സത്യമൂർത്തിയും മനുവർമ്മയും ഉണ്ടായിരുന്നു.

ആരെയോ പ്രതിക്ഷിക്കുകയായിരുന്നു അവർ.

അല്പം കഴിഞ്ഞപ്പോൾ പുറത്തൊരു കാർ ബ്രേക്കിട്ടു. അതിൽ നിന്നും മുൻമന്ത്രി വിദ്യാധരനും ഇറങ്ങി അവർക്കരുകിലെത്തി.

"താനെന്താടോ ഇത്രയും വൈകിയത്?" ജാവേദ് ഫ്രാങ്കോ ഗഞ്ചാവു ചേർത്ത ഒരു ചുരുട്ടു കത്തിച്ചു.

വിദ്യാധരൻ ഇരിക്കുന്നതിനിടയിൽ പറഞ്ഞു.

"ഞാൻ ആ നായിന്റെ മോൻ റിപ്പോർട്ടറെക്കുറിച്ച് തിരക്കാനായി ഇത്തിരി മിനക്കെട്ടു."

"എന്നിട്ട് അവൻ തൊലഞ്ഞോ?" ചോദിച്ചത് സഖറിയാസാണ്.

"ഇല്ല. ഒന്നും പറയാറായിട്ടില്ല."

"ഛേ..."സത്യമൂർത്തി മുഖം തിരിച്ചു.

"അവന്റെ മരണം ഉറപ്പാക്കണമായിരുന്നു ജാവേദ്. എങ്കിൽ നമ്മുടെ ഒരു തലവേദന ഇല്ലാതെയായേനേ..."

"അങ്ങനെ ചെയ്യാൻ ഭാവിച്ചതല്ലേ എന്റെ കടുവ അവനെ കടിച്ചു കൂടഞ്ഞതല്ലേ- ആ സമയത്താണ്..."

ജാവേദ് പൂർത്തിയാക്കും മുൻപ് ഒരു സീൽക്കാരം കേട്ടു.

ഏവരും ഞെട്ടിത്തിരിയും മുൻപുതന്നെ അവർക്ക് മുന്നിലെ ടീപ്പോയിൽ ഒരമ്പു വന്നു തറച്ചു.

അതിന്റെ പിൻഭാഗം നിന്നു വിറകൊണ്ടു. അവിടെ ഒരു കടലാസ് തൂങ്ങികിടപ്പുണ്ടായിരുന്നു.... എല്ലാവരും പിന്നിലെ ജനാലയ്ക്ക് നേരെ നോക്കുമ്പോൾ കടുവ പുറത്തേക്ക് കുതിച്ചു കഴിഞ്ഞിരുന്നു.

ഇരുപത്തിയൊന്ന്

ജാവേദ് ഉൾപ്പെടെ എല്ലാവരും ഒന്നു കിടുങ്ങിയെന്ന് വ്യക്തം.

അവർ നോക്കുമ്പോഴും അമ്പിന്റെ പിൻഭാഗത്തെ വിറയൽ അവസാനിച്ചിരുന്നില്ല.

തുറന്ന് കിടന്നിരുന്ന ജനാലയിലൂടെയാണ് അമ്പു വന്നതെന്ന് വ്യക്തം. ആ ഭാഗത്ത് കനത്ത ഇരുട്ടാണുതാനും.

ജാവേദ് ഫ്രാങ്കോ തോളിൽ നിന്നും സ്റ്റെൻഗൺ വലിച്ചെടുത്തു കൊണ്ട് ജനലിന് നേരെ കുതിച്ചു.

പുറത്തെ ഇരുളിൽ ഒരു ചലനത്തിനുവേണ്ടി ഇലകൾ പോലും ചലിപ്പിക്കാതെ അയാൾ കാത്തുനിന്നു.

ഇല്ല. ഒരിടത്തും ഒരു ചലനം പോലുമില്ല. സർവ്വത്ര ശാന്തം.

പുറത്തേക്ക് ചാടിപ്പോയ തന്റെ കടുവയുടെ അനക്കം പോലും അയാൾ അറിഞ്ഞില്ല...

അവിടെയിരുന്നവരുടെ ഹൃദയങ്ങളിൽ പെരുമ്പറകളുടെ മുഴക്കമായിരുന്നു.

ഇതുപോലെ ഒരമ്പ് ഇരുളിലൂടെ ചീറിവരില്ലെന്നും തങ്ങളുടെ ഹൃദയത്തിൽ പുളഞ്ഞിറങ്ങില്ലെന്നും എങ്ങനെ അറിയും.?

ഒരു ചലനത്തിനുവേണ്ടി ഇത്തിരിനേരം കൂടി നിന്നിട്ട് ജാവേദ് തിരികെ വന്നു. "പേടിക്കണ്ടാ." അയാൾ പറഞ്ഞു. "ആ ശത്രു എവിടെയുണ്ടെങ്കിലും എന്റെ കടുവാക്കുട്ടൻ അവന്റെ ശവശരീരവുമായി ഇങ്ങെത്തും."

അപ്പോഴും ആരും ഒന്നും പറഞ്ഞില്ല.

വിളറിവെളുത്ത് വിയർത്തൊലിച്ചിരിക്കുകയായിരുന്നു അവർ.

"അജ്ഞാതനായ ഒരു ശ്രതുവിന്റെ സാന്നിദ്ധ്യം കുറേക്കാലമായി ഞാൻ തിരിച്ചറിയാൻ തുടങ്ങിയിട്ട് ഇല്ല, ഇനി അധികകാലം അവൻ, ആയുസ്സില്ല. ജാവേദിനെ കബളിപ്പിച്ച് ഒരുത്തനും മറഞ്ഞിരിക്കാനാവില്ല..."

ഡി.എഫ്.ഒ. സത്യമൂർത്തി ഉമിനീരിറക്കി.

"നമുക്ക് തൽക്കാലം ഇവിടെനിന്ന് എങ്ങോട്ടെങ്കിലും മാറിയാലോ ജാവേദ്?"

"എന്തിന്?"- അയാൾ ചിരിച്ചു. മരിക്കുമെന്നുള്ള ഭയമാണോ നിങ്ങൾക്ക്? അതിന്റെ ആവശ്യമില്ല. ജാവേദിനെ എതിരിടാൻ വരുന്നവരാണ് മരണത്തെ ഭയപ്പെടേണ്ടത്." എന്നു പറഞ്ഞു കൊണ്ട് അയാൾ അമ്പിന്റെ പിന്നിൽ തൂങ്ങിക്കിടന്നിരുന്ന കടലാസ് കഷ്ണം എടുത്തു നിവർത്തി.

അതിൽ ഇങ്ങനെ എഴുതിയിരുന്നു "ജാവേദ്, നീയും നിന്റെ ചിറിനക്കിനായ്ക്കളും എന്നും എപ്പോഴും ഇങ്ങനെ സുരക്ഷിതരാണെന്ന് കരുതേണ്ട. നിന്റെയൊക്കെ പിന്നിൽ ഞാനുണ്ട്. നിന്റെയൊക്കെ നിഴലിൽ തന്നെയുണ്ട്. പക്ഷേ, എന്നെ കണ്ടെത്താൻ നിനക്കൊന്നും കഴിയില്ല. കാരണം എനിക്ക് മരണത്തിന്റെ രൂപമാണ്..."

"ചെയ്തിട്ടുള്ള പാപങ്ങൾക്കൊക്കെ പരിഹാരകർമ്മങ്ങൾ അനുഷ്ഠിക്കാനുള്ള സമയമാണിത്. എത്രയും വേഗത്തിൽ അത് നിർവ്വഹിച്ചു കൊള്ളുക. അല്ലെങ്കിൽ പിന്നീട് അതിന് കഴിഞ്ഞില്ലെങ്കിലോ?"

"വനത്തിൽ വച്ച് നിന്റെ കൂടെയുണ്ടായിരുന്ന സുന്ദരിയെ കൊന്നത് ഞാനാണ്. സ്റ്റാൻലിയുടെ അരുകിൽ എത്തിയതും ഞാൻ തന്നെ. ഒന്നുണ്ട്. നീയൊക്കെ മരിക്കും മുമ്പ് ഞാൻ മുന്നിലെത്താം. സ്വയം പരിചയപ്പെടുത്താം. എല്ലാം അറിഞ്ഞിട്ട് നിങ്ങൾക്കെല്ലാം സ്വസ്ഥമായി അങ്ങേ ലോകത്തേക്ക് പോകാം..."

ഇത്രയുമാണ് ആ കത്തിൽ ഉണ്ടായിരുന്നത്. രണ്ടാവർത്തി ജാവേദ് അത് വായിച്ചു. പിന്നെ ഒന്നും മിണ്ടാതെ മറ്റുള്ളവർക്ക് നേരെ നീട്ടി.

മുൻമന്ത്രി വിദ്യാധരൻ അതുറക്കെ വായിച്ചു.

ബാക്കിയുള്ളവർ കാതോർത്തിരുന്നു.

ജാവേദ് ഫ്രാങ്കോയുടെ മനസ്സിൽ അപ്പോൾ തെളിഞ്ഞുവന്നത് കഴിഞ്ഞ രാത്രിയിലെ സംഭവമാണ്.

റിപ്പോർട്ടർ സ്റ്റാൻലിയുടെ ശരീരം താൻ കടുവാക്കുട്ടന് സമർപ്പിച്ചിരുന്നു. അവൻ അയാളെ കടിച്ചുകുടയുമ്പോഴാണ് ഇരുളിൽ നിന്നൊരു വെടിയുണ്ട പാഞ്ഞുവന്നതും കടുവയുടെ ഗർജ്ജനം, ഉയർന്നതും.

പിന്നെയും വെടി പൊട്ടി.

കടുവയ്ക്ക് വെടിയേറ്റുയെന്ന് തനിക്കുറപ്പുണ്ടായിരുന്നു. അതുകൊണ്ടാണ് പെട്ടെന്ന് ജീപ്പിൽ ചാടിക്കയറിയതും കടുവയുമായി

രക്ഷപ്പെട്ടതും.

ഇരുളിൽ ഒരു ചലനം താനും കണ്ടിരുന്നു. പക്ഷേ, തോക്ക് തിരിച്ചപ്പോഴേക്കും എല്ലാം കണ്ണിൽനിന്നും മറഞ്ഞു...

“ജാവേദ് എന്താ ഓർത്തിരിക്കുന്നത്.?”

സഖറിയാസിന്റെ ശബ്ദമാണ് അയാളെ ഉണർത്തിയത്.

എല്ലാവരും അജ്ഞാതന്റെ കത്ത് വായിച്ചു കഴിഞ്ഞിരുന്നു.

“ശത്രു ആരാണെന്നാണ് ഞാൻ ചിന്തിക്കുന്നത്. എന്റെ ഓർമ്മയിൽ ഇങ്ങനെ ഒരാൾ ഇല്ല. ഭൂമിയിൽ നിന്നും പൊട്ടി മുളച്ചതുമാതിരി ഇങ്ങനെ ഒരുത്തൻ ഇപ്പോഴെങ്ങനെ ഉണ്ടായി.? എല്ലാവർക്കും ചിന്തിച്ചു നോക്കാം. ഉണ്ടോ ആരുടെയെങ്കിലും മനസ്സിൽ ഇങ്ങനെ ഒരു ശത്രു.?”

ഇല്ല എന്നുള്ള ഉത്തരമാണ് എല്ലാവരിൽനിന്നും കിട്ടിയത്.

“കടുവയെ കാണുന്നില്ലല്ലോ...?” ഫോസ്റ്റർ മനുവർമ്മ പറഞ്ഞു.

“അവനെക്കുറിച്ച് ചിന്തിക്കേണ്ട യാതൊരു കാര്യവുമില്ല വർമ്മേ... അവനിങ്ങുവരും. ശത്രുവിനെ ജീവനോടെയോ അല്ലാതെയോ നമുക്ക് തരുവാൻ...”

ആ സംസാരം അവിടെ അവസാനിച്ചു.

അവർ പുതിയ കാര്യത്തിലേക്ക് കടന്നു.

മദ്യവും കാട്ടിറച്ചിയും അകത്താക്കി.

“ഇനിയിപ്പോൾ കാത്തിരിക്കാനാവില്ല. ചന്ദനവും ആനക്കൊമ്പും കിട്ടിയേ മതിയാകു ജാവേദ്. നമ്മുടെ സ്ഥിരം ആൾക്കാരെല്ലാം കുറേ ദിവസങ്ങളായി ലോഡ് എത്തുന്നതും കാത്തിരിപ്പാണ്...”

ജാവേദ് ഒന്നമർത്തി മൂളി.

ഈ സമയം ഇരുളിലൂടെ മുന്നോട്ടു കുതിക്കുകയായിരുന്നു ജാവേദ് ഫ്രാങ്കോയുടെ കടുവ.

കടുവയുടെ മുന്നിൽ പ്രാണരക്ഷാർത്ഥം ഓടുന്ന ഒരു മനുഷ്യനുമുണ്ടായിരുന്നു.

കുറ്റിക്കാടുകളും ഇടക്കിടെ വൻ മരങ്ങളും നിൽക്കുന്ന ഭാഗത്തുകൂടിയാണ് ഓട്ടം. കടുവയ്ക്കും ആ മനുഷ്യനും ഒരേ പരിചിതമാണ് വനമെന്നു തോന്നുമായിരുന്നു.

മുന്നിൽ ഓടുന്ന മനുഷ്യരൂപം ഇത്തിരി ചരിവിലുള്ള ഒരു ഭാഗത്തെത്തി. പൊടുന്നനെയാണ് കടുവ കുതിച്ചുചാടിയത്.

ആ മനുഷ്യനും കടുവയും ഒന്നിച്ച് താഴേക്ക് നിരങ്ങിപ്പോയി.

ഏതാണ്ട് ഇരുപത്തഞ്ചടിയോളം താഴെ ഇരുവരും ചവിട്ടിനിന്നു.

പിന്നെ പൊരിഞ്ഞ ആക്രമണമായിരുന്നു.

കടുവ വായ് പിളർന്നപ്പോൾ വല്ലാത്ത ദുർഗന്ധത്താൽ ആ മനുഷ്യൻ മനം പുരട്ടി. അയാളുടെ കൈയ്യിൽ ഇരുന്ന റിവോൾവർ നേരത്തെ തന്നെ നഷ്ടമായിരുന്നു...

കടുവയുടെ ആസുരമായ കരുത്തിനുമുന്നിൽ തനിക്ക് പിടിച്ചു നിൽക്കാൻ കഴിയില്ലെന്ന് അയാൾക്ക് വ്യക്തമായി.

ആ ക്രൂരജന്തു അയാളെ തറയിലേക്ക് ചവിട്ടിയമർത്തി. പിന്നെ, ആ മുഖത്തിനുനേരെ വായ് തുറന്നു കൊണ്ട് അടുത്തു.

തറയിൽ കിടന്നിരുന്ന മനുഷ്യൻ അരയിൽ തപ്പി നോക്കി. ഒരു കത്തി കൈയിൽ തടഞ്ഞു.

വൈദ്യുതിയുടെ വേഗത്തിൽ അയാൾ കത്തി വലിച്ചെടുത്ത് കടുവയുടെ കഴുത്തിലേക്ക് പായിച്ചു...

സമയമിഴഞ്ഞു.

ജാവേദ് ഫ്രാങ്കോയും മറ്റും അപ്പോഴും ഗഹനമായ ചർച്ചയിലായിരുന്നു.

"കഞ്ചാവ് ചെടികൾ മുഴുവൻ പൂത്തു നിൽക്കുകയാണ്. ഒരു കാറ്റുവീശിയാൽ മതി അതിന്റെ ഗന്ധം എവിടേയും പരക്കും." ചുരുട്ട് ആഞ്ഞുവലിക്കുന്നതിനിടയിൽ ജാവേദ് പറഞ്ഞു. "ആ നായിന്റെ മോൻ ഗോവർദ്ധന്റെ മുക്കിൽ ഗന്ധമെത്തിയാൽ ആകെ തീരും."

"പിന്നെന്തിനാടോ താനീ സ്റ്റെൻഗണ്ണും തൂക്കി കാട്ടുരാജാവാണെന്നും പറഞ്ഞു നടക്കുന്നത്. അവൻ വന്നാൽ അവനെക്കൂടി കഞ്ചാവിന്റെ കൂടെ വെട്ടിയെറിഞ്ഞിട്ട് ഹാഷിഷാക്കിയെടുക്കെടോ..."മുൻ മന്ത്രി വിദ്യാധരന്റെ ശബ്ദത്തിൽ രോഷമുണ്ടായിരുന്നു.

ജാവേദ് അയാളെ തുറിച്ചു നോക്കി.

"എന്റെ മുന്നിൽ വന്നാൽ അവനല്ല അവന്റെ മുത്തച്ഛൻ പോലും തിരിച്ചു പോകില്ല. നിങ്ങൾക്കറിയാമല്ലോ.? പക്ഷേ ഞാൻ പറഞ്ഞു വന്നത് അതല്ല."

"ഭരണം പോയ സ്ഥിതിക്ക് സൂക്ഷിക്കണം. കഞ്ചാവ് വെട്ടിയുണക്കി വനാതിർത്തിയിൽ എത്തിക്കുന്നതോടെ എന്റെ ജോലി തീർന്നു. അതിനുശേഷമുള്ള നിങ്ങളുടെ കാര്യങ്ങളാണ് ചിന്തനീയം. നിങ്ങളുടെ കയ്യിൽ നിന്നും അവ പിടിക്കപ്പെട്ടാൽ... ഒരു സീസണിലെ പ്രയത്നം മുഴുവനുണ്ട് അതെന്ന കാര്യം മറക്കരുത്..."

എല്ലാവരും മുഖാമുഖം നോക്കി, ജാവേദ് പറയുന്നതിലും കാര്യമുണ്ട്.

സത്യമൂർത്തി എന്തോ പറയാൻ ഭാവിക്കുകയായിരുന്നു.

പൊടുന്നനെയാണ് കടുവയുടെ മുരൾച്ച കേട്ടത്.

ഏവരും വാതിൽക്കലേക്ക് നോക്കി. ലൈറ്റിന്റെ വെളിച്ചത്തിൽ കടുവ യുടെ രൂപം ഭീകരമായിരുന്നു.....

ചോര കൊണ്ട് നിറഞ്ഞിരുന്ന അതിന്റെ ശരീരം.

ജാവേദ് അലറിച്ചിരിച്ചു.

"നീ കൊന്നു അല്ലേടാ മോനേ ആ പട്ടിയുടെ അവശിഷ്ടം പോലും ബാക്കിവച്ചില്ല അല്ലേ?"

കടുവ ഒന്നുകൂടി മുരണ്ടു.

ജാവേദിന്റെ അടുത്തേക്കത് നടന്നു.

പക്ഷേ...!

ഏതാനും ചുവടുകൾക്കുള്ളിൽത്തന്നെ അത് കുഴഞ്ഞു വീണു.... പിടഞ്ഞു.

പിന്നെ നിശ്ചലമായി...

ഇരുപത്തിരണ്ട്

"നോ..."മുന്നിൽ കണ്ടത് വിശ്വസിക്കാനാവാതെ ഒരു ഗർജ്ജനമായിരുന്നു ജാവേദ് ഫ്രാങ്കോ.

വർഷങ്ങളായി തന്റെ സന്തത സഹചാരിയായിരുന്ന കടുവയുടെ ചലനം എന്നെന്നേക്കുമായി നിലക്കുകയാണെന്ന് വിശ്വസിക്കാൻ അയാൾക്കായില്ല...

ജാവേദിന്റെ ഗർജ്ജനം ആ കെട്ടിടത്തിന്റെ ഓരോ ഭിത്തിയും ഏറ്റുപിടിച്ചു.

ചുറ്റുമിരുന്നവർ വിശ്വസിക്കാനാകാതെ മുഖാമുഖം നോക്കി.

ജാവേദിന്റെ കടുവ മരിക്കുക.

അതിന്റെ അർത്ഥം ജാവേദ് പരാജയപ്പെട്ടു എന്നല്ലേ?.

ജാവേദ് കടുവയെ തുറിച്ച് നോക്കി.

വിശ്വാസം വരാതെ മുന്നോട്ടുകുതിച്ച അയാൾ അതിന്റെ തലയുയർത്തി തന്റെ മടിയിൽ വച്ചു.

"ഡാ.. മോനേ..." കൺപോളകൾ മെല്ലെ അകറ്റികൊണ്ടാണ് വിളിച്ചത്. കടുവ അനങ്ങിയില്ല.

അതിന്റെ കഴുത്തിൽ ഒരു കത്തിയുടെ പിടിവരെ ആഴ്ന്നിറങ്ങിയിരിക്കുന്നതാണ് ജാവേദ് കണ്ടത്...

"ചതിച്ചോടാ...!" എന്നു പുലമ്പികൊണ്ട് അയാൾ ആ കത്തി വലിച്ചൂരി.

ചോര പിന്നേയും ചീറ്റിയൊഴുകി.

ജാവേദിന്റെ വസ്ത്രങ്ങളിൽ അത് പടർന്നു.

വന്യമായൊരു ഭാവത്തോടെ കണ്ണിൽ കത്തിയെരിയുന്ന അഗ്നിയുമായി ജാവേദ് എണീറ്റു. അയാളുടെ അണപല്ലുകൾ ഞെരിഞ്ഞമരുന്ന ശബ്ദം മറ്റുള്ളവർക്കും കേൾക്കാമായിരുന്നു...

ജാവേദ് സ്റ്റെൻഗൺ വലിച്ചെടുത്തു.

ഓരോ മുഖത്തേക്കും മാറി മാറിനോക്കി.

മരണം ഘനീഭവിച്ചതുപോലെ അയാളുടെ ശബ്ദം അവരുടെ കാതുകളിലേക്ക് ഒഴുകി വീണു.

"ഞാൻ സ്വശയിക്കുന്നു...."

ഒന്നും പിടികിട്ടാതെ ഏവരും പരസ്പരം നോക്കി.

ജാവേദ് തുടർന്നു.

"നിങ്ങളിൽ തന്നെ ആരോ ശത്രുചാരനാണെന്ന് ഞാൻ സംശയിക്കുന്നു."

"ജാവേദ്..."

പല കണ്ഠങ്ങളിൽ നിന്നും ഒരേപോലെ ശബ്ദമുയർന്നു.

"യേസ്. നിങ്ങളിൽ ഒരാൾ ശത്രുവിന്റെ ഭൂഷണം കഴിക്കുന്നവനാണ്. ടെൽ മീ. ആരാണയാൾ? സത്യം പറഞ്ഞാൽ നിങ്ങൾക്ക് ഞാൻ മാപ്പ് നല്കും. അല്ലെങ്കിൽ ശത്രുവിനെ ഞാൻ നേരിട്ടുതന്നെ കണ്ടെത്തുകയാണെങ്കിൽ നിങ്ങൾക്ക് ലഭിക്കാവുന്ന ഏറ്റവും ചെറിയ ശിക്ഷ മരണം തന്നെയായിരിക്കും...!"

സ്റ്റെൻഗൺ ജാവേദ് ഓരോരുത്തരുടേയും നേരെ നീട്ടി.

ശ്വാസം നിലച്ചുപോകുന്ന അനുഭവമായിരുന്നു അവർക്ക്.

സംശയകരമായ ഒരു ഭാവം മതി ജാവേദിന്റെ കൈ വിരൽ ട്രിഗറിൽ അമരും. അവർ വിയർപ്പിൽ കുളിച്ചു. ശരീരം അടിമുടി തുള്ളിവിറയ്ക്കാൻ തുടങ്ങി.

"ഇല്ല ജാവേദ്... നിങ്ങൾ അങ്ങനെയൊന്നും കരുതരുത്. ഞങ്ങളെ തെറ്റിദ്ധരിക്കരുത്. ഞങ്ങളാരും നിങ്ങൾ വിചാരിക്കും പോലെ ശത്രുവിന്റെ ആൾക്കാരല്ല."

ജാവേദ് ശബ്ദമില്ലാതെ ചിരിച്ചു.

അയാളുടെ കണ്ണുകൾ നനഞ്ഞിരുന്നു.

"എപ്പോഴെങ്കിലും അങ്ങനെയാണെന്ന് എനിക്ക് ബോദ്ധ്യമായാൽ... ലുക്ക്.. എന്റെ കടുവാക്കുട്ടന്റെ ഈ ശവത്തിനു ഞാൻ എണ്ണിയെണ്ണി പകരം ചോദിക്കും. നിങ്ങളുടെയൊന്നും വീടുകളിൽ വിദൂരഭാവിയിൽ പോലും ഒരു പിൻഗാമി ഉണ്ടായെന്നു വരില്ല..."

ആരും അനങ്ങിയില്ല.

അവർക്ക് ഭയമായിരുന്നു.

റിപ്പോർട്ടർ സ്റ്റാൻലിയുടെ അരികിൽ നിന്നും മടങ്ങിയെത്തിയ റെയ്ഞ്ചർ ഗോവർദ്ധൻ ആകെ നിശബ്ദനായിരുന്നു.

ആ ഒരു സംഭവത്തിനു പിന്നിൽ ജാവേദ് ഫ്രാങ്കോ തന്നെയാണെന്ന കാര്യത്തിൽ അയാൾക്ക് യാതൊരു സംശയവും ഉണ്ടായിരുന്നില്ല.

പക്ഷേ എന്തിനും സ്റ്റാൻലിക്ക് സ്വബോധം വീണ്ടുകിട്ടിയേ മതിയാകൂ. നടന്നതെന്താണെന്ന് അയാൾക്കല്ലാതെ മറ്റാർക്കും അറിയില്ല. സ്റ്റാൻലിയെക്കുറിച്ച് അമ്മയോടു പറയണമോ വേണ്ടയോ എന്ന് പലവട്ടം അയാൾ ചിന്തിച്ചു.

പിന്നെ വേണ്ടെന്നു വച്ചു.

അമ്മയ്ക്ക് ഭയം ഇരട്ടിയ്ക്കാൻ അതുമതി.

എന്നാൽ, മകന്റെ ഉന്മേഷമില്ലായ്മ അമ്മ മനസ്സിലാക്കി.

എന്തോ ഇത്തിരി ഭക്ഷണം കഴിച്ചെന്നു വരുത്തിയിട്ട് വിസിറ്റിംഗ് റൂമിൽ വന്നിരുന്ന് ടി.വി.യിലേക്ക് അലക്ഷ്യമായി കണ്ണുകൾ നട്ടിരിക്കുകയായിരുന്ന മകന്റെ അരുകിൽ അമ്മയെത്തി.

"നിനക്ക് എന്തുപറ്റി ഗോവർദ്ധാ.?"

"ങ്ങേ" ഒരു സ്വപ്നത്തിൽ നിന്നും ഞെട്ടിയുണരും പോലെയായിരുന്നു അയാളുടെ പ്രതികരണം.

"എന്താ അമ്മേ?"

ഇന്ന് നീ വന്നപ്പോൾ മുതൽ ഞാൻ ശ്രദ്ധിക്കുന്നു. ആകെയൊരു മൂഡൗട്ട്. നിനക്കെന്താ പറ്റിയത്.?"

"ഒന്നുമില്ല. ഒക്കെ അമ്മയ്ക്ക് തോന്നുന്നതാ..." പറഞ്ഞിട്ട് അവൻ തന്റെ മുറിയിലേക്ക് നടന്നു.

ഭാഗീരഥി അമ്മ ദീർഘമായി ഒന്നു നിശ്വസിച്ചു.

രാവിലെ ഓഫീസിലെത്തിയ ഗോവർദ്ധൻ അവിടെ നിന്നും ഹോസ്പിറ്റലിലേക്ക് പോയി.

സ്റ്റാൻലി അപ്പോഴും അബോധവസ്ഥയിലായിരുന്നു.

ഇനി പന്ത്രണ്ട് മണിക്കൂറുകൾ കഴിയാതെ ഒന്നും പറയാനാവില്ലെന്നായിരുന്നു ഡോക്ടർ അപ്പോഴും പറഞ്ഞത്.

ആ ശബ്ദത്തിൽ പ്രതീക്ഷയുടെ ഒരു കണിക പോലുമില്ലെന്ന് ഗോവർദ്ധനു തോന്നി. എങ്കിലും മനമുരുകി അയാൾ സ്റ്റാൻലിക്കു വേണ്ടി പ്രാർത്ഥിച്ചു.

ഇന്റൻസീവ് കെയർ യൂണിറ്റിനു മുന്നിലെ ഇടനാഴികയിൽ ഉണ്ടായിരുന്ന കസേരകളിലൊന്നിൽ അയാൾ ഇരുന്നു.

സ്റ്റാൻലിയെ ജീവനോടെ തിരികെ കിട്ടിയിരുന്നെങ്കിൽ തനിക്ക്

വിലപ്പെട്ട പല വിവരങ്ങളും ലഭിക്കുമായിരുന്നു.

ഇവിടെ തനിക്കുള്ള പ്രബലനായ ഒരു ബന്ധുകൂടിയാണ് സ്റ്റാൻലി. ഒരു സിഗററ്റ് പുകയാക്കണമെന്നു തോന്നിയ അയാൾ എണീറ്റു പുറത്തേക്ക് പോയി.

ഫോറസ്റ്റർ മനുവർമ്മ ഏതോ അത്യാവശ്യ കാര്യത്തിന് സഖറിയാസ് മുതലാളിയെ വന്നു കണ്ടതിനുശേഷം മടങ്ങുമ്പോൾ നേരം എട്ടുമണി കഴിഞ്ഞിരുന്നു.

പകൽനേരത്ത് മടങ്ങിപ്പോയാൽ അറിയാതെയെങ്കിലും റെയ്ഞ്ചർ ഗോവർദ്ധന്റെ മുന്നിൽ ചെന്നു പെട്ടുപോയാലോ എന്ന ഭയവും അയാൾക്കുണ്ടായിരുന്നു.

തന്നെ ഇടിച്ചു പിഴിഞ്ഞിട്ടായാലും ജാവേദിനേക്കുറിച്ചുള്ള വിവരങ്ങൾ അയാൾ ചോർത്തിയെടുക്കും എന്ന കാര്യത്തിൽ മനുവർമ്മയ്ക്ക് തർക്ക മൊന്നും ഉണ്ടായിരുന്നില്ല.

ഇരുളിൽ തീക്കണ്ണുകൾ തെളിച്ചുകൊണ്ട് മനുവർമ്മയുടെ മാരുതിവാൻ സഖറിയാസിന്റെ വീട്ടിൽ നിന്നും റോഡിലേക്കിറങ്ങി.

നേരായ വഴിയെ സഞ്ചരിക്കുന്നതിനുപകരം കുറുക്കുവഴിയാണ് അയാൾ തിരഞ്ഞെടുത്തത്.

ഉരുളൻ കല്ലുകളും അരയടി കനത്തിലുള്ള പൊടി മണ്ണും നിറഞ്ഞ ആ റോഡിലൂടെ മാരുതിയിൽ സഞ്ചരിക്കുക ഇത്തിരി പ്രയാസമുള്ള കാര്യമായിരുന്നെങ്കിലും അതൊന്നും അയാൾ കണക്കാക്കിയില്ല; ഒന്നുകിൽ ഗോവർദ്ധൻ ഇവിടെ നിന്നും ട്രാൻസ്ഫറായി പോകുന്നതുവരെ, അല്ലെങ്കിൽ ജാവേദ് അയാളെ ഇല്ലാതെയാക്കുന്നതുവരെ ഈ റോഡിലേക്ക് വരുന്ന പ്രശ്നമേയില്ലെന്ന് അയാൾ തീർച്ചപ്പെടുത്തികഴിഞ്ഞിരുന്നു. അതുവരെ ലീവിൽ കഴിയുക. ക്രെഡിറ്റിൽ ലീവ് ആവശ്യത്തിന് കിടപ്പുണ്ട്.

വണ്ടിയോടിക്കുന്നതിനിടയിൽ തന്നെ മനുവർമ്മ ഒരു സിഗററ്റിന് തീ കൊളുത്തി. ഒരു വിധത്തിൽ ചിന്തിച്ചാൽ ശാലിനി ഗർഭിണിയായിരിക്കുന്ന ഈ അവസരത്തിൽ താൻ ലീവെടുത്തിരിക്കുന്നതു തന്നെ ഏറെ ആശ്വാസം.

പിന്നിൽ ഒരുവാഹനത്തിന്റെ ഹോൺ മുഴങ്ങുന്നത് കേട്ടപ്പോൾ മനുവർമ്മ ചിന്തകളിൽ നിന്നും ഞെട്ടിയുണർന്നു.

റിയർവ്യൂ മിററിലൂടെ ഒരു വാഹനത്തിന്റെ ഹെഡ്ലൈറ്റുകളിലെ വെളിച്ചം അയാൾ കണ്ടു...

മനുവർമ്മയുടെ നെറ്റി ചുളിഞ്ഞു. അപകടത്തിന്റെ ഒരു സൂചന അയാളുടെ ആറാമിന്ദ്രിയം നൽകി.

എന്തുവേണം?

പിന്നേയും ഹോൺ മുഴങ്ങുന്നു.

അതൊരു ജീപ്പാണെന്ന് അയാൾ അറിഞ്ഞു.

"ഗോവർദ്ധൻ സാറാണോ?"

അങ്ങനെ ചിന്തിച്ചപ്പോൾ തന്നെ അയാളുടെ ഹൃദയം പിടഞ്ഞു.

അറിയാതെ ആക്സിലേറ്ററിൽ കാൽ ആഞ്ഞമർന്നു. പക്ഷേ കല്ലുകളിൽ നിന്നും കല്ലുകളിലേക്ക് ചാടിയുള്ള ആ യാത്ര ദുഷ്കരമായിരുന്നു.

അയാൾ ഇരുഭാഗത്തേക്കും നോക്കി.

ഒരൊറ്റ വീടുപോലുമില്ല.

ഇരു ഭാഗത്തും വനത്തിന്റെ കരിനിറം മാത്രം.

പിന്നിലെ വാഹനം നിറുത്താതെ ഹോണടിക്കുകയാണ്.

ആ ഒച്ച രാത്രിയുടെ നിശബ്ദതയിൽ ഭീകരമായി മുഴങ്ങി.

എന്തായാലും മനുവർമ്മ മാരുതി വാൻ ഇടത്തേക്കൊതുക്കി.

അതിനിടയിൽ അരയിൽ തപ്പി നോക്കി. റിവോൾവർ ഭദ്രമായി അവിടെതന്നെയുണ്ട്. പിന്നിൽ നിന്നുള്ള വാഹനം മുന്നിൽ കയറി.

ഒരു പഴയ ജീപ്പ്.

ഏതോ വർക്ക്ഷോപ്പിൽ നിന്നും അപ്പോൾ ഇറക്കികൊണ്ടുവന്ന ഒരു ജീപ്പിന്റെ പ്രേതമാണെന്നു തോന്നുമായിരുന്നു...

മുന്നിൽ കയറിയ ആ ജീപ്പിൽ ആരൊക്കെയുണ്ടെന്നുപോലും അറിയാൻ കഴിഞ്ഞില്ല.

അപ്പോഴേക്കും പൊടിപടലങ്ങൾ ഇളകി കഴിഞ്ഞിരുന്നു.

മുന്നിലെ ദൃശ്യം കാണാനേ വയ്യ...

പൊടിക്കിടയിലൂടെ ആ ജീപ്പ് അകന്നുപോയി.

മനുവർമ്മ ദീർഘമായി ഒന്നു നിശ്വസിച്ചു.

എന്നാൽ...

അടുത്ത വളവിലെത്തിയപ്പോൾ പെട്ടെന്ന് തൊട്ടുമുന്നിൽ ആ ചുവന്ന ലൈറ്റുകൾ...

മനുവർമ്മ ഒന്നു കിടുങ്ങി.

അറിയാതെ കാൽ ബ്രേക്കിൽ ആഞ്ഞമർന്നു...

ഇരുപത്തിമൂന്ന്

ഒരു ഞെരക്കത്തോടെ, കുലുക്കത്തോടെ മാരുതി വാൻ നിന്നു.

ഫോറസ്റ്റർ മനുവർമ്മ സൂക്ഷിച്ച് നോക്കി. അപ്പോഴും മഞ്ഞു പോലെ ഇളകികൊണ്ടിരിക്കുന്ന പൊടിപടലങ്ങൾക്കിടയിലൂടെ ആ

ജീപ്പിന്റെ പിന്നിലെ ചുവന്ന ലൈറ്റുകൾ തെളിഞ്ഞു നിൽക്കുന്നതു കാണാമായിരുന്നു.

മനുവർമ്മയുടെ ഉള്ളൊന്നു കാളി.

റോഡിന് നടുവിലാണ് ആ ജീപ്പ് നിൽക്കുന്നത്.

അയാൾ ഹോണടിച്ചു.

ആ ക്ഷണം ജീപ്പ് പിന്നോട്ടുവന്നു.

മനുവർമ്മയ്ക്ക് ഒന്നും ചെയ്യാനായില്ല. ജീപ്പ് ശക്തിയിൽ മാരുതി വാനിൽ വന്നിടിച്ചുകഴിഞ്ഞിരുന്നു...

മുന്നിലെ ഗ്ലാസ് ചിതറിപ്പോയി.

ഹെഡ്‌ലൈറ്റുകളിൽ ഒരെണ്ണം തകർന്നു.

വാൻ അഞ്ചടിയോളം പിന്നോട്ട് നിരങ്ങിപ്പോയി.

മനുവർമ്മ സ്റ്റിയറിംഗ് വീലിൽ അള്ളിപിടിച്ചു.

ജീപ്പ് വീണ്ടും മുന്നോട്ട് നീങ്ങി.

അപ്പോൾ ഇളകിയ പൊടിപടലങ്ങൾ ഗ്ലാസ് തകർന്ന ഭാഗത്തുകൂടി മാരുതി വാനിനുള്ളിലേക്കും കടന്നുവന്നു.

മനുവർമ്മ കണ്ണുകൾ ഇറുകെയടച്ചു.

"ഹും..." ഒരു കനത്ത ശബ്ദം.

വാൻ കുലുങ്ങി.

സ്റ്റിയറിംഗ് വീൽ പിന്നോട്ടുവളഞ്ഞ് തന്റെ നെഞ്ചിലേക്കമരുന്നത് അയാൾ അറിഞ്ഞു. ജീപ്പിന്റെ അടുത്ത ആക്രമണമായിരുന്നു അത്. മനുവർമ്മയുടെ നിലവിളി അവിടെയുയർന്നു. മരിക്കാൻ പോകുന്ന ഒരു വന്യ മൃഗത്തിന്റെ അവസാനത്തെ മുരൾച്ച പോലെയായിരുന്നു ആ ശബ്ദം.

തന്റെ വാരിയെല്ലുകൾ ഒടിഞ്ഞു തകരുന്നതുപോലെ അയാൾക്ക് തോന്നി.

ജീപ്പ് നിന്നു.

അതിൽനിന്ന് ഒരു മനുഷ്യൻ ഇറങ്ങി. മാരുതിയുടെ രണ്ടാമത്തെ ലൈറ്റും തകർന്നിരുന്നു. ജീപ്പിന്റെ ഹെഡ്‌ലൈറ്റുകൾ തെളിഞ്ഞു നിൽക്കുകയാണ്. അതുകൊണ്ട് ഒരു ഇരുൾകട്ടപോലെ ആ മനുഷ്യനെ കാണാമായിരുന്നു.

അയാൾ മുട്ടോളമെത്തുന്ന ഒരു കോട്ടാണോ ധരിച്ചിരിക്കുന്നത്.? കൈകൾ ഇളക്കിയപ്പോൾ കടവാവൽ ചിറകനക്കും പോലെ തോന്നുന്നു.

ആ മനുഷ്യൻ ഒരു സിഗററ്റ് ചുണ്ടിൽ വച്ച് ലൈറ്ററിന്റെ നാളത്തിൽ തെളിച്ചു. എന്നിട്ടും ആ മുഖം കാണാൻ കഴിഞ്ഞില്ല. തല

യിൽ കൗബായ് തൊപ്പിപോലെ ഒരെണ്ണം ഉണ്ടെന്നുമാത്രം മനസ്സിലായി. സിഗററ്റ് ആഞ്ഞുവലിച്ചു കൊണ്ട് അയാൾ മാരുതി വാനിന് നേരെ വന്നു. ഷൂസുകൾ തറയിൽ അമരുന്നതിന്റെ ശബ്ദം മുഴക്കമായി മനുവർമ്മയുടെ കാതുകളിൽ തല്ലിയലച്ചു.

അയാൾ സ്റ്റിയറിംഗ് വീലിനും സീറ്റിനുമിടയിൽ നിന്നും രക്ഷപ്പെടാൻ തിടുക്കപ്പെട്ടു. പക്ഷേ കഴിഞ്ഞില്ല.

അരയിൽ ഇരിക്കുന്ന റിവോൾവർ എടുക്കണമെന്ന് വിചാരിച്ചിട്ട് അതിനുമായില്ല.

ആ മനുഷ്യൻ തൊട്ടരുകിലെത്തി. “മനുവർമ്മാ...”

അങ്ങേതോ ഗുഹയിൽ നിന്നും പരുപരുത്ത പാറകളിൽ തല്ലിയലച്ച് ഒഴുകിയെത്തുന്നതുപോലെയുള്ള ശബ്ദം.

താൻ ആദ്യമായാണിത് കേൾക്കുന്നത്.

“എന്നെ. എന്നെ രക്ഷിക്കൂ...” മനുവർമ്മ കേണു.

“അല്ലെങ്കിൽ ഞാൻ മരിച്ചു പോകും.”

അയാൾ ശബ്ദമില്ലാതെ ചിരിച്ചു.

“ഞാൻ മരണമാണ് മനുവർമ്മേ. നിന്നെ അങ്ങേ ലോകത്തേക്ക് കൂട്ടി കൊണ്ടുപോകാനാണ് വന്നിരിക്കുന്നതും. നീ ഇപ്പോൾ ഉടലോടെ നരകത്തിലേക്കുള്ള യാത്രയിലാണ്...”

മനുവർമ്മയുടെ അവസാന ശ്വാസവും നിലക്കുന്നതുപോലെ തോന്നി.

അപ്പോൾ അയാൾ പിന്നേയും പറഞ്ഞു.

“പക്ഷേ നിനക്ക് ജീവൻ തിരിച്ചു നൽകാനും എനിക്ക് കഴിയും. നിന്റെ ശാലിനിയുടെ വയറ്റിൽ കിടക്കുന്ന കുഞ്ഞിനെ കാണാനും നിനക്കാവും..”

“എങ്ങനെ”

മനുവർമ്മയുടെ തലച്ചോറിൽ ഒരു തീപ്പൊരിയുടെ വെളിച്ചം പാറി വീണു. “ഞാൻ എന്തു ചെയ്യണം.”

സിഗററ്റ് ഒന്നുകൂടി ആഞ്ഞുവലിച്ചിട്ട് ആ മനുഷ്യൻ വലിച്ചെറിഞ്ഞു.

അവസാന പുക ആസ്വദിക്കും പോലെ നിന്നിട്ട് ഒരു നിമിഷം കഴിഞ്ഞ് അയാൾ അറിയിച്ചു.

“ജീവിക്കണമെന്ന് നിനക്ക് നല്ല താൽപര്യമുണ്ടെങ്കിൽ ഞാൻ നിന്നെ സഹായിക്കാം.”

“എനിക്ക് ജീവിക്കണം. ജീവിച്ച് കൊതി തീർന്നിട്ടില്ല...പറയൂ. ഞാൻ നിങ്ങൾക്ക് എന്തു തരണം.?”

"നിന്നെക്കൊണ്ട് കഴിയുന്ന ഒരു ചെറിയ സഹായം. അതുകൊണ്ട് നിനക്ക് നഷ്ടമൊന്നുമില്ല. ഉള്ളത് ലാഭം മാത്രം. നിന്റെ ജീവിതത്തേക്കാൾ വിലപ്പെട്ട മറ്റൊന്നുമില്ലല്ലോ...?"

മനുവർമ്മയ്ക്ക് തിടുക്കമായി.

തൂക്കികൊല്ലാൻ വിധിച്ച്, കഴുത്തിൽ കുരുക്ക് മുറുകി കഴിയുമ്പോൾ അവനെ കൊല്ലരുത് എന്ന് പുതിയൊരു വിധിയുണ്ടായാൽ മരിക്കാൻ പോകുന്ന ആളിന് എത്രമാത്രം സന്തോഷം ഉണ്ടാകും. അതു പോലെ യായിരുന്നു മനുവർമ്മയുടേയും അവസ്ഥ.

"പറയു.. ഞാൻ നിങ്ങൾക്ക് എന്തു സഹായമാണ് ചെയ്യേണ്ടത്."മനുവർമ്മയുടെ ശബ്ദം ഇത്തിരി കുഴഞ്ഞിരുന്നു.

വായ്ക്കുള്ളിൽ ചോരയുടെ രുചിയും അയാൾക്ക് തോന്നിയിരുന്നു.

"എനിക്ക് നീ ഒരേയൊരു വിവരം പറഞ്ഞുതന്നാൽ മാത്രം മതി. ജാവേദ് ഫ്രാങ്കോ എവിടെയാണ്.?"

ജീവിക്കാനുള്ള അമിതമായ ആഗ്രഹത്തിനിടയിൽ പോലും മനുവർമ്മ കിടുങ്ങി വിറച്ചു. അയാളുടെ നാവിൽ അദൃശ്യമായ ഒരു ചങ്ങല കുരുങ്ങി.

മറുപടി പറയുന്നതിനുപകരം അയാൾ ചോദിച്ചതിങ്ങനെയാണ്.

"നിങ്ങൾ...നിങ്ങളാരാണ്?"

ഉത്തരം നേരത്തെ ഞാൻ പറഞ്ഞുകഴിഞ്ഞു. മരണം.! ജാവേദിന് ചിത്രഗുപ്തന്റെ കണക്കു പുസ്തകത്തിലെ ആയുസ്സ് അവസാനിക്കാറായിരിക്കുന്നു. ഇനി ഒരിടത്തേക്കും രക്ഷപ്പെടാൻ അനുവദിക്കാതെ ആ ആത്മാവിനെ നരകത്തിലെത്തിക്കുകയാണെന്റെ ജോലി.. ടെൽമീ... വേറീസ് ജാവേദ്?"

അപ്പോഴും മനുവർമ്മ അനങ്ങിയില്ല.

തന്റെ ശരീരം മരണത്തിലേക്ക് ഒഴുകിപ്പോകുന്നതുപോലെ തോന്നിയിട്ടും നാവു ചലിപ്പിച്ചില്ല. താൻ മരിച്ചുപോയാലും ജാവേദിനെ ഒറ്റിക്കൊടുത്തത് താനാണെന്നറിഞ്ഞാൽ ശാലിനിക്കുപ്പോലും ജാവേദ് മാപ്പുകൊടുക്കില്ല.

"എന്താ ഇനിയും നിങ്ങൾ സഹകരിക്കാൻ ഉദ്ദേശിക്കുന്നില്ലെങ്കിൽ സോറി എന്നുമാത്രം പറഞ്ഞിട്ട് എനിക്ക് തിരിച്ചു പോകേണ്ടിവരും." ആ മനുഷ്യൻ പറഞ്ഞു. "നേരം പുലരുമ്പോൾ നിങ്ങളുടെ തണുത്തു മരവിച്ച ശരീരം മാത്രമേ ആൾക്കാർ കാണൂ."

"അതല്ല ജാവേദിനെ ഭയന്നാണ് നിങ്ങൾ നാവ് ചലിപ്പിക്കാത്തതെങ്കിൽ ഒന്നേ പറയാനുള്ളു. അവൻ നിങ്ങളെ ഉപ്രദവിക്കില്ല. ഞാ

നുറപ്പുതരാം. അവന്റെ കടുവയെ കൊന്നതുപോലെ അവനേയും ഞാൻ കൊല്ലും..."

മനുവർമ്മ ഞെട്ടി തലയുയർത്തി.

"കടുവയെ... കൊന്നത് നിങ്ങളാണോ?"

ഇരുളിൽ അയാളുടെ ചിരികേട്ടു.

"നിങ്ങൾക്കെന്നെ വിശ്വസിക്കാം. ജാവേദ് എവിടെയുണ്ടെന്ന് പറഞ്ഞാൽ നാളെ നിങ്ങൾ കേൾക്കുന്നത് അവന്റെ മരണവാർത്ത യായിരിക്കും. ഓരോ ദിവസവും അവനിപ്പോൾ താവളം മാറ്റികൊ ണ്ടിരിക്കുകയാണ്. അല്ലെങ്കിൽ എപ്പോഴേ എന്റെ കൈകളിൽ കിട ന്നവൻ പിടഞ്ഞു തീർന്നേനെ. ഇതുവരെ അവന്റെ ജീവൻ കാത്ത് ആ കടുവയുണ്ടായിരുന്നു. ഇനി അതില്ലല്ലോ..."

മനുവർമ്മ എന്തോ പറയാനായി നാവു ചലിപ്പിച്ചു.

പക്ഷേ ശബ്ദം പുറത്തു വന്നില്ല.

ഇരുളിൽ നിന്നിരുന്ന മനുഷ്യൻ ടോർച്ചു തെളിച്ചു നോക്കി.

മനുവർമ്മയുടെ വായിൽ നിന്നും കൊഴുത്ത ചോര ഒഴുകുന്ന താണ് കണ്ടത്...

ഒരു നിമിഷം അയാൾ ആ കാഴ്ച നോക്കി നിന്നു. പിന്നെ ധൃതി യിൽ തന്റെ ജീപ്പിനു നേരെ നീങ്ങി. അപ്പോൾ മാനത്ത് കാർമേഘം ഉരുണ്ടു കൂടുകയായിരുന്നു.

അടുത്ത ദിവസമാണ് മനുവർമ്മയുടെ മരണവാർത്ത റെയ്ഞ്ചർ ഗോവർദ്ധൻ അറിയുന്നത്.

അയാൾ ചെല്ലുമ്പോൾ പൊലീസ് ഉദ്യോഗസ്ഥൻമാർ എഫ്.ഐ.ആർ. തയ്യാറാക്കി കൊണ്ടിരിക്കുകയായിരുന്നു.

ഗോവർദ്ധൻ മൃതശരീരത്തിലേക്ക് ഒന്നേ നോക്കിയുള്ളു.

അറിയാതൊരു ശബ്ദം ആ നാവിൽ നിന്നുയർന്നു.

രാത്രിയിൽ മഴ പെയ്തിരുന്നു. അതുകൊണ്ട് മൃതദേഹത്തിൽ രക്തവും വെള്ളവും കൂടി ഒഴുകിപ്പടർന്നിരുന്നു.

മനുവർമ്മയുടെ മരണത്തെക്കുറിച്ച് പൊലീസിന്റെ നിഗമനം ഇതായിരുന്നു.

ഏതോ വാഹനത്തിന്റെ പിന്നിലായിരിക്കണം മാരുതി ഇടിച്ച ത്. കുറച്ച് മുന്നിലാണ് ഗ്ലാസ് തകർന്നു കിടക്കുന്നത്. ചിലപ്പോൾ മാരുതി അസാധാരണ വേഗത്തിൽ ആയിരുന്നിരിക്കണം വന്നത്. ഇടിയുടെ ആഘാതത്തിൽ പിന്നോട്ടു തെറിച്ചു പോന്നതുമാകാം.

"എതിരെ വന്ന വാഹനവുമായിട്ട് ഇടിച്ചാലും ഇങ്ങനെ സംഭവി ക്കുമല്ലോ.?"

ഗോവർദ്ധൻ എസ്.ഐ.യെ നോക്കി.

"സംഭവിക്കാം. പക്ഷേ സാദ്ധ്യത പത്തു ശതമാനത്തിൽ താഴെയാണ്. കാരണം ഈ വാനിനെ മറികടന്ന് അത് മുന്നോട്ട് പോയിട്ടില്ല. പിന്നോട്ടുതന്നെ പോയി എന്നു വിശ്വസിക്കാനുമാവില്ല. എന്തെന്നാൽ ഇനി ഒരു വാഹനം തിരിക്കണമെങ്കിൽ അതിനുള്ള സൗകര്യം മൂന്നുകിലോമീറ്റർ അകലെയാണ്. അത്രയും ദൂരം ഒരു വാഹനം പിന്നോട്ടു പോകുമോ. മാത്രവുമല്ല ചെറിയ വാഹനത്തിലായിരിക്കില്ല മാരുതി ഇടിച്ചത്. ആയിരുന്നുവെങ്കിൽ ഏതാണ്ട് ഇതേ അവസ്ഥയിൽതന്നേ ആ വാഹനവും ഇവിടെ കണ്ടേനെ. അതുമല്ല നിറുത്തിയിട്ടിരുന്ന വണ്ടിയിലായിരിക്കണം ഇടിച്ചത്."

എസ്.ഐ.യുടെ വാദഗതികളെ ഖണ്ഡിക്കാൻ ഒരു പാട് പഴുതുകളുണ്ടായിരുന്നു ഗോവർദ്ധനെങ്കിലും പിന്നെ അയാൾ ഒന്നും പറഞ്ഞില്ല.

പറഞ്ഞാലും കാര്യമില്ലെന്നറിയാം.

ഏതായാലും ഒരുപാട് ദുരൂഹതകളുണ്ട് ഈ മരണത്തിനെന്ന് ഗോവർദ്ധനു തോന്നി.

മൃതദേഹം പോസ്റ്റുമാർട്ടത്തിനു കൊണ്ടുപോയി.

ഗോവർദ്ധൻ സ്റ്റാൻലിയെക്കുറിച്ച് അന്വേഷിക്കാമെന്നു വിചാരിച്ച് ഹോസ്പിറ്റലിലേക്ക് ചെന്നു.

ഇന്റൻസിവ് കെയർ യൂണിറ്റിനു മുന്നിൽ ധാരാളം ആൾക്കാരുണ്ടായിരുന്നു.

അവരെ വെറുതെയൊന്നുനോക്കിയിട്ട് ഡോക്ടറുടെ റൂമിനു നേരെ നടന്നു. പെട്ടെന്ന് ഒരു ഡോക്ടർ എതിരെ വന്ന് ഇന്റൻസീവ് കെയർ യൂണിറ്റിലേക്ക് കയറിപ്പോയി.

ഗോവർദ്ധൻ ഡോക്ടറുടെ മുറിയിലേക്ക് കാൽവച്ച നിമിഷത്തിലാണ് പിന്നിൽ ദിഗന്തം പിളരുന്ന ഒരലർച്ച കേട്ടത്...

ഇരുപത്തിനാല്

ആ അലർച്ച ഹോസ്പിറ്റലിന്റെ ഓരോ മൂലയിലും തല്ലിയലച്ചു.

ഡോക്ടറുടെ മുറിയിലേക്ക് കാൽവച്ച ഗോവർദ്ധൻ പൊടുന്നനെ വെട്ടി ത്തിരിഞ്ഞു. അതിനിടെ എന്താണ് കാര്യമെന്നറിയാതെ ഡോക്ടറും ചാടിയെണീൽക്കുന്നത് മിന്നായം പോലെ അയാൾ കണ്ടു.

ഗോവർദ്ധന്റെ കാലുകൾ ചിറകുകളായി.

അയാൾ ഇന്റൻസീവ് കെയർ യൂണിറ്റിനു നേരെ ഓടിയടുത്തു.

അതിന് മുന്നിൽ ഇരുന്ന ആൾക്കാർ പരിഭ്രാന്തരായി അങ്ങി

ങ്ങു പായുന്നുണ്ടായിരുന്നു. ഇന്റൻസീവ് കെയർ യൂണിറ്റിന് മുന്നിലേക്ക് അപ്പോൾ ഒരു നഴ്സ് തല്ലിയലച്ചു വീണു. അവൾ അടിവയറ്റിൽ കൈകൾ അമർത്തിപിടിച്ചു.

പക്ഷേ, വിരലുകൾക്കിടയിലൂടെ ചോര ചീറ്റിയൊഴുകി.

ഡോക്ടറുടെ വേഷം ധരിച്ച ഒരാൾ ചോരയൊലിക്കുന്ന കത്തിയുമായി ഇടനാഴിയിലൂടെ മുന്നോട്ടുകുതിക്കുന്നത് കണ്ട ഗോവർദ്ധൻ അപകടം മനസ്സിലാക്കി അയാളുടെ പിന്നാലെ ഓടി.

എതിരെ വീൽചെയറിൽ ഒരു രോഗിയെ കൊണ്ടുവരുന്നുണ്ടായിരുന്നു.

അയാൾ അതും തള്ളിമാറ്റികൊണ്ടാണ് മുന്നോട്ട് ചെന്നത്. കാലിൽ പ്ളാസ്റ്റർ ഇട്ടിരുന്ന ആ രോഗി നിലവിളിച്ചു. ഗോവർദ്ധൻ തൊട്ടുപിന്നാലെ തന്നെ ഉണ്ടായിരുന്നു.

ഡോക്ടർ വേഷധാരി ഓടുന്നതിനിടയിൽ തിരിഞ്ഞുനോക്കി. ഗോവർദ്ധനെ കണ്ട് ഓട്ടത്തിന് വേഗതയേറി...

സെക്കൻഡുകൾക്കുള്ളിൽ അയാൾ അടുത്ത ഫ്ളോറിൽ എത്തി.

വാച്ച്മാൻ അയാളെ തടഞ്ഞുനിർത്താൻ ശ്രമിച്ചു. എന്നാൽ അയാളുടെ ചുരുട്ടിയ കൈത്തലം ഒരു ഉൽക്കയായി വാച്ചുമാന്റെ മുഖത്തേറ്റു. വാച്ചുമാൻ പിന്നോട്ടുമലച്ചു....

ഡോക്ടർ വേഷധാരി പുറത്തെത്തി.

ആ നിമിഷം ഒരു മാരുതി ജിപ്സി കുതിച്ചു വന്നു.

ഡോക്ടർ വേഷധാരി അതിന്റെ പിന്നിൽ ചാടിപിടിച്ചു.

അയാളേയുംകൊണ്ട് അത് അകന്നുപോയി.

ഗോവർദ്ധൻ പിടിച്ചുനിർത്തിയതുപോലെ നിന്നു.

ആ കൊലയാളി അകന്നു പോകുന്നത് ഹൃദയവേദനയോടെ നോക്കി നിന്നു.

ഒരു നിമിഷം കഴിഞ്ഞ് എന്തോ ഓർത്തിട്ടെന്ന വണ്ണം അയാൾ ഇന്റൻസീവ് കെയർയുണിറ്റിന് നേരെ ഓടി.

അവിടെ അരുതാത്തെന്തോ സംഭവിച്ചിരിക്കുന്നു.....

ആശുപത്രി മുഴുവൻ ബഹളമായിരുന്നു. എന്താണുണ്ടായതെന്ന് ആർക്കുമറിയില്ല. എന്നാൽ എന്തോ ഉണ്ടായിതാനും.

ഗോവർദ്ധന്റെ മനസ്സിൽ സ്റ്റാൻലിയുടെ രൂപം തെളിഞ്ഞു.

അയാൾക്കെന്തെങ്കിലും...?

അങ്ങനെ ചിന്തിച്ചപ്പോൾ തന്നെ ഗോവർദ്ധന്റെ മനം കലങ്ങി. അയാൾ ചെല്ലുമ്പോൾ ഐ.സി.യു.വിന് മുന്നിൽ അടുക്കാൻ കഴിയാത്തത്ര ജനങ്ങളാണ്.

ആൾക്കാരെ വകഞ്ഞുമാറ്റി ഗോവർദ്ധൻ മുന്നിലെത്തി.

ചോര മരവിക്കുന്ന ഒരു കാഴ്ചയായിരുന്നു അത്.

രക്തത്തിൽ കുളിച്ച് ചലനമറ്റ് കിടക്കുന്ന ഒരു നഴ്സ്

അവളുടെ നാഡി പിടിച്ചു നോക്കിയിട്ട്, നെഞ്ചിൽ സ്റ്റതസ്ക്കോപ്പ് കൊണ്ട് പരിശോധിച്ചിട്ട് നിസ്സഹയാനായി എണീൽക്കുന്ന ഡോക്ടർ. ഗോവർദ്ധൻ ഡോക്ടറെ നോക്കി.

“അകത്ത് എന്താണ് നടന്നത്.”

ഡോക്ടറും ആകെ പരിഭ്രാന്തനായിരുന്നു. ഗോവർദ്ധന്റെ മുഖത്തേക്ക് ഒന്ന് നോക്കിയിട്ട് അദ്ദേഹം അറിയിച്ചു.

“സ്റ്റാൻലി ഈസ് നോ മോർ.”

“ഡോക്ടർ” അറിയാതെ ഒച്ച ഉയർന്നുപോയി.

“സോറി....കൊലയാളി അയാളെ വധിക്കുന്നതിനിടെയാണ് നഴ്സ് എതിർക്കാൻ വന്നത്. അത് കൊണ്ട് അവൾക്കും ....”

ഗോവർദ്ധൻ ഒന്നും മിണ്ടിയില്ല...

തിരിഞ്ഞുനടന്നു.

ഈ നിലയിൽ തനിക്ക് സ്റ്റാൻലിയെ കാണാൻ വയ്യ... കുറച്ചകാലത്തിനുള്ളിലാണെങ്കിലും താൻ ഒരു പാട് ഇഷ്ടപ്പെട്ടുപോയിരുന്നു അയാളെ...

ദിവസങ്ങൾ പിന്നിട്ടു. പ്രത്യേക സംഭവങ്ങൾ ഒന്നും ഉണ്ടാകാതെ ഓരോ ദിവസവും കടന്നുപോവുകയായിരുന്നു.

ജാവേദ് ഫ്രാങ്കോയെ കുറിച്ച് യാതൊരു അറിവുമില്ല. അയാൾ ഒരു പക്ഷേ, കേരളത്തിലെ വനം ഉപേക്ഷിച്ച് തമിഴ്നാട്ടിലേക്കോ, കർണ്ണാടകത്തിലേക്കോ കടന്നു കളഞ്ഞോ എന്ന് പോലും സംശയിക്കാതിരുന്നില്ല ഗോവർദ്ധൻ.

പക്ഷേ, അയാൾ കേരളത്തിലെ വനത്തിൽ തന്നെയുണ്ടയിരുന്നു. തന്റെ കടുവയുടേയും മനുവർമ്മയുടേയും മരണം അജ്ഞാതശത്രു ശക്തനാണെന്ന് തെളിയിക്കുന്ന സംഭവമായതിനാൽ ഇത്തിരി ഒതുങ്ങി കഴിഞ്ഞില്ലെങ്കിൽ അത് അപകടമാണെന്ന് അയാൾക്ക് മനസ്സിലായിരുന്നു.

കൊമ്പുകുത്തിമലയുടെ അങ്ങേ ചെരുവിൽ തന്റെ ആൾക്കാരോടൊപ്പം ജാവേദ് ഉണ്ടായിരുന്നു. ചന്ദനതടികൾ യഥേഷ്ടമുള്ള സ്ഥലമായിരുന്നു കൊമ്പുകുത്തി മലയുടെ അങ്ങേ ചെരിവ്. അയാളുടെ ആൾക്കാർ അവിടെ ലക്ഷങ്ങൾ വിലമതിക്കുന്ന ചന്ദനമരങ്ങൾ വെട്ടിമുറിക്കുകയായിരുന്നു. കൊമ്പുകുത്തിമലക്കുമുകളിൽ നിന്നാൽ ചുറ്റുപാടും കിലോമീറ്ററുകളോളം കാണാൻ കഴിയുമായി

രുന്നു. ശത്രുക്കളിൽ ആരെങ്കിലും വരികയാണെങ്കിൽ അത് അക ലെ വെച്ചേ കാണാൻ കഴിയും. ഇത്തരം കാര്യങ്ങൾ ശ്രദ്ധിക്കാനാ യിട്ട് മലമുകളിലെ പാറപുറത്ത് രണ്ട് തോക്കുധാരികൾ നില്പു ണ്ടായിരുന്നു.

അടുത്തുതന്നെ വരുന്ന ഒരു വിദേശപാർട്ടിക്ക് നല്കാനാണ് ഇത്രയും ചന്ദനം സ്വരുപിക്കുന്നത്.

വെട്ടിയിട്ടിരുന്ന ഒരു ചന്ദനതടിക്ക് മുകളിൽ കയറിയിരുന്ന് ജാവേദ് ചൂടുപാരായം രുചിയോടെ കുടിച്ചു.

തൊട്ടരുകിൽതന്നെ രണ്ട് വലിയ കലങ്ങളിൽ അവർക്കുള്ള ചാരായം വാറ്റിയെടുക്കുന്നുമുണ്ടായിരുന്നു.

കുറച്ചുകാലത്തേക്ക് അവർക്കാവശ്യമായ ഭക്ഷണസാധനങ്ങൾ അവിടെ സജ്ജമാക്കിയിട്ടുണ്ട്. അവിടെ വെച്ച് തന്നെ പാകം ചെയ് ത് കഴിക്കുകയാണ്.

ഒരു കാറ്റു വീശി.

ജാവേദ് ഫ്രാങ്കോ മൂക്കു വിടർത്തി മണം പിടിച്ചു.

അയാളുടെ കണ്ണുകളിൽ ഒരു മിന്നലാട്ടം.

തോക്കുമായി ജാവേദ് എഴുന്നേറ്റു.

കാറ്റ് വീശി വന്ന ദിക്കിലേക്ക് നടന്നു.

വെടി കേൾക്കുകയാണെങ്കിൽ രണ്ടുമുന്നുപേർ വരണം.

മരം വെട്ടുന്നവരോട് പറഞ്ഞിട്ട് അയാൾ ധൃതിയിൽ നടന്നു.

കാൽക്കീഴിൽ കരിയിലകൾ ഞെരിഞ്ഞമർന്നു.

ഒരു വന്യമൃഗത്തിന്റെ കൗശലത്തോടെ മരങ്ങൾക്കു പിന്നിൽ മറഞ്ഞും കുറ്റിക്കാടുകൾക്കിടയിലൂടെ ശബ്ദം ഉണ്ടാക്കാതെ നീങ്ങി യുമാണ് ജാവേദ് മുന്നേറിയത്. കൊമ്പുകുത്തിമലയുടെ തെക്കേ ചെരുവിനോടടുക്കുകയായിരുന്നു അയാൾ.

പൊടുന്നനെ അയാൾ നിന്നു.

ഒരു ഭാഗം കുറച്ചു പതുപ്പു പ്രദേശമായിരുന്നു.

ഇളം പുല്ലുകൾ ധാരാളമുണ്ടവിടെ.

ജാവേദ് ഒരു കുറ്റിക്കാട് പതുക്കെ മാറ്റികൊണ്ട് അങ്ങോട്ട് ഒരിക്കൽ കൂടി നോക്കി.

ഇളംപുല്ലുകൾ ആർത്തിയോടെ തിന്നുകയാണൊരു കാട്ടുകാള.

സമീപത്തെങ്ങും മറ്റൊന്നിനേയും കണ്ടില്ല.

കാളകളുടെ കൂട്ടത്തിലെ ഒറ്റയാനാണിതെന്ന് ജാവേദിന് മനസ്സി ലായി. തികച്ചും അപകടകാരി. നാട്ടിലെ ഒരു വലിയ എരുമയേ ക്കാൾ വലിപ്പം തോന്നിക്കുമായിരുന്നു അതിന്. ഇളം ചുവപ്പും

ഇടയ്ക്ക് വെള്ളപ്പുള്ളിയുമാണ് നിറം. ജാവേദ് അനങ്ങിയില്ലെങ്കിൽ പോലും അയാളുടെ സാന്നിദ്ധ്യം ആ ജന്തു തിരിച്ചറിഞ്ഞുകഴിഞ്ഞി രുന്നു.

പുല്ലു തീറ്റി നിറുത്തി അത് തിരിഞ്ഞു.

ശത്രുവിനെ കണ്ടില്ലെങ്കിലും ലക്ഷ്യത്തിലേക്ക് അത് കുതിച്ചു വന്നു. ജാവേദ് തോക്കു ചുണ്ടി.

ട്രിഗറിലേക്ക് വിരൽ തെന്നി നീങ്ങി.

എട്ടോ, ഒൻപതോ ബുള്ളറ്റുകൾ പറന്നുചെന്നു.

കാട്ടുകാള ഉഗ്രമായി ഒന്നലറി.

അതിന്റെ തലയോട് അപ്പോഴേക്കും പിളർന്നുകഴിഞ്ഞിരുന്നു.

ഒരു പാറ മറിയുംപോലെ കാള വീണു. ചോരചീറ്റിയൊഴുകി.

പത്തുമിനിട്ടിനുള്ളിൽ ചന്ദനം വെട്ടികൊണ്ടിരുന്ന തൊഴിലാളി കളെത്തി. മുന്നിൽ കിടക്കുന്ന കാളയെ ക്കണ്ട് അവർ പകച്ചുപോ യി. ആവശ്യത്തിന് മാംസം വെട്ടിയെടുക്കുക. ബാക്കി കുറേ ഉണ ക്കുകയും ചെയ്യാം.

അന്ന് അത്താഴത്തിന് തീക്കനലിന് മുകളിൽ വച്ച് പൊരിച്ചെടു ത്ത കാട്ടുകാളയുടെ ഇറച്ചിയും ചാരായവുമാണ് എല്ലാവരും കഴിച്ച ത്. പിന്നേയും നാലഞ്ചു നാളത്തെ പണിക്കൊണ്ട് അവർക്കാവശ്യ മുള്ള തടികൾ വെട്ടിയെടുത്തു. അവ ചെറിയ കഷണങ്ങളാക്കി ഒരു കിലോമീറ്ററോളം അകലേ കൂടി ഒഴുകുന്ന നദീ തീരത്തേക്ക് ചുമന്നുകൊണ്ടിട്ടു. എല്ലാം എത്തിക്കഴിഞ്ഞപ്പോൾ അവ ചേർത്ത് ചങ്ങാടങ്ങൾ ഉണ്ടാക്കാൻ തുടങ്ങി. അടിയിൽ ചന്ദനതടിയും മുക ളിൽ ഈറ്റകെട്ടും.

ഒറ്റനോട്ടത്തിൽ ഈറ്റക്കെട്ടുകൾ മാത്രമേ കാണാൻ കഴിയു.

ഫോറസ്റ്റുകാരോ മറ്റോ കണ്ടാൽ ഈറ്റതൊഴിലാളികളാണെന്നേ കരുതൂ...

അങ്ങനെ പത്ത് ചങ്ങാടങ്ങൾ ഉണ്ടാക്കി.

പത്തുപേരേ അതിൽ കയറ്റിവിട്ടു ജാവേദ്.

കോടികൾ വിലമതിക്കുന്ന ചന്ദനങ്ങളാണ്. കനമുള്ള ഈറ്റകൾ കൊണ്ട് നദിയിലൂന്നിയാണ് അവർ ചങ്ങാടം മുന്നോട്ട് വിട്ടത്...

ഈ സമയം ഫോറസ്റ്റ് ഓഫീസിൽ റെയിഞ്ചർ ഗോവർദ്ധൻ ഒരു ഫോൺകോൾ.

"ജാവേദിന്റ സംഘം ചന്ദനവുമായി നദിയിലൂടെ വരുന്നുണ്ട്..."

"ഹലോ നിങ്ങളാരാണ്"

"സോറി. എനിക്ക് ക്രെഡിറ്റ് വേണ്ട. കംപ്ളീറ്റ് നിങ്ങളെടുത്തോ

ളു..." ഫോൺ കട്ടായി,

ഏത് നദിയെന്ന് അയാൾ പറഞ്ഞില്ല.

ഫോറസ്റ്റ് റേഞ്ച് ഓഫീസ് അതിർത്തിക്കുള്ളിൽ രണ്ട് നദികൾ ഉണ്ടുതാനും. ഏറ്റവും അടുത്ത നദിയിലേക്ക് പോകാമെന്ന് ഗോവർദ്ധൻ തീരുമാനിച്ചു. അയാൾ പെട്ടെന്ന് ഗാർഡുകളുമായി അവിടേക്ക് കുതിച്ചു.

ഇരുപത്തിയഞ്ച്

വല്ലാത്തൊരാവേശമായിരുന്നു റെയിഞ്ചർ ഗോവർദ്ധന്.

കുറച്ചു ദിവസമായി ഒരു വൈക്കോൽ തുരുമ്പിന്റെ തെളിവിനെങ്കിലും വേണ്ടി കാത്തിരിക്കുമ്പോഴായിരുന്നു ഈ അനോണമിസ് കോൾ.

അയാളുടെ കാൽ മാരുതി ജിപ്സിയുടെ ആക്സിലേറ്ററിൽ ആഞ്ഞമർന്നുകൊണ്ടിരുന്നു.

വണ്ടിയുടെ ആസുരമായ പാച്ചിലിനിടയിൽ തങ്ങൾ തെറിച്ചു പോകും എന്നു പോലും ഗാർഡുകൾക്ക് തോന്നാതിരുന്നില്ല. എവിടേക്കാണീ മരണപ്പാച്ചിലെന്നും അവർക്കറിയില്ല.

അര മണിക്കൂർ കൊണ്ട് അവർ നദിക്ക് കുറുകെയുള്ള വീതി കുറഞ്ഞപാലത്തിൽ എത്തി.

നല്ല ശക്തിയിൽ പാറകളിൽത്തട്ടി പതഞ്ഞൊഴുകുന്ന ജലം...

ഗോവർദ്ധൻ പാലത്തിനപ്പുറം ജീപ്പ് ഒതുക്കി നിറുത്തി.

ഗാർഡുകൾ മുഖാമുഖം നോക്കിയതല്ലാതെ ഒന്നും മനസ്സിലായില്ല. സത്യനുമാത്രം യാതൊരു ഉദ്വേഗവുമില്ലായിരുന്നു. എന്താണെങ്കിലും അത് തങ്ങളുടെ ഡ്യൂട്ടിയുടെ ഭാഗമാണല്ലോ എന്നുമാത്രം അയാൾ കരുതി.

ഗോവർദ്ധൻ പാലത്തിൽ കയറിനിന്നു.

കൈവരിയിൽ പിടിച്ച് മുകളിലേക്ക് നോക്കി.

നോട്ടം എത്തുന്നത അകലത്തിൽ യാതൊന്നും കാണാനില്ലായിരുന്നു. നദിയുടെ അടിത്തട്ടുവരെ കാണാൻ കഴിയുന്നത്ര തെളിഞ്ഞ വെള്ളം. ഒരു പറ്റം വലിയ മത്സ്യങ്ങൾ പാറകൾക്കിടയിലൂടെ ചാടിപ്പോകുന്നത് അയാൾ കണ്ടു.

ഗോവർദ്ധൻ ഒരു സിഗററ്റ് ചുണ്ടിൽ വെച്ച് അലക്ഷ്യമായി പുകയൂതി.

"സർ, നമ്മളെന്താണിവിടെ....?"

ശങ്കരപ്പിള്ള നദിയിലേക്ക് നോക്കി കൊണ്ട് തിരക്കി.

"മുകളിലത്തെ കയത്തിൽ ചിലർ തോട്ടയിടുവാൻ സാദ്ധ്യതയുണ്ടെന്നറിഞ്ഞു. ഒന്നുകിൽ അവരെ പിടിക്കുക അല്ലെങ്കിൽ ചത്തു പൊങ്ങുന്ന മത്സ്യങ്ങൾ പെറുക്കുക. രണ്ടായാലും നമുക്ക് ജോലിയായി" -ഗോവർദ്ധൻ ചിരിച്ചു.

ശങ്കരപ്പിള്ള അയാളെ തുറിച്ചു നോക്കി.

താൻ പറഞ്ഞതൊന്നും ശങ്കരപ്പിള്ള വിശ്വസിച്ചിട്ടില്ലെന്ന് ഗോവർദ്ധൻ മനസ്സിലാക്കി. ഒരു കൈനറ്റിക് ഹോണ്ടയുടെ ശബ്ദം.

അറിയാതെ ഗോവർദ്ധൻ ആ ഭാഗത്തേക്ക് നോക്കി.

അത് അവൾ തന്നെയായിരുന്നു.

നേരത്തേ പലതവണ കണ്ടിട്ടിട്ടുള്ള ആ സുന്ദരിപ്പെണ്ണ്.

ഹോണ്ട പാലത്തിൽ കയറി.

ഗോവർദ്ധനെ കണ്ടപ്പോൾ അവളൊന്നു ചൂളംവിളിച്ചു.

പിന്നേ ഹോണ്ട നിറുത്തി തറയിൽ കാലുകുത്തി.

"ഹലോ... എന്താ സാറേ പാലത്തേൽ നിൽക്കുന്നത്?" അയാളുടെ കണ്ണുകളിലേക്ക് നോക്കികൊണ്ടാണ് അവൾ തിരക്കിയത്.

ഗോവർദ്ധൻ ഒന്നു പരുങ്ങി.

ഗാർഡുകൾ മുഴുവൻ തന്നെതന്നെ ശ്രദ്ധിച്ചുകൊണ്ട് നിൽക്കുകയാണെന്ന് അയാൾ അറിഞ്ഞു.

തനിക്ക് നേരത്തെ ഇവളുമായി പരിചയമുണ്ടെന്ന് ഇവർ അറിയില്ലേ?

മാത്രവുമല്ല ഇവൾ ആരാണെന്നുപോലും അയാൾക്കറിയില്ല.

"എന്താ സാറേ മിണ്ടാത്തത്. ഞാൻ ചോദിച്ചത് കേട്ടില്ലാന്നുണ്ടോ?"

"ഞങ്ങളു ചുമ്മാ നിൽക്കുവാ. എന്താ പോരുന്നോ?"

"വന്നാൽ കൂടെ നിർത്തുമോ. ?"

കണ്ണിറുക്കികൊണ്ട് അവൾ തിരക്കി.

അയാൾ തിരിഞ്ഞ് ശങ്കരപ്പിള്ളയെ ഒന്നു നോക്കി. ചുളിഞ്ഞ നെറ്റിയോടെ നോക്കി നിൽക്കുകയാണ് ശങ്കരപ്പിള്ള.

"ഈ സാറ് ഒരു ചോദ്യത്തിനും ഉത്തരം തരില്ല. എങ്കിൽ ഞാൻ പോകുവാ...അത്രയും ഉറക്കെ പറഞ്ഞിട്ട് അവൾ സ്വരം താഴ്ത്തി തിരക്കി. പോട്ടേ കിളവാ. മീറ്റ് എഗൈൻ."

അപ്പോഴും ഗോവർദ്ധന്റെ നാവിന് ചങ്ങല വീണു കിടക്കുകയായിരുന്നു. മനോഹരമായ ഒരു പുഞ്ചിരികൂടി അയാൾക്ക് സമ്മാനിച്ചിട്ട് അവൾ ഹോണ്ട ഓടിച്ചുപോയി.

"ഏതാടോ ആ പെണ്ണ്?"

ഗോവർദ്ധൻ ശങ്കരപ്പിള്ളയെ നോക്കി.

"എനിക്ക് ശരിക്കറിയത്തില്ല സാർ. പക്ഷേ, സഖറിയാസ് മുതലാളിയുടെ ഏതോ ബന്ധത്തിൽ പെട്ടവളാണെന്നാ തോന്നുന്നത്."

ഗോവർദ്ധൻ ഒന്നു മൂളി.

നേരം ഉച്ച കഴിഞ്ഞു.

അപ്പോഴും കാത്തിരിപ്പു തുടരുകയാണ്.

എല്ലാവർക്കും വിശന്നു തുടങ്ങി.

സത്യൻ ഒഴികെയുള്ളവർ ഗോവർദ്ധനെ മനസ്സിൽ പ്രാകി.

പിന്നേയും സമയമിഴഞ്ഞു.

നിൽപ്പു തുടരുകയാണ്.

നാലു മണിയായി.

പൊടുന്നനെ ഗോവർദ്ധൻ കണ്ടു. നദിയിൽ അകലെ നിന്നും ചങ്ങാടത്തിൽ വരുന്ന കുറേപേർ. ഓരോ ചങ്ങാടത്തിൽ ഓരോരുത്തർ വീതം.

ഗോവർദ്ധന്റെ മുഖം തെളിഞ്ഞു.

അപ്പോൾ ശങ്കരപ്പിള്ളയുടെ മുഖം കറുത്തു.

കുറേക്കൂടി അടുത്തു വന്നപ്പോൾ അത് ചങ്ങാടമല്ല ഈറ്റകെട്ടുകളാണെന്ന് കണ്ടു.

"ഈറ്റത്തൊഴിലാളികളാണ്"

ശങ്കരപ്പിള്ള തെല്ലുറക്കെയാണ് പറഞ്ഞത്.

ഒളികണ്ണാലെ ഗോവർദ്ധൻ അയാളെ ഒന്നുനോക്കി.

ഈറ്റത്തൊഴിലാളികളും ഫോറസ്റ്റുകാരെ കണ്ടിരുന്നു.

അവർ കണ്ണുകൾ കൊണ്ട് സംസാരിച്ചു.

യാതൊരു ഭാവഭേദവും കൂടാതെ തുഴയാനും തുടങ്ങി.

പാലത്തിനരുകിൽ എത്താറായപ്പോൾ ഗോവർദ്ധൻ ഗാർഡുകളെ നോക്കി.

"അവരെ ഒരുവശം ചേർത്തുനിറുത്താൻ പറയ്..."

ഗാർഡുകൾ താഴേക്ക് പോയി.

ഈറ്റക്കെട്ടുകൾ നദിയുടെ ഓരം ചേർത്തു നിറുത്തി.

ഗോവർദ്ധനും അങ്ങോട്ടുചെന്നു.

ഈറ്റത്തൊഴിലാളികളെ അയാൾ കണ്ണുകൾ കൊണ്ടുഴിഞ്ഞു.

അവരുടെ കണ്ണുകളിൽ ഒരു മന്ദത വ്യാപിച്ചിട്ടുണ്ടെന്ന് അയാൾ കണ്ടു. ഒന്നുകിൽ മദ്യം. അല്ലെങ്കിൽ മയക്കുമരുന്ന്. ഈറ്റത്തൊഴിലാളികളെ സംബന്ധിച്ചു പറഞ്ഞാൽ ഇതിൽ എന്തെങ്കിലും അല്പം അകത്താക്കിയില്ലെങ്കിലേ അത്ഭുതമുള്ളു.

കാരണം വനത്തിൽ കാട്ടുജന്തുക്കൾക്കിടയിൽനിന്നും വേണം ഈറ്റവെട്ടികൊണ്ടു പോരുവാൻ. അതിന് ഒരു ധൈര്യത്തിനുവേണ്ടി അവർ കഴിക്കാറുണ്ട്.

ഗോവർദ്ധൻ എണ്ണിനോക്കി. പത്തുപേർ.

എണ്ണത്തിൽ തങ്ങളേക്കാൾ അധികം.

നല്ല കായികശേഷിയുള്ളവർ.

"ഈറ്റ എവിടെ കൊണ്ടുപോവുകയാ.?" അയാൾ തിരക്കി.

"ഗ്രാമത്തിൽ..."

"ഈറ്റ മാത്രമേയുള്ളോ ഇതിൽ?" അയാളുടെ ചോദ്യം കേട്ട് തൊഴിലാളികൾ ചിരിച്ചു പോയി. ഒപ്പം ശങ്കരപ്പിള്ളയും.

"ഷട്ട്." ഗോവർദ്ധൻ ശബ്ദമുയർത്തി.

ചിരിനിന്നു.

"നിങ്ങൾ കരയിലേക്കൊന്നിറങ്ങിക്കേ."

മുന്നിലെ ഈറ്റക്കെട്ടുകൾക്കു മുകളിൽ നിന്നിരുന്നവനോട് പറഞ്ഞു. അയാൾ അനുസരിച്ചു.

"സത്യാ..." ആ വിളിയും അർത്ഥവും മനസ്സിലാക്കിയ ഗാർഡ് സത്യൻ ഈറ്റക്കെട്ടുകൾക്ക് മുകളിലേക്ക് കയറി.

പക്ഷേ പരിശോധനയിൽ ഒന്നും കണ്ടില്ല.

ഈറ്റക്കെട്ടുകൾ മാത്രം.

"ഒന്നുമില്ല സാർ...."

"ബാക്കിയുള്ളവ കൂടി നോക്ക്."

"സർ"

സത്യന്റെയൊപ്പം മറ്റുള്ള ഗാർഡുകളും കൂടി.

പക്ഷേ, അവർക്ക് ഒന്നും കണ്ടെത്താൻ കഴിഞ്ഞില്ല.

ഈറ്റത്തൊഴിലാളികളുടെ പരിഹാസരുപത്തിലുള്ള ചിരി കൂടി കണ്ടപ്പോൾ റെയ്ഞ്ചർക്ക് കലിയടക്കാനായില്ല. ആ അനോണിമസ് കോൾ തെറ്റാണെന്ന് അയാൾക്ക് തോന്നിയില്ല.

പക്ഷേ തന്നെ അവിടെ നിന്നും മാറ്റിയിട്ട് ശത്രുക്കൾക്ക് വേറെ ലക്ഷ്യം വല്ലതും...

ഏത് വിശ്വസിക്കണം, വിശ്വസിക്കണ്ട എന്ന കാര്യത്തിൽ അയാൾക്ക് സംശയമായി. ഭാഗ്യപരീക്ഷണം വേണ്ട.

ഗോവർദ്ധൻ സത്യനെ നോക്കി.

"ജീപ്പിൽ നിന്നൊരു കത്തി എടുത്തുകൊണ്ടുവാ...."

"സർ"

അയാൾ എടുത്തുകൊണ്ടു വന്നു.

"ഇനി തനിക്ക് ഇഷ്ടമുള്ള ഒരു ചങ്ങാടത്തിലെ ഈറ്റക്കെട്ടുകൾ അറുത്തു മാറ്റ്..."

"അതെന്തിനാ സാറേ. പിന്നെയവ കൂട്ടിക്കെട്ടാൻ ബുദ്ധിമുട്ടാവും." തൊഴിലാളികളിൽ ഒരാൾ പറഞ്ഞു.

"അത് സാരമില്ല."

സത്യൻ ഒരു ചങ്ങാടത്തിൽ കയറി ഈറ്റക്കെട്ടുകൾ അറുത്തുമാറ്റാൻ തുടങ്ങി.

തൊഴിലാളികൾ മുഖാമുഖം നോക്കി. അടുത്ത നിമിഷം അവർ ജലത്തിലേക്ക് കുതിച്ചു ചാടി അപ്പുറത്തേക്ക് നീന്തി.

"സ്റ്റോപ്പ്..."

റിവോൾവർ വലിച്ചെടുത്തുകൊണ്ട് ഗോവർദ്ധൻ ഗർജ്ജിച്ചു.

പക്ഷേ അവരത് ചെവിക്കൊണ്ടില്ല.

ഗാർഡുകൾ നോക്കി നിന്നതേയുള്ളു.

അവർ അക്കരെ കയറി.

ഗോവർദ്ധൻ നിറയൊഴിച്ചു. കാലിൽ വെടിയേറ്റ് ഒരുവൻ താഴെ വീണു. അവിടെ നിന്നെണീറ്റ് ചോരയൊലിക്കുന്ന കാലുമായി അവനും കാട്ടിൽ മറഞ്ഞു.

ഈറ്റക്കെട്ടുകൾ മാറ്റിക്കഴിഞ്ഞപ്പോൾ അടുക്കിവച്ചിരിക്കുന്ന ചന്ദനത്തടികൾ കണ്ട് ഗോവർദ്ധന്റെ കണ്ണു തള്ളിപ്പോയി...

ഗ്രാമത്തിലെ കുറെ തൊഴിലാളികളെക്കൂടി വിളിച്ചാണ് ചന്ദനത്തടികൾ മുഴുവൻ റോഡിൽ എത്തിച്ചത്.

പിന്നെ ഒരു ലോറി കൊണ്ടുവന്ന് തടികൾ റേഞ്ച് ഓഫീസിൽ എത്തിക്കുമ്പോൾ രാത്രി എട്ടു മണി. ഗോവർദ്ധൻ അപ്പോൾത്തന്നെ വകുപ്പുമന്ത്രിയെ വിവരമറിയിച്ചു.

മന്ത്രി ഉടനെ പത്രക്കാർക്ക് വിവരം വല്കി.

വിവരമറിഞ്ഞ് ഡി.എഫ്.ഒ.സത്യമൂർത്തിക്ക് ഹാലിളകി.

അയാൾ സഖറിയാസിനെ വിളിച്ച് സംഗതി സത്യമാണോയെന്നു തിരക്കി. അതെ എന്നറിഞ്ഞപ്പോൾ പറഞ്ഞു.

"ഇനി ആ നായിന്റെ മോനെ വച്ചേക്കണ്ടെന്ന് ജാവേദിനോട് പറയു."

"ജാവേദ് അത് തീർച്ചയാക്കിക്കഴിഞ്ഞു." സഖറിയാസ് ചിരിച്ചു.

ജാവേദ് അപ്പോൾ ഗോവർദ്ധൻ എന്ന് ഒരു പേപ്പറിൽ എഴുതുകയായിരുന്നു. എന്നിട്ടയാൾ അതിന്ചുറ്റും ചുവന്ന മഷി കൊണ്ടൊരു വൃത്തം വരച്ചു.

ഡെഡ്ലൈൻ.

ഇരുപത്തിയാറ്

കളിച്ചിരിക്കുന്നത് തീയോടാണെന്ന കാര്യത്തിൽ റെയ്ഞ്ചർ ഗോവർദ്ധൻ നല്ല അറിവുണ്ടായിരുന്നു. ഇനി ഏതു നിമിഷവും ഒരു തീക്കാറ്റായി ജാവേദ് ഫ്രാങ്കോ ആഞ്ഞടിച്ചേക്കാം.

സൂക്ഷിക്കണം.

അയാളുടെ ഫോൺ വരേണ്ട നേരം എപ്പോഴേ കഴിഞ്ഞിരിക്കുന്നു. ഇതുവരേയും ഈ വിവരം ജാവേദ് അറിഞ്ഞിട്ടില്ല എന്ന് കരുതാനാവില്ല.

ഫോൺ വിളിച്ച് തന്നെ ഭീഷണിപ്പെടുത്താതിരുന്നതിന് ഒരേയൊരർത്ഥമേ കാണാൻ കഴിയുന്നുള്ളു.

ജാവേദ് മറ്റെന്തോ പദ്ധതിയൊരുക്കുകയാണ്.

ഒരുപക്ഷേ, ഈ രാത്രി തന്നെ ജാവേദുമായി ഒരു മുഖാമുഖം ഉണ്ടായേക്കാം. മരണത്തിനും ജീവിതത്തിനും ഇടയ്ക്കുള്ളതാണ് ഇനി വരുന്ന നിമിഷങ്ങൾ.

അതുകൊണ്ട്തന്നെ കണ്ണിലെ കൃഷ്ണമണിപോലെ ചന്ദനതടികളും കാത്തു സൂക്ഷിച്ച് ഇരുന്നേ പറ്റൂ.

ഗോവർദ്ധൻ ഗാർഡുകളെ മുഴുവൻ വിളിച്ചു. രാത്രി ആരും ക്വാർട്ടേഴ്സിൽ പൊയ്ക്കൂടെന്ന് നിർദ്ദേശിച്ചു. മാത്രമല്ല, ക്വാർട്ടേഴ്സിൽ ഓഫ് വാങ്ങിപ്പോയിട്ടുള്ളവരേയും തിരിച്ചു വിളിക്കാൻ നിർദ്ദേശിച്ചു. എല്ലാ മുഖങ്ങളിലും ഉത്കണ്ഠയായിരുന്നു.

ഈ രാത്രിയൊന്നു കഴിഞ്ഞു കിട്ടിയിരുന്നെങ്കിൽ...

അപ്പോൾ ഗോവർദ്ധൻ എന്നെഴുതി അതിന് ചുറ്റും ചുവന്ന വൃത്തം വരച്ച പേപ്പർ ചുരുട്ടിയെറിഞ്ഞ് എണീൽക്കുകയായിരുന്നു ജാവേദ് ഫ്രാങ്കോ.

ആ സെക്കന്റിൽത്തന്നെയാണ് അയാളുടെ രഹസ്യതാവളത്തിന് മുന്നിൽ ഒരു വാഹനം ബ്രേക്കിടുന്ന ഒച്ച ഉയർന്നത്.

ജാവേദിന്റെ കണ്ണുകൾ കുറുകി.

അയാൾ മുറിയിലെ ലൈറ്റ് അണച്ചു.

പിന്നെ ജനാലയിലൂടെ നോക്കി.

തിടുക്കത്തിൽ രണ്ടുപേർ വരുന്നു.

അവരെ അയാൾ തിരിച്ചറിഞ്ഞു.

മുൻമന്ത്രി വിദ്യാധരനും ഡി.എഫ്.ഒ. സത്യമൂർത്തിയും.

അവർ വാതിലിൽ തട്ടും മുമ്പു തന്നെ ജാവേദ് അത് തുറന്നുകഴിഞ്ഞിരുന്നു. അവർ അകത്തുകയറി.

വാതിലടച്ചിട്ട അയാൾ ലൈറ്റ് തെളിച്ചു.

"എന്താ ജാവേദ് അടുത്ത പദ്ധതി.?"

വിദ്യാധരൻ ധൃതിയിൽ തിരക്കി.

"ഞാൻ തീരുമാനിച്ചു കഴിഞ്ഞു. പുറപ്പെടാൻ ഭാവിക്കുകയായിരുന്നു". ജാവേദ് അണപ്പല്ലുകൾ കടിച്ചമർത്തി.

"ഇനി ആ നായിന്റെ മോൻ റെയ്ഞ്ചർ ഈ ഭൂമിയിൽ വേണ്ടാ..."

സത്യമൂർത്തിയും വിദ്യാധരനും മുഖാമുഖം നോക്കി.

പിന്നെ സംസാരിച്ചത് ഡി.എഫ്.ഒ.യാണ്.

തൽക്കാലം അങ്ങനെയൊരു ആക്രമണ പരിപാടി ഇടുന്നത് ബുദ്ധിയല്ല.

"മ്"

"ജയിച്ചുപോരാൻ പ്രയാസമാവും."

ജാവേദ് പൊട്ടിച്ചിരിച്ചു പോയി.

"എന്റെ യന്ത്രത്തോക്കിന് മുന്നിലെത്തിയിട്ടുള്ള ഒറ്റ ജീവിയും ഇന്നു വരെ ജീവനോടു മടങ്ങിയിട്ടില്ല......"

"അക്കാര്യത്തിലൊന്നും ഞങ്ങൾക്ക് സംശയമില്ല ജാവേദ്."

"പിന്നെ"

"കാര്യങ്ങൾ നമ്മൾ വിചാരിക്കുന്നതിനും അപ്പുറത്തെത്തിയിരിക്കുന്നു"

"തെളിച്ചുപറയെടോ..."

"വനം വകുപ്പുമന്ത്രി ജോൺ മത്തായി ആഭ്യന്തരമന്ത്രിയുമായി നേരിൽ സംസാരിച്ചിട്ട് ഫോറസ്റ്റ് റേഞ്ച് ഓഫീസിന് സംരക്ഷണം നല്കുന്നതിന് ഒരു ബറ്റാലിയൻ പൊലീസിനെ നിയോഗിച്ചിരിക്കുന്നു...."

ജാവേദ് ഒന്നു നടുങ്ങി.

കാര്യങ്ങൾ അത്രക്കും സീരിയസ്സോ?

സത്യമൂർത്തി തുടർന്നു.

"അവരിപ്പോൾ ഫോറസ്റ്റ് റേഞ്ച് ഓഫീസിൽ എത്തിയിരിക്കും. നാളെത്തന്നെ അടിയന്തപ്രാധാന്യമുള്ള സംഗതി എന്ന നിലയിൽ ചന്ദനത്തടികൾ മുഴുവൻ അവിടെ നിന്നും തലസ്ഥാനത്തേക്ക് കൊണ്ടുപോകും."

"അതിനായി അവർക്ക് പറയുവാൻ ഒട്ടേറെ കാരണങ്ങൾ ഉണ്ട്. മുഖ്യമായും ജാവേദ് ഫ്രാങ്കോയുടെ പേരാണെന്ന് വച്ചോ."

ചിന്താധീനനും അസ്വസ്ഥനുമായ ജാവേദ് ഫ്രാങ്കോ മുറിയിൽ നടക്കാൻ തുടങ്ങി.

എത്രയോ ദിവസങ്ങളിലെ അദ്ധ്വാനത്തിന്റെ ഫലമാണ് ഒറ്റദിവ

സം കൊണ്ട് നാമാവശേഷമായിരിക്കുന്നത്.

എങ്ങനെയൊക്കെ ചിന്തിച്ചിട്ടും അത് അയാൾക്ക് അടക്കാൻ പറ്റാത്ത കാര്യമായിരുന്നു.

നടപ്പുനിർത്തി അയാൾ ഒരു ചുരുട്ട് കത്തിച്ചു.

ആർത്തിയോടെ രണ്ട് മൂന്ന് കവിൾ പുകവിഴുങ്ങി.

പിന്നെ വിദ്യാധരന്റേയും സത്യമൂർത്തിയുടേയും മുഖങ്ങളിലേക്ക് മാറിമാറിനോക്കി.

"പിന്നെ എന്തു ചെയ്യണം ഞാനെന്നാണ് നിങ്ങൾ പറഞ്ഞുവരുന്നത്? ഏതായാലും ഗോവർദ്ധൻ ഇനി മാപ്പില്ല."

"അവൻ ഒരിക്കലും മാപ്പു കൊടുക്കാനേ പാടില്ല. പക്ഷേ തൽക്കാലം നമ്മൾ മൗനം പാലിക്കണം. അവനെ കൊന്നാൽ മറ്റ് ഒരു ഓഫീസർ വരും. അവൻ എത്തരക്കാരനായിരിക്കുമെന്നും കരുതാനാവില്ല..."

"അതിന് ആരും വന്നോട്ടെ. പിറ്റേന്ന് അവന്റെ ശവമേ മറ്റുള്ളവർ കാണു..."ജാവേദ് ചുരുട്ട് ആഞ്ഞുവലിച്ചു.

"അക്കാര്യത്തിൽ ഞങ്ങൾക്കാർക്കും സംശയമൊന്നുമില്ല. പക്ഷേ... തുടരെയിങ്ങനെ ഫോറസ്റ്റ് ഉദ്യോഗസ്ഥൻമാരെ കൊന്നാൽ... ജാവേദിനെതിരെ പട്ടാളത്തെ നിയോഗിക്കണമെന്ന് നിർദ്ദേശം വയ്ക്കാനും ഇപ്പോഴത്തെ വനംവകുപ്പു മന്ത്രി മടിച്ചെന്നു വരില്ല.

"പട്ടാളം വന്നാലും നമ്മളെ ഒരു പുല്ലും ചെയ്യാൻ പോകുന്നില്ലെങ്കിലും അത് ബിസ്സിനസ്സിനെ ബാധിക്കും. അതുകൊണ്ട് പോയതുപോകട്ടെ എന്ന് വയ്ക്കുക. നമ്മെ ഒറ്റിക്കൊടുത്തത് ആരാണെന്നറിയുക. ഇപ്പോൾ അതാണ് വേണ്ടത്..."

ആ അഭിപ്രായത്തിലും കാര്യമുണ്ടെന്ന് ജാവേദിന് തോന്നി. എന്നാലും പറഞ്ഞപ്രകാരം പാർട്ടിക്ക് ചന്ദനം കൊടുക്കാതിരിക്കാനാവുമോ.

"കൊടുക്കാം. നമുക്കിത്തിരി സാവകാശം ആവശ്യപ്പെടാം. ഇനി അത്യാവശ്യം വേണ്ടത് ആനകൊമ്പുകളാണ്. അതുടനെ ഉണ്ടാവണം. തൽക്കാലം ഗോവർദ്ധനെ മറക്കുക."

വിദ്യാധരനാണ് പറഞ്ഞത്.

ജാവേദ് കനപ്പിച്ചൊന്ന് മൂളി.

പക്ഷേ അപ്പോഴും അയാളുടെ മനസ്സിൽ റെയ്ഞ്ചർ ഗോവർദ്ധന്റെ ചിത്രമായിരുന്നു...

ദിവസങ്ങൾ പിന്നേയും കൊഴിഞ്ഞുവീണു.

പഴയ റെയ്ഞ്ചർ ജയദേവൻ റിമാന്റിൽ നിന്നും മോചിതനായി.

എങ്കിലും അന്വേഷണവിധേയമായി അയാളെ സസ്പെൻഡ് ചെയ് തിരിക്കുകയായിരുന്നു.

വീട്ടിൽ എത്തിയിട്ട് ജയദേവൻ ആദ്യം പോയത് മുൻ വനം വകുപ്പു മന്ത്രി വിദ്യാധരന്റെ അരുകിലേക്കാണ്. തന്റെ പ്രീമിയർ പത്മിനി കാറിൽ നിന്നിറങ്ങി വിദ്യാധരന്റെ വീട്ടിലേക്ക് ചെല്ലുമ്പോൾ ഒരുപാട് സ്വപ്നങ്ങളുണ്ടായിരുന്നു ജയദേവന്, ജോലി പോകുന്നെങ്കിൽ പോകട്ടെ.

പക്ഷേ, പത്തു തലമുറയ്ക്ക് കഴിയ്ക്കാനുള്ളത് വിദ്യാധരൻ സാറും ജാവേദ് ഫ്രാങ്കോയും കൂടി തരും. അങ്ങനെയാണ് കണ്ടീഷൻ. കഴിഞ്ഞ നാലുവർഷക്കാലമായി വനസമ്പത്ത് കൊള്ളയടിക്കുവാൻ അവരെ അറിഞ്ഞുസഹായിച്ചിട്ടുള്ളവനാണ് താൻ.

അയാളുടെ പ്രതീക്ഷയെ കൂടുതൽ ഉത്തേജിതമാക്കുന്ന പ്രവൃത്തി യായിരുന്നു വിദ്യാധരനിൽ നിന്നും ഉണ്ടായതും. ജയദേവനെ ഹാർദ്ദവമായി സ്വീകരിച്ചുകൊണ്ട് അയാൾ അകത്തേക്ക് പോയി.

“എത്രകാലമായെടോ നമ്മളൊന്ന് കൂടിയിട്ട്.? ഇപ്പോൾ താനും ഞാനും ഒരു പോലാ. രണ്ടുപേർക്കും അധികാരം പോയി. സാരമില്ല... ” എന്നു പറഞ്ഞ് മദ്യം വിളമ്പി.

ഒന്നിച്ചിരുന്ന് ഭക്ഷണം കഴിച്ചു.

എല്ലാം കഴിഞ്ഞാണ് ജയദേവൻ തന്റെ ആവശ്യം ഉന്നയിച്ചത്.

“നേരത്തെ പറഞ്ഞിരുന്ന ആ പണം... ഞാനിപ്പോൾ ആകെ പരുങ്ങലിലാണ് സാർ.”

വിദ്യാധരൻ ജയദേവന്റെ മുഖത്തേക്കൊന്ന് നോക്കി.

പിന്നേ ശബ്ദം കഴിവതും ദയനീയമാക്കികൊണ്ട് പറഞ്ഞു “എന്റെ അവസ്ഥയും ഇപ്പോൾ തന്റേതിനേക്കാൾ കഷ്ടമാണ്. മന്ത്രിസ്ഥാനം പോയതോടുകുടി, തരാമെന്നേറ്റിരുന്ന പല കമ്മീഷനുകളും കമ്പനിക്കാർ പിടിച്ചുവച്ചു. നമുക്ക് തന്നേ പറ്റൂ എന്ന് തീർത്തു പറയാനാകുമോ.” വിദ്യാധരൻ വിളറിയ ഒരു ചിരി പാസാക്കി.

“അങ്ങനെ പറഞ്ഞ് എന്നെ ഒഴിവാക്കാൻ ശ്രമിക്കുകയാണോ സാർ?. കൂർഗ്ഗിൽ കുറേ തോട്ടം വാങ്ങാമെന്ന് വച്ചാണ് പണമെല്ലാം കൂടി ഒന്നിച്ചുമതിയെന്ന് ഞാൻ പറഞ്ഞതും ഒട്ടും വാങ്ങാതിരുന്നതും. അതിപ്പോൾ അബദ്ധമായിപ്പോയോ”

കുറുക്കന്റെ കൗശലത്തോടെയാണ് വിദ്യാധരൻ മറുപടി നല്കിയത്. “മനുഷ്യന്റെ കാര്യമല്ലേ ജയദേവാ. എല്ലായ്പോഴും ഒന്നുപോലെയിരിക്കുമോ. ഇങ്ങനെയൊക്കെ സംഭവിക്കുമെന്ന് ആരെങ്കിലും കരുതിയിരുന്നതാണോ?”

ജയദേവൻ മിണ്ടിയില്ല.

കടുത്ത ആലോചനയിലായിരുന്നു. പിന്നെ തിരക്കി.

“അപ്പോൾ ഞാനിനി ആ പണമൊന്നും പ്രതീക്ഷിക്കേണ്ടാ അല്ലേ സാർ?”

“അതിപ്പോൾ ജയദേവാ ഞാനെന്താ പറയേണ്ടത്.?”

“ഒന്നും പറയണ്ടാ സാർ. ഇനി എന്നെകൊണ്ട് യാതൊരു പ്രയോജനവുമില്ലെന്ന് സാറും ജാവേദുമൊക്കെ കരുതുന്നുണ്ടാവും. അല്ലേ. പക്ഷേ അങ്ങനെയങ്ങ് ഒഴിഞ്ഞുപോകും ഞാനെന്ന് സാറു കരുതണ്ടാ. ഇപ്പോൾ മന്ത്രിസ്ഥാനമല്ലേ പോയിട്ടുള്ളൂ. ഇനിയുള്ള കാലം മുഴുവൻ നിങ്ങളെ ഇരുമ്പഴിക്കുള്ളിൽ കിടത്താനുള്ള മാർഗ്ഗം എനിക്കറിയാം. നിങ്ങളും ജാവേദും മറ്റും ചേർന്നു നടത്തിയ കോടികളുടെ വനം മുടിക്കൽ. അതുവച്ച് ഇനി ഞാനൊന്നു കളിക്കാം....നിങ്ങളെ കളി പഠിപ്പിക്കാം... ”

ജയദേവൻ എണീറ്റു വെട്ടിതിരിഞ്ഞ് പുറത്തേക്ക് നടന്നു.

ഇരുപത്തിയേഴ്

ജയദേവൻ വാതിൽ കടന്നുപോയിട്ടും മുൻമന്ത്രി വിദ്യാധരൻ അനങ്ങിയില്ല. അയാൾ പോയ ഭാഗത്തുനിന്നും കണ്ണുകൾ പിൻവലിച്ചുമില്ല. ചൂയിംഗം ചവയ്ക്കുന്നതുപോലെ വായ് വെറുതെ ചവച്ചുകൊണ്ടിരുന്നു.

പുറത്ത് കാർ സ്റ്റാർട്ടാകുന്നതും അകന്നുപോകുന്നതും കേട്ടു.

പിന്നേയും കുറേനേരം കൂടി അങ്ങനെ തന്നെയിരുന്നു വിദ്യാധരൻ. പിന്നെ മൊബൈൽ ഫോൺ എടുത്ത് ചില നമ്പരുകൾ അമർത്തി. അപ്പുറത്ത് ആരോ ഫോൺ അറ്റന്റു ചെയ്തു.

വിദ്യാധരൻ ശബ്ദം താഴ്ത്തി സംസാരിച്ചുകൊണ്ടിരുന്നു....

രാത്രി.

സന്ധ്യ മുതൽ മഴയുണ്ടായിരുന്നു.

ഇടയ്ക്കിടെ ഭൂമിയെ വിറകൊള്ളിക്കുന്ന ഇടിനാദങ്ങൾ.

അതിനിടെ കറണ്ടും പോയി.

റെയിഞ്ചർ ജയദേവൻ തന്റെ വീട്ടിൽ എമർജൻസി ലാമ്പിനരുകിൽ ഇരുന്ന് ഡയറിയിൽ എന്തൊക്കെയോ കുത്തിക്കുറിക്കുകയായിരുന്നു.

ഭാര്യ അടുക്കളയിലാണ്.

മക്കൾ രണ്ടുപേരും ഉറങ്ങിക്കഴിഞ്ഞു.

ക്ളോക്കിൽ ഒൻപതടിച്ചു.

ഭാര്യ വന്ന് ജയദേവനെ ഭക്ഷണം കഴിക്കാൻ ക്ഷണിച്ചു.

"ഇത്തിരി കൂടി കഴിയട്ടെടി. കറണ്ടു വരുമോ എന്നു നോക്കാം."

അയാൾ എഴുത്തു തുടർന്നു.

"നല്ല കഥയായി. മഴയില്ലെങ്കിൽത്തന്നെ കറണ്ടില്ല. അപ്പോൾ പിന്നെ മഴയുള്ളപ്പോഴത്തെ കാര്യം പറയാനുണ്ടോ." അവളും ഒരു കസേരയിൽ ഇരുന്നു.

മഴയ്ക്ക് ശക്തി കൂടി.

ഒപ്പം ശക്തമായ ഇടിനാദം. ഭൂമി വിറച്ചു. ഇരുൾ നടുങ്ങി നിന്നു.

ഈ നേരത്താണ് ഒരു വാഹനത്തിന്റെ ഹെഡ്‌ലൈറ്റുകളിലെ വെളിച്ചം ജനൽ ഗ്ലാസ്സിൽ പ്രതിഫലിച്ചത്.

മുറ്റത്ത് വാഹനം നിന്നു.

ഒരു ജീപ്പ്, ലൈറ്റ് അണഞ്ഞില്ല. എൻജിൻ ഓഫായതുമില്ല.

പ്രധാന വാതിലിന് നേരെയാണ് ലൈറ്റുകളുടെ വെളിച്ചം പതിഞ്ഞു നിന്നത്.

വാതിലിൽ ശക്തമായ മുട്ടു കേട്ടു.

എമർജൻസി ലാമ്പുമായി ജയദേവൻ എണീറ്റു.

"ഞാൻ നോക്കിയിട്ടുവരാം...."

അയാൾ വാതിലിലെ പീപ്പിംഗ് ഹോളിലൂടെ നോക്കി.

ആരോ നിൽക്കുന്നത് കാണാം.

മുഖം വ്യക്തമല്ല. വാതിലിന്റെ ബോൾട്ട് നീക്കി.

ജീപ്പിന്റെ ഹെഡ്‌ലൈറ്റുകളിലെ വെളിച്ചം അയാളുടെ കണ്ണുകളിൽ പുളഞ്ഞിറങ്ങി. കണ്ണുകൾ ചിമ്മി തുറന്നു.

കാൽവരെയെത്തുന്ന കോട്ടും മുഖം പകുതിയലധികം മറയത്തക്ക വിധത്തിലുള്ള വലിയ തൊപ്പിയും ധരിച്ച ഒരാൾ...

"ആരാ ?"ജയദേവൻ തിരക്കി.

"കാലൻ" മറുപടി പെട്ടെന്നായിരുന്നു.

ജയദേവൻ കിടുങ്ങി.

ആ ശബ്ദം...

അത് ജാവേദ് ഫ്രാങ്കോയുടേതാണെന്ന് അയാൾ തിരിച്ചറിഞ്ഞു.

ജാവേദ് കോട്ടിന്റെ കീശയിലേക്ക് കൈകൾ രണ്ടും താഴ്ത്തി നിൽക്കുകയായിരുന്നു.

"നീ ഞങ്ങളെ ഏതാണ്ട് ചെയ്യുമെന്ന് വിദ്യാധരനോട് പറഞ്ഞില്ലേ അതെന്താണെന്ന് നേരിട്ടറിയാൻ വന്നതാ ഞാൻ..."

ജാവേദ് മുന്നോട്ടു വന്നു.

ജയദേവൻ പിന്നോട്ടടിവച്ചു.

"ജാവേദ് ഞാൻ പറയുന്നതൊന്നു കേൾക്ക്..."

"പറഞ്ഞോ. ഞാൻ കേൾക്കുന്നുണ്ട്."

"എന്നെ കൊല്ലരുത്..."

ജാവേദ് പൊട്ടിചിരിച്ചു.

"നീ വലിയ ധൈര്യശാലിയാണെന്നാണല്ലോ വിദ്യാധരൻ പറഞ്ഞത്. എന്നിട്ടിപ്പോൾ ഭയപ്പെടുന്നതെന്തിനാ. നിന്നെ കൊല്ലുമെന്നൊന്നും ഞാൻ പറഞ്ഞില്ലല്ലോ..."

ജയദേവന്റെ ഭാര്യ മുന്നോട്ടുവന്നത് പെട്ടെന്നാണ്.

"നിങ്ങളാരാണ്. അതിക്രമിച്ച് വീടിനുള്ളിൽ കടന്നുവന്ന് ഭീഷണിപ്പെടുത്തുന്നോ?"

"മേനകേ...." താക്കീത് പോലെ ജയദേവൻ വിളിച്ചു.

"അവളു പറയട്ടെടോ. ഇങ്ങനെയാ വീടിനോടും ഭർത്താവിനോടും സ്നേഹമുള്ള പെണ്ണുങ്ങള്... " അവളെ അടിമുടി നോക്കികൊണ്ടാണ് ജാവേദ് സംസാരിച്ചത്.

ഇടയ്ക്ക് അയാൾ നാവു നീട്ടി ചൊടി നനച്ചു.

"ഏതായാലും മോളങ്ങ് അകത്തുപോ. നിന്നെ അധികനേരം കണ്ടു കൊണ്ടു നിൽക്കാനുള്ള ക്ഷമ എനിക്കുണ്ടായീന്നുവരില്ല." അയാൾ അർദ്ധോക്തിയിൽ നിറുത്തിയിട്ട് ആ മുഖത്തേക്ക് നോക്കി.

"ഇത് ആണുങ്ങൾ തമ്മിലുള്ള കാര്യമാ."

"നീ അപ്പുറത്തുപോ മേനകേ..."

മനസ്സില്ലാമനസ്സോടെ അവൾ പോയി.

ജാവേദിന്റെ കണ്ണുകൾ ജയദേവനിലേക്ക് തെന്നിവന്നു.

"എവിടെയാ നമ്മൾ പറഞ്ഞു നിർത്തിയത് ങാ... നിന്റെ കൈയിൽ ഞങ്ങളെ പൂട്ടാനുള്ള എന്തൊക്കെയോ രേഖകളുണ്ടെന്ന് അല്ലേ. എന്തൊക്കെയാ അത്?"

ജാവേദ് കീശയിൽ നിന്നും അപ്പോഴും കൈകൾ പിൻവലിച്ചിരുന്നില്ല.

"അത്...ഞാൻ വെറുതെ..." ജയദേവൻ പരുങ്ങി.

"വേണ്ടാ. കള്ളം പറയണ്ട നീ വിദ്യാധരനോട് പറഞ്ഞതൊക്കെ സത്യം തന്നെയാണെന്ന് നിന്റെ മുഖം വിളിച്ചു പറയുന്നുണ്ട്. ങ്ഹാ. അതെന്തൊക്കെയാണെന്നൊന്നും നീ എന്നോട് പറയണ്ടാ... എടുക്ക്. എല്ലാം എടുക്ക്..."

തറയിൽ തറഞ്ഞു പോയതുപോലെ ജയദേവൻ നിന്നു.

"മൂവ്.."

ജയദേവൻ പതിയെ ചലിച്ചു.

ജാവേദിനേ എങ്ങനെ നേരിടണമെന്ന് അതിനിടെ ചിന്തിച്ചത്. പക്ഷേ ഭയം ചേക്കേറിയ മനസ്സിൽ യാതൊരു ഉപായവും തെളിഞ്ഞുവന്നില്ല...

"ലുക്ക് ജയദേവൻ. ഏറ്റവും കൂടുതൽ വേഗത്തിൽ ഓരോന്നും ചെയ്യണമെന്ന ആഗ്രഹക്കാരനാണ് ഞാൻ. അതുകൊണ്ട് എന്റെ ക്ഷമയെ പരീക്ഷിക്കരുത്. പെട്ടെന്നെടുത്താൽ നിങ്ങൾക്ക് ജീവൻ തിരികെത്തരാം ഞാൻ..."

ജയദേവൻ തന്റെ റൂമിൽ കയറി.

അലമാരിയിൽ നിന്നും ഒരു ഫയൽ എടുത്തു.

രോഷം കടിച്ചൊതുക്കികൊണ്ട് ജയദേവൻ ഫയൽ നീട്ടി.

"വേണ്ട വേണ്ട. നിന്റെ കൈകൊണ്ട് തന്നെ അത് ഇവിടെയിട്ട് കത്തിക്ക്..."

മേശപ്പുറത്തു കിടന്നിരുന്ന ലൈറ്ററെടുത്ത് ജയദേവൻ ഫയലിൽ തീ പിടിപ്പിച്ചു. പിന്നെയത് തറയിലിട്ടു.

"ഈ ഡയറി കൂടി കത്തിച്ചേക്ക്..."

മേശപ്പുറത്ത് ജയദേവൻ എഴുതികൊണ്ടിരുന്ന ഡയറി തുറന്നു വച്ചിരുന്നത് ജാവേദിന്റെ ദൃഷ്ടിയിൽ പെട്ടിരുന്നു.

മനസ്സില്ലാ മനസ്സോടെയാണ് ജയദേവൻ അതും തീയിൽ വച്ചത്. ജാവേദിന്റെ കണ്ണുകളിൽ തീജ്വാലകൾ പ്രതിഫലിച്ചു.

"ഇനി ഒന്നും ബാക്കിയില്ലല്ലോ ജയദേവാ."

"ഇല്ല"

"ഗുഡ്..."

ഒരേ സമയം ജാവേദിന്റെ കോട്ടിനെ തുളച്ചുകൊണ്ട് പോക്കറ്റുകളിൽ നിന്നും രണ്ട് വെടിയുണ്ടകൾ പാഞ്ഞുവന്നു...

അവ കൃത്യം ജയദേവന്റെ നെഞ്ചിൽ ഇടത്തും വലത്തുമായി പുളഞ്ഞിറങ്ങി.

"മേനകേ..."

വെടിശബ്ദത്തേക്കാളുച്ചത്തിൽ ജയദേവന്റെ അലർച്ച ഉയർന്നു.

"ചേട്ടാ..."മേനക ഓടി വന്നു.

അപ്പോഴും കീശയിൽ നിന്നും കൈകൾ പിൻവലിക്കാതെ, ഒന്നും സംഭവിക്കാത്തതുപോലെ നിൽക്കുകയായിരുന്നു ജാവേദ്.

ജയദേവന്റെ ചലനം നിലച്ചു.

മേനകയുടെ വിവരണത്തിൽ നിന്നും കൊലയാളി ജാവേദ് ഫ്രാങ്കോയാണെന്ന് പൊലീസിന് മനസ്സിലായി. അന്വേഷണങ്ങളും

മുറയ്ക്ക് നടന്നു. കുറച്ചു ദിവസങ്ങൾക്കുശേഷം...

നാലുമണിയോടുകൂടി ഗോവർദ്ധൻ ക്വാർട്ടേഴ്സിലേക്ക് മടങ്ങി.

വൈകിട്ട് ക്ഷേത്രത്തിൽ പോകണമെന്ന് അമ്മ പറഞ്ഞിരുന്നു.

അന്ന് ഗോവർദ്ധന്റെ ജന്മദിനമായിരുന്നു. ക്ഷേത്രത്തിൽ വഴിപാടുകൾ നടത്തണം. മാത്രവുമല്ല അന്നായിരുന്നു അച്ഛന്റെ ചരമവാർഷികവും. അഞ്ചാം ചരമവാർഷികം. അച്ഛന്റെ ആത്മാവിന് വേണ്ടിയും അമ്മയ്ക്ക് പ്രാർത്ഥിക്കണം.

ക്വാർട്ടേഴ്സിന് ഇത്തിരി അകലെയെത്തിയപ്പോൾത്തന്നെ അയാൾ കണ്ടു.

മുറ്റത്തിരിക്കുന്ന കൈനറ്റിക് ഹോണ്ട.

അത് ആരുടേതാണെന്ന് മനസ്സിലാക്കുവാൻ സെക്കന്റുകളേ വേണ്ടി വന്നുള്ളു. ആ തെറിച്ച പെണ്ണിന്റേതു തന്നെ.

ഇവൾക്കെന്താണിവിടെ കാര്യമെന്നു വിചാരിച്ചുകൊണ്ടാണ് ജിപ്സി നിറുത്തിയത്.

അതിൽ നിന്നിറങ്ങുമ്പോൾ കണ്ടു അകത്തു നിന്നും ധൃതിയിൽ ഇറങ്ങിവരുന്നു അവൾ.

അയാളെ ഒന്നു നോക്കുകപോലും ചെയ്യാതേ കൈനറ്റിക് ഹോണ്ടയിൽ കയറിയിരുന്ന് സ്റ്റാർട്ടാക്കി. ജീപ്പിനു മുന്നിലൂടെ ഒന്നു വലം വച്ച് ഡ്രൈവിംഗ് സീറ്റിനരുകിൽ ബ്രേക്കിട്ടു നിറുത്തി.

"പറഞ്ഞില്ലെങ്കിലും ഞാനറിയും ഇന്നു കെളവന്റെ ബർത്ത്ഡേയാണെന്ന്. പക്ഷേ, എത്രാമത്തേതാണെന്നറിഞ്ഞില്ല. അൻപത്തിമൂന്നോ, അൻപത്തിനാലോ, ആ എത്രയായാലെന്താ. നല്ല സൊയമ്പൻ പായസമുണ്ടായിരുന്നു. അപ്പഴേ... താങ്ക്സ്..."

അവൾ ഹോണ്ട വിട്ടുപോയി.

അയാൾ മിഴിച്ചിരുന്നു.

ഇരുപത്തിയെട്ട്

ചുറ്റിയ പാമ്പ് കടിച്ചേ പിന്മാറൂ എന്ന അവസ്ഥയിലാണല്ലോ ഈ പെണ്ണെന്ന് റെയ്ഞ്ചർ ഗോവർദ്ധന് തോന്നി.

ഇവൾ വിടാതെ തന്നെ പിൻതുടരുകയാണ്.

കൈനറ്റിക് ഹോണ്ട അകലെ മറയുന്നതുവരെ അയാൾ ജിപ്സിയിൽ തന്നെ ഇരുന്നു.

"എടാ ഗോവർദ്ധാ... "

അമ്മയുടെ ശബ്ദമാണ് അയാളെ ഉണർത്തിയത്.

"നീയിതെന്താ സ്വപ്നം കണ്ടിരിക്കുകയാണോ?"

ജാള്യതയോടെ അയാൾ നോക്കുമ്പോൾ അമ്മ ക്വാർട്ടേഴ്സിന്റെ വാതിൽക്കൽ നിന്നു ചിരിക്കുന്നു.

അയാൾ പെട്ടെന്ന് ജീപ്പിൽ നിന്നിറങ്ങി അങ്ങോട്ട് ചെന്നു.

ആ പെണ്ണേതാ അമ്മേ?

"ഇതു നല്ല കൂത്ത്. അവൾ നിന്നോട് സംസാരിക്കുന്നത് ഞാൻ കണ്ടല്ലോ. നിങ്ങള് പരിചയക്കാരല്ലേ. എന്നിട്ടിപ്പോൾ എന്നോടാ ണോ ചോദിക്കുന്നത് അവളാരാണെന്ന്."

അമ്മ കൃത്രിമ കോപം നടിച്ചു.

"ഓ. ഈ അമ്മയെ ഞാനിത് എങ്ങനെ വിശ്വസിപ്പിക്കാനാ? എനിക്കവളെ അറിയില്ല. ആരാ അവൾ.?"

അമ്മ മകന്റെ കണ്ണുകളിലേക്ക് തന്നെ നോക്കി.

എന്നിട്ട് തിരക്കി.

"നീ അവളെ ആദ്യമായിട്ട് കാണുകയാണോ.?"

"അല്ല... അതിപ്പോൾ... നേരത്തെ ഒരു പക്ഷേ, എവിടെയെങ്കി ലും വച്ച് കണ്ടിട്ടുണ്ടാവാം. അതുകൊണ്ട് അവളാരാണെന്ന് അറിയ ണമെന്നില്ലല്ലോ.?"

"നമ്മൾ ദിവസവും എത്ര പേരെ കാണുന്നു."

അമ്മയുടെ നെറ്റി ചുളിഞ്ഞു.

"നീ ഒന്നിലധികം തവണ നേരത്തെ തന്നെ അവളെ കണ്ടിട്ടു ണ്ടെന്നും സംസാരിച്ചിട്ടുണ്ടെന്നും ഞാൻ പറഞ്ഞാൽ നിനക്ക് നിഷേധിക്കാനാവുമോ"

"ഒരാളെ കാണുകയും സംസാരിക്കുകയും ചെയ്തതുകൊണ്ട് പേർ അറിയണമെന്നില്ലല്ലോ....?"

"അതു ശരിയായിരിക്കാം. എന്നാലും അമ്മേടടുത്ത് ഈ അഭി നയമൊന്നും വേണ്ടാ."

ഗോവർദ്ധൻ വിഷമവും കോപവുമൊക്കെ ഒന്നിച്ചുണ്ടായി.

"അമ്മ വിചാരിക്കും പോലെയൊന്നുമല്ല കാര്യങ്ങൾ. ആ പെണ്ണ് മനസ്സിലെന്തോ കണ്ടിട്ടുണ്ട്. അതുകൊണ്ടാ ഇങ്ങനെ ഇടി ച്ചുകേറി വന്നത്."

"നീ ആ പറഞ്ഞത് സത്യമാ. എനിക്കും അങ്ങനെതന്നെ തോ ന്നി. എന്തോ മനസ്സിൽ കണ്ടിട്ടുണ്ട് അവൾ ഈ പ്രായത്തിലുള്ള പെൺകുട്ടികൾ സാധാരണ എന്തായിരിക്കും മനസ്സിൽ കാണുക."

"പഴുത്തമാങ്ങ."

പറഞ്ഞിട്ട് അയാൾ തന്റെ മുറിയിലേക്ക് പോയി.

കുളികഴിഞ്ഞ് വന്നപ്പോഴേക്കും അമ്മ ക്ഷേത്രത്തിൽ പോകുവാൻ

ഒരുങ്ങിക്കഴിഞ്ഞിരുന്നു. അയാളും ഷർട്ടും മുണ്ടും ധരിച്ച് ജീപ്പിൽ ഇരിക്കവെയാണ് അമ്മ ബാക്കി പറഞ്ഞത്.

"അവളുടെ പേര് ബിജി. സഖറിയാസ് എന്ന് പേരുള്ള ഒരു തടിമില്ലുകാരനുണ്ടോ. അയാളുടെ ചാർച്ചയിൽപ്പെട്ട് കുട്ടിയാ. സഖറിയസിന്റെ മൂത്ത മകനുവേണ്ടി പറഞ്ഞുവച്ചിരിക്കുകയാ അവളെ..."

പെട്ടെന്ന് ഗോവർദ്ധന്റെ മുഖത്ത് മ്ലാനത പടർന്നു.

അതമ്മ കണ്ടു.

ഇത്തിരികഴിഞ്ഞ് അമ്മ തുടർന്നു.

"പക്ഷേ, ആ കുട്ടിക്ക് അതിഷ്ടമല്ല. അപ്പനമ്മമാരുടെ കാലത്ത് പറഞ്ഞിരുന്നതാണെന്ന് വച്ച് അവളിപ്പോൾ സഖറിയാസിന്റെ മകനെ കെട്ടാൻ ഒരുക്കമല്ല."

ഒന്നും മനസ്സിലാകാതെ ഗോവർദ്ധൻ അമ്മയെ നോക്കി.

"ബിജിയുടെ പപ്പയും സഖറിയാസും പണ്ട് പങ്ക് ബിസിനസ്സുകാരായിരുന്നു. അങ്ങനെയിരിക്കുമ്പോൾ ഒരു കാർ ആക്സിഡന്റിൽ അവളുടെ മാതാപിതാക്കളും ഏകസഹോദരനും മരിക്കുകയായിരുന്നു."

എന്തോ ആ മരണങ്ങൾക്ക് അസ്വഭാവികതയുള്ളതായിട്ടോ, ആ കുട്ടിക്ക് എന്തൊക്കെയോ സംശയങ്ങൾ ഉള്ളതായിട്ടോ ഒക്കെ എനിക്ക് തോന്നുന്നു. അതിനുശേഷം അവളുടെ കാര്യങ്ങൾ നോക്കി നടത്തിയിരുന്നത് സഖറിയാസാണ്."

"പട്ടണത്തിലെ കോളേജിൽ അവസാനവർഷം എം.എ. വിദ്യാർത്ഥിനി. ഇപ്പോൾ വെക്കേഷൻ വന്നിരിക്കുകയാണ്. പഠിത്തം കഴിഞ്ഞാലുടൻ സഖറിയാസ് അവളെ മകനെകൊണ്ട് കെട്ടിക്കും. പക്ഷേ, ജീവനോടെ താൻ അതിന് നിന്നുകൊടുക്കില്ലെന്നാണ് അവളുടെ വാശി."

"ബിജിയിലല്ല അവളുടെ കോടികണക്കിന് വരുന്ന സ്വത്തിലാണ് സഖറിയാസ്സിന്റെ നോട്ടം." ഭാഗീരഥിയമ്മ പറഞ്ഞുനിർത്തി.

"ഇതൊക്കെ അവൾ അമ്മയോട് വന്ന് പറയാൻ കാരണം.?"

ഗോവർദ്ധൻ ഒരു വളവ് തിരിയുന്നതിനിടയിൽ ഗോവർദ്ധൻ തിരക്കി.

"അതാടാ എനിക്കും അറിയാത്തത്. നിനക്കറിയാമായിരിക്കുമെന്ന് ഞാൻ കരുതി." അമ്മ അർത്ഥം വച്ച് പറഞ്ഞു.

അയാൾ അമ്മയെ തുറിച്ചു നോക്കി.

"ഇന്നെന്തിനാ അവളവിടെ വന്നത്.?"

"എനിക്കറിയില്ല. ഗോവർദ്ധൻ സാറിന്റെ വീടല്ലേ. ഈ വഴിപോയപ്പോൾ ചുമ്മാ ഒന്ന് കയറിയതാണെന്ന് പറഞ്ഞു."

"എന്റെ ബർത്ത് ഡേയാണ് ഇന്നെന്ന് അവളോട് ആരാ പറഞ്ഞത്."

"അത് ഞാനാ. അവളുവന്നപ്പോൾ ഞാൻ പായസം വച്ചു കൊണ്ടിരിക്കുകയാ."

"ഇന്നെന്താ അമ്മേ വിശേഷമെന്ന് അവൾ ചോദിച്ചപ്പോൾ ഞാനങ്ങ് പറഞ്ഞു. പായസം കൊടുക്കുവേം ചെയ്തു. അതിലെന്താ ഇത്ര തെറ്റ്?"

"തെറ്റുണ്ടെന്ന് ഞാൻ പറഞ്ഞില്ലല്ലോ..." അയാൾ ഡ്രൈവിംഗിൽ മാത്രം ശ്രദ്ധ ക്രേന്ദീകരിച്ചു. ഈ സമയം കൈനറ്റിക് ഹോണ്ടയിൽ സഖറിയാസിന്റെ മുറ്റത്തെത്തിക്കഴിഞ്ഞിരുന്നു ബിജി. ഹോണ്ട പോർച്ചിൽ വച്ചിട്ട് അവൾ വാതിൽക്കലേക്ക് ചെന്നപ്പോൾ പുറത്തേക്ക് വരികയായിരുന്നു സഖറിയാസ്.

അയാൾ അവളെ രൂക്ഷമായി ഒന്ന് നോക്കി.

എന്നിട്ട് സ്വരം കഴിവതും മയപ്പെടുത്തികൊണ്ട് ചോദിച്ചു.

"മോൾ എവിടെപ്പോയിരുന്നു?"

"ചുമ്മാ ഒന്ന് കറങ്ങാൻ." അയാളൊന്ന് മൂളി.

"വനത്തിലൂടെയൊക്കെ ഒറ്റയ്ക്കുള്ള പോക്ക് സൂക്ഷിക്കണം."

"എനിക്ക് പേടിയില്ല അങ്കിൾ."

"അതാ കുഴപ്പം. അതെനിക്ക് മനസ്സിലാകുന്നുമുണ്ട്."

ബിജിയുടെ നെറ്റി ചുളിഞ്ഞു.

"എന്താ അങ്കിൾ അങ്ങിനെ പറഞ്ഞത്?"

"നീ മനസ്സിൽ വിചാരിച്ചതുപോലെ തന്നെ."

അയാൾ കാറിനരുകിൽ എത്തി. ഡോറിൽ കൈവച്ചിട്ട തിരിഞ്ഞുനോക്കി. വാതിൽക്കൽ തന്നെ നിൽക്കുകയായിരുന്നു ബിജി.

"ഞാൻ ചിലതൊക്കെ കേട്ടു. വേണ്ടാ. ചുമ്മാതെ പോലും ആവശ്യമില്ലാത്തിടത്തൊന്നും മനസ്സുകൊണ്ട് കൊടുക്കരുത്. പിന്നെ അത് ദുഃഖത്തിലേ കലാശിക്കൂ..."

ബിജി സ്തബ്ദയായി.

മറുപടി പറയാൻ അവൾക്ക് നാവനങ്ങിയില്ല.

ബിജിയെ അടിമുടി ഒന്ന് നോക്കിയിട്ട് കനപ്പിച്ച് ഒരു മുളലോടെ സഖറിയാസ് കാറിൽ കയറി.

ശക്തിയിൽ ഡോർ അടച്ചു. കാർ പാഞ്ഞു പോയി. അത് കണ്ണിൽ നിന്നും മറയുവോളം ബിജി നോക്കിനിന്നു. പിന്നെ ദീർ

ഘമായി ഒന്ന് നിശ്വസിച്ചുകൊണ്ട് അവൾ തന്റെ മുറിയിലേക്ക് നടക്കുമ്പോൾ സ്റ്റെയർ കെയ്സ് ഇറങ്ങി സേവ്യർ വന്നു. സഖറിയാസിന്റെ മൂത്ത മകൻ. തന്റെ ഭാവി വരനെ ബിജി പുച്ഛത്തോടെ നോക്കി, ചുവന്നു കലങ്ങിയ കണ്ണുകളും ഉറയ്ക്കാത്ത കാലുകളും. മദ്യത്തിന്റേയും മയക്കുമരുന്നിന്റേയും ഗോഡൗണാണ് അവന്റെ ശരീരം.

"എന്താടീ ഇങ്ങനെ... ആദ്യം കാണുന്നതുപോലെ നോക്കുന്നത്?" അവൻ പല്ലിളിച്ചു.

"ഞാനല്ല ആരായാലും നോക്കിപ്പോകും"

അവൾ പിറുപിറുത്തു.

"ഉറക്കെ പറേടി കേട്ടില്ല..."

"അതാ നല്ലത്."

അവൾ വെട്ടിതിരിഞ്ഞ് തന്റെ മുറിയിലേക്ക് നടന്നു.

അവന്റെ ലഹരി നിറഞ്ഞ കണ്ണുകൾ അവളുടെ പിൻചലനത്തിലുടക്കി നിന്നു. തന്റെ മുറിയിലെത്തിയ ബിജി വാതിൽ ചാരിയിട്ട് വസ്ത്രം മാറുകയായിരുന്നു. പെട്ടെന്ന് തോളിൽ ഒരു കരം അമർന്നു. മാറിൽ കൈപിണച്ചുകൊണ്ടാണ് ഞെട്ടിത്തിരിഞ്ഞത്.

സേവ്യർ!. വാതിൽ ശബ്ദം കേൾപ്പിക്കാതെ തുറന്ന് അവൻ എത്തിയിരിക്കുന്നു.

"കൈയെടുക്ക് സേവ്യർ..." അവൾ പറഞ്ഞു.

അവൻ വികൃതമായി ചിരിച്ചു.

"നീ എന്റെ പെണ്ണല്ലേടി"

"അതൊക്കെ തീരുമാനിക്കാൻ ഇനിയും സമയമുണ്ട്."

"നേരത്തേ തീരമാനിച്ചു കഴിഞ്ഞതല്ലേ?"

"ആവോ. എനിക്കറിയില്ല."

അവൾ ആ കൈ തട്ടിമാറ്റി. അവൻ പിന്നേയും അവളെ കടന്നുപിടിച്ചു. അവൾ കുതറി. പക്ഷേ അവൻ വിട്ടില്ല. ചിലന്തി പിടിക്കുംപോലെ അവളെ ചുറ്റിപിടിച്ചു. ആർത്തിയോടവളെ ചുംബിച്ചു. അവന്റെ വായിലെ അസ്സഹ്യമായ നാറ്റം അവളിൽ ഓക്കാനമുണ്ടാക്കി. അവൾ നഖം കൊണ്ട് അവന്റെ മുഖം അള്ളിപ്പറിച്ചു.

എന്നിട്ടും അവൻ വിട്ടില്ല.

വന്യമൃഗത്തെപ്പോലെ മുരണ്ടു...

മുറിവേറ്റ മൃഗം.

മുഖം നീറിയപ്പോൾ അവൻ രോഷമേറി.

അവളുടെ ബ്രാ വലിച്ചു പൊട്ടിച്ചെറിഞ്ഞിട്ട് അവൻ ബിജിയെ കിടക്കയിലേക്കമർത്തി.....

ഇരുപത്തിയൊമ്പത്

താൻ ഇന്നുവരെ കാത്തുസൂക്ഷിച്ചതൊക്കെ ഒരു നിമിഷംകൊണ്ട് നഷ്ടമാകുവാൻ പോകുകയാണെന്ന് ബിജി അറിഞ്ഞു. ആർത്തി പൂണ്ട സേവ്യറുടെ പല്ലുകൾ അവളുടെ ചുണ്ടിൽ ക്ഷതങ്ങളേൽപിക്കുകയായിരുന്നു അപ്പോൾ.

അവളുടെ കൈകൾ രണ്ടും അവൻ ബലമായി കിടക്കയിലേക്ക് അമർത്തികഴിഞ്ഞിരുന്നു.

സേവ്യറിൽ നിന്നും ഉയർന്ന മദ്യത്തിന്റെ ഗന്ധം കാരണം അവൾക്ക് ഓക്കാനം വന്നു. അത് സഹിക്കാനാവാതെ അവൾ ശ്വാസം പിടിച്ച് കിടന്നു. ഒപ്പം അവൾ തന്റെ ശരീരത്തിൽനിന്നും അവനെ തള്ളിമാറ്റുവാൻ ശ്രമിച്ചുകൊണ്ടിരുന്നു.

അവന്റ ചുണ്ടുകൾ താഴേക്ക് നീങ്ങികൊണ്ടിരുന്നു.

കഴുത്തിലേക്ക്, പിന്നെ മാറിടങ്ങളിലേക്ക്....

അവളൊന്നു പിടഞ്ഞു.

അപ്പോൾ ഒരു കൈകൊണ്ട് അവൻ അവളുടെ വസ്ത്രം താഴെ നിന്ന് മുകളിലേക്ക് വലിച്ചു മാറ്റുകയായിരുന്നു. ഒരു കൈ സ്വതന്ത്രമായപ്പോൾ ബിജി സേവ്യറുടെ മുഖത്തടിച്ചു.

ഒന്നല്ല. നാലഞ്ചു തവണ... സേവ്യർ പതറിപ്പോയി.

ഈ തക്കത്തിന് അവനെ തള്ളി വീഴ്ത്തി അവൾ കുതിച്ചെണീറ്റു. മേൽ വസ്ത്രം ഇല്ലാത്തതുകാരണം പുറത്തേക്കോടാൻ കഴിഞ്ഞില്ല. നേരത്തെ അഴിച്ചെറിഞ്ഞ വസ്ത്രം അവൾ വലിച്ചെടുത്തു. പിന്നെ പുറത്തേക്കോടിയിട്ട് വാതിൽ വലിച്ചടച്ച് പുറത്ത് നിന്ന് പൂട്ടി. പിന്നെ വസ്ത്രം ധരിച്ചിട്ട് വാതിലിൽ ചാരി നിന്നു കിതച്ചു.

"എടീ വാതിലു തൊറക്കാൻ....."

അകത്ത് വാതിലിൽ തട്ടികൊണ്ട് സേവ്യർ അലറുന്നതുകേട്ടു. അവൾ പക്ഷേ, അത് ശ്രദ്ധിച്ചത് കൂടിയില്ല...

ക്ഷേത്രത്തിൽ നിന്നും മടങ്ങിയെത്തിയ റെയ്ഞ്ചർ ഗോവർദ്ധൻ പിന്നെ ഓഫീസിൽ പോയില്ല. വീട്ടിൽ തന്നെ ഇരുന്നു. മനസ്സിൽ അപ്പോഴും ബിജി നിറഞ്ഞു നിൽക്കുകയായിരുന്നു. എന്തിനാണ് ആ പെണ്ണിന്റെ പുറപ്പാട്. അതിനുത്തരം കിട്ടിയില്ലെങ്കിലും അയാൾ സ്വയം ഒന്നു വിലയിരുത്തി, അവളെ ഒന്നു കാണുമ്പോൾ ഹൃദയതാളം മുറുകുന്നത്... കുറേയേറെ നേരെ അവളുടെ അടുത്തിരിക്കണമെന്ന് തോന്നിപ്പോകുന്നത്....താൻ അറിയാതെ മനസ്സ് കൈമോശം വന്നുവോ. അവൾ മനസ്സിൽ കൂടിയേറിയോ, എന്നുവേണം കരുതാൻ.

അങ്ങനെ ഓർത്തപ്പോൾ അയാൾ സ്വയം ചിരിച്ചു.

നേരം രാത്രിയായിക്കഴിഞ്ഞിരുന്നു.

ബർത്ത്ഡേ ആയതിനാൽ അന്ന് അമ്മയോടൊപ്പം ഇരുന്ന് അയാൾ നേരത്തെ ഭക്ഷണം കഴിച്ചു. നേരത്തെ തന്നെ ഉറങ്ങാനും കിടന്നു. ഉറക്കത്തിൽ അയാൾ ബിജിയെ സ്വപ്നം കണ്ടു.

നിറയെ പൂക്കളുള്ള ഒരു താഴ്വരയിൽ കൂടി കൈ പിടിച്ച് ഓടിപ്പോകുകയാണ് രണ്ടു പേരും. ഇരുവരും തമാശകൾ പറയുകയും പൊട്ടിച്ചിരിക്കുകയുമൊക്കെ ചെയ്യുന്നുണ്ടായിരുന്നു.

പെട്ടെന്നാണ് ഒരു വെടിയൊച്ച് കേട്ടത്.

ഞെട്ടിതിരിഞ്ഞപ്പോൾ പിന്നിൽ തോക്കുമായി സഖറിയാസ്.

അപ്പോൾ ഹൃദയം പറിച്ചെടുക്കും പോലെയുള്ള ബിജിയുടെ നിലവിളി. അവളുടെ മാറിൽ ഒരു ദ്വാരം വീണിരിക്കുന്നു.

അതുവഴി കൊഴുത്ത ചോരപുറത്തേക്കൊഴുകുകയാണ്.

അയാളുടെ കൈയിൽ നിന്നും പിടിവിട്ട് അവൾ തറയിലേക്ക് വീണു. ഗോവർദ്ധൻ ഞെട്ടിയുണർന്നു. ശരീരം വിയർപ്പിൽ കുളിച്ചുകഴിഞ്ഞിരുന്നു. ഇരുളിൽ ചുറ്റും പകച്ചു നോക്കി. ഒന്നും കാണാൻ വയ്യെങ്കിലും അയാൾക്ക് താൻ കട്ടിലിൽ കിടക്കുകയാണെന്നും കണ്ടത് സ്വപ്നമാണെന്നും മനസ്സിലായി.

ആശ്വാസം. ഗോവർദ്ധൻ എണീറ്റിരുന്നു. വല്ലാത്ത പാരവശ്യം. ഇത്തിരി വെള്ളം കുടിച്ചേ മതിയാകു. അമ്മയെ ഉണർത്തണ്ടാ എന്നു കരുതി അയാൾ അടുക്കളയിലേക്ക് നടന്നു. ലൈറ്റുപോലും തെളിച്ചില്ല. മുൻവശത്തെ മുറിയുടെ ജനാലകൾ തുറന്നിട്ടിരിക്കുകയായിരുന്നു. അതുവഴി അകത്തേക്ക് മങ്ങിയ നാട്ടുവെളിച്ചം കടന്നു വന്നു. ഗോവർദ്ധൻ വെറുതെ അങ്ങോട്ടു നോക്കിയതാണ്.

അറിയാതെ മനസ്സിൽ ഒരു ഞെട്ടൽ ഉണ്ടായി. ജനാലയ്ക്ക് ഒരാൾ, കട്ടപിടിച്ച ഇരുട്ടുപോലെ നിൽക്കുകയാണ്. തലയിൽ ഒരു തൊപ്പിയുണ്ടെന്നു തോന്നുന്നു. പ്രതിമ കണക്കെ നിശ്ചലനായാണ് നിൽപ്. ആരായിരിക്കും? ഗോവർദ്ധന്റെ മനസ്സിൽ സംശയത്തിന്റെ സർപ്പങ്ങൾ ഫണം വിടർത്തി.

താൻ മുറിയിലെ ലൈറ്റ് തെളിച്ചാൽ അയാൾക്ക് ജനാലക്കൽ നിന്നും പെട്ടെന്ന് പിന്നോട്ടു മാറാനാവും. തനിക്ക് ആ മുഖം കാണാനുമാവില്ല. അയാൾ ധൃതിയിൽ ശബ്ദമുണ്ടാക്കാതെ പിൻതിരിഞ്ഞു. തലയിണയ്ക്കരുകിൽ വച്ചിരുന്ന ടോർച്ചും റിവോൾവറും എടുത്തു. തിരികെ മുൻവശത്തെ മുറിയിലെത്തി. അത്ഭുതം!

അവിടെ ആരുമില്ല.

ഇരുളിൽ പോലും ആ രൂപം തന്റെ നീക്കങ്ങൾ തിരിച്ചറിഞ്ഞുവെന്ന് വിശ്വസിക്കാൻ അയാൾക്കായില്ല.

ഗോവർദ്ധൻ ജനാലയ്ക്കലെത്തി. കാതോർത്തുനിന്നു.

ഇല്ല. ഒരു ചലനം പോലുമില്ല....കാറ്റുപോലും വീശുന്നില്ല.

ഇത്തിരിനേരം കാത്തുനിന്നിട്ട് അയാൾ പുറത്തേക്ക് ടോർച്ച് തെളിച്ചു. അവിടെയെങ്ങും ആരുമില്ല.

തന്റെ തോന്നലായിരുന്നു അതൊക്കെ എന്നു കരുതാനുമാവില്ല. വെള്ളം കുടിച്ചശേഷം അയാൾ തിരികെ വന്നു കിടന്നു.

ചിന്ത മുഴുവൻ ആ കറുത്ത രൂപത്തെക്കുറിച്ചായിരുന്നു. ശത്രുവോ മിത്രമോ ?

ശത്രുവായിരിക്കണം.

മിത്രമാണെങ്കിൽ ഇങ്ങനെ വന്ന് പതുങ്ങി നിൽക്കേണ്ട ആവശ്യമില്ലല്ലോ....? എന്തായാലും ആ രാത്രി പിന്നീട് ഉറങ്ങുവാൻ ഗോവർദ്ധൻ കഴിഞ്ഞില്ല.

പിറ്റേന്നു രാവിലെ അയാൾ ആദ്യം എത്തിയത് ജനാലയ്ക്ക് പുറത്താണ്. അവിടെ ആരുടേയും കാൽപ്പാടുകളൊന്നും കാണാൻ കഴിഞ്ഞില്ലെങ്കിലും വിൽസ് സിഗററ്റിന്റെ പകുതിയെരിഞ്ഞ കുറ്റികൾ കണ്ടു.

“നീയെന്താ എന്തോ കളഞ്ഞുപോയതുമാതിരി അവിടെയൊക്കെ തപ്പുന്നത്.” ഭാഗീരഥിയമ്മ തിരക്കി.

“ഒന്നുമില്ലമ്മേ.... ”അമ്മയെ വെറുതെ ഭയപ്പെടുത്തേണ്ടെന്നു കരുതി അയാൾ ആ സംഭവം മറച്ചുവച്ചു...

രാവിലെ ഓഫീസീലെത്തിയപ്പോൾ അസ്വസ്ഥമായ വാർത്തകളാണു കേട്ടത്.

“ജാവേദ് ഫ്രാങ്കോ ശക്തമായി തിരിച്ചടിക്കുകയാണെന്നു തോന്നുന്നു സാർ. വനത്തിൽ രണ്ട് ആനകൾ തലയില്ലാതെ കിടക്കുന്നതായി റിപ്പോർട്ട് കിട്ടിയിട്ടുണ്ട്.”

ഗാർഡ് സത്യനാണത് പറഞ്ഞത്.

“ഈറ്റത്തൊഴിലാളികളാണ് ഇവിടെ വിവരമറിയിച്ചത്.”

ഗോവർദ്ധൻ ഒന്നും മിണ്ടാതെ സത്യനെതന്നെ നോക്കിക്കൊണ്ട് ഇത്തിരി നേരം നിന്നു. ജാവേദിനേ തളയ്ക്കേണ്ട സമയം അതിക്രമിച്ചിരിക്കുന്നുവെന്ന് മനസ്സ് മന്ത്രിച്ചു.

പക്ഷേ, എവിടെച്ചെന്നു തപ്പും. ഒരു വൈക്കോൽ തുരുമ്പിന്റെ തെളിവെങ്കിലും കിട്ടിയേ മതിയാകു. അയാളുടെ മനസ്സിൽ പല മുഖങ്ങൾ തെളിഞ്ഞു.

ജാവേദ് ഫ്രാങ്കോ എവിടെയാണെന്ന് അറിയാവുന്നവരുടെ മുഖങ്ങൾ. പക്ഷേ, അത്രവേഗം തനിക്കവരെ കസ്റ്റഡിയിലെടുത്ത് ചോദ്യം ചെയ്യാനാവില്ല. സൃഷ്ടിക്കാനും സംഹരിക്കാനും കഴിവുള്ളവരാണവർ..

തന്റെ കസേരയിലേക്കമർന്നിട്ട് അയാൾ ഒരു സിഗററ്റിന് തീ കൊളുത്തി. ചത്തു കിടക്കുന്ന ആനകളുടെ അരുകിൽ പോയേ പറ്റൂ... ഫോൺ ശബ്ദിച്ചു.

ഗോവർദ്ധൻ റിസീവർ ഉയർത്തി. അപ്പുറത്തുനിന്നും താൻ നേരത്തെ കേട്ടിട്ടുള്ള ഒരു ശബ്ദം വന്നു.

"ഡി.എഫ്.ഒ. സത്യമൂർത്തിയെക്കുറിച്ച് നിങ്ങളോട് പ്രത്യേകിച്ച് പറയേണ്ടല്ലോ. ഇപ്പോൾ അയാൾ പരസ്യമായി ജാവേദിന് ദാസ്യവേല ചെയ്തു തുടങ്ങിയിരിക്കുന്നു..."

ഗോവർദ്ധന്റെ കണ്ണുകൾ കുറുകി.

"ഞാനൊന്നു ചോദിച്ചാൽ നിങ്ങൾ സത്യസന്ധമായി ഉത്തരം തരണം."

"ചോദിക്കു..."

യാന്ത്രികമായി ഗോവർദ്ധന്റെ ചുണ്ടുകൾ ചലിച്ചു.

"ഡി.എഫ്.ഒ.യെ നിങ്ങൾക്ക് എന്തെങ്കിലും ചെയ്യാൻ കഴിയുമോ."

"വേണ്ടത്ര തെളിവുകൾ കിട്ടിയാൽ അയാൾക്ക് ഞാൻ ഒരു തേർഡ് റൈറ്റ് ക്രിമിനലിന്റെ സ്ഥാനം പോലും കൊടുക്കില്ല..."

ഗോവർദ്ധൻ തീർത്തു പറഞ്ഞു.

പിന്നീട് അപ്പുറത്തുനിന്നും കേട്ടത് പൊള്ളിക്കുന്ന വാക്കുകളായിരുന്നു...

മുപ്പത്

ഡി.എഫ്.ഒ. സത്യമൂർത്തിയെക്കുറിച്ച് അപ്പുറത്തുനിന്നും കേട്ട വാക്കുകൾ വിശ്വസിക്കാനാകാതെ തരിച്ചിരുന്നു പോയി ഗോവർദ്ധൻ. എന്തുവേണമെന്ന് ആദ്യം അയാൾക്ക് യാതൊരു രൂപവും ഉണ്ടായിരുന്നില്ല.

"സർ, ചത്തുകിടക്കുന്ന ആനകളുടെ അടുത്തേക്ക് പോകണ്ടേ.?" ഗാർഡ് സത്യൻ വന്നു തിരക്കി.

"പോകണം. എന്നാൽ അതിനേക്കാൾ പ്രാധാന്യമുള്ള മറ്റു പല പ്രശ്നങ്ങളും ഇവിടെ തന്നെയുണ്ട് സത്യാ."

അതെന്താണെന്ന് സത്യൻ ചോദിച്ചില്ല.

താൻ അജ്ഞാതന് വാക്ക് കൊടുത്തുവെങ്കിലും അത്ര വേഗം

സത്യമൂർത്തി സാറിനെ ഒന്നും ചെയ്യാനാവില്ലെന്ന് അയാൾക്കറിയാമായിരുന്നു.

പ്രോട്ടോകോൾ തെറ്റിച്ചുകൊണ്ടുള്ള ഒരു കളിയാണ് ഇവിടെ അനിവാര്യം. പക്ഷേ, അതിനുമുമ്പ് വകുപ്പുമന്ത്രിയുമായി സംസാരിക്കണം. ഇക്കാര്യത്തിൽ അദ്ദേഹത്തിന് മാത്രമേ തന്നേ സഹായിക്കാൻ കഴിയു... പക്ഷേ, ഇവിടെയിരുന്നുകൊണ്ട് ഇപ്പോൾ മന്ത്രിയുമായി സംസാരിച്ചാൽ ആ വിവരം ഉടനേ എത്തേണ്ടിടത്തെത്തും. ഇവിടത്തെ ചുവരുകൾക്കു പോലും കാതുകളുണ്ട്.

ഗോവർദ്ധൻ ഒരു സിഗററ്റ് ചുണ്ടുകൾക്കിടയിൽ തിരുകി.

പിന്നെ എന്തോ തീരുമാനിച്ച മട്ടിൽ പുറത്തേക്ക് പോയി.

ജിപ്സിയിൽ കയറി. അത് അകുന്നുപോകുന്നത് നോക്കി ഒന്നും മനസ്സിലാകാതെ നിൽക്കുകയായിരുന്നു ഗാർഡുകൾ.

ഗ്രാമത്തിൽ ഒരു എസ്.ടി.ഡി. ബൂത്ത് ഉണ്ടായിരുന്നു. അവിടെ നിന്നും അയാൾ മന്ത്രിയുടെ ഓഫീസിലേക്ക് വിളിച്ചു. പക്ഷേ, മന്ത്രി ജോൺ മത്തായി അവിടെയുണ്ടായിരുന്നില്ല. പകരം സന്തോഷകരമായ മറ്റൊരു വാർത്തയാണ് അയാൾക്ക് കിട്ടിയത്. മന്ത്രി ഈ നാട്ടിൽത്തന്നെയുണ്ട്. അതായത് ഈ ജില്ലയിൽ. എവിടെയാണെന്നറിഞ്ഞിട്ട് ഉടൻ ഗോവർദ്ധൻ അങ്ങോട്ട് വിളിച്ചു. മന്ത്രി ടി.ബി.യിൽ ഉണ്ടായിരുന്നു. ഒരു മിനിട്ടിനുള്ളിൽ അദ്ദേഹത്തെ ലൈനിൽ കിട്ടി.

"സർ... കോൺഫിഡൻഷ്യലായ ഒരു ന്യൂസാണ്... എനിക്കത് ഫോണിലൂടെ പറയാനാവില്ല."

"ഐസീ. എങ്കിൽ താനുടനെ ഇങ്ങോട്ടു പോന്നോളു. തലസ്ഥാനത്തേക്ക് മടങ്ങാൻ ഭാവിക്കുകയായിരുന്നു ഞാൻ. ഇനിയിപ്പോൾ താനിങ്ങെത്തിയിട്ടേ യാത്രയുള്ളു."

"താങ്ക്യൂ സാർ."

അപ്പോൾതന്നെ ഗോവർദ്ധൻ ടി.ബി.യിലേക്ക് തിരിച്ചു.

അര മണിക്കുറത്തെ യാത്ര. മന്ത്രി അയാളെ മാത്രം പ്രതീക്ഷിച്ചുകൊണ്ട് ഇരിക്കുകയായിരുന്നു.

"കമോൺ ഗോവർദ്ധൻ....ടേക്ക് യുവർ സീറ്റ്"- മന്ത്രിയുടെ ഹാർദ്ദവമായ സ്വാഗതം.

ഗോവർദ്ധൻ അറ്റൻഷനായി. മന്ത്രിക്ക് സല്യൂട്ട് നൽകി.

പിന്നെ താങ്ക് യൂ സർ എന്ന് പറഞ്ഞു കസേരയിൽ അമർന്നു.

മന്ത്രി മുറിയിൽ ഉണ്ടായിരുന്ന തന്റെ പി.എ.യെയും മറ്റും നോക്കി. കാര്യം മനസ്സിലാക്കിയ അവർ മുറിയിൽ നിന്നിറങ്ങി. വാതിൽ അടഞ്ഞു. തങ്ങളിരുവരും അവിടെ തനിച്ചായപ്പോൾ മന്ത്രി ഗോ

വർദ്ധനെ നോക്കി.

"എന്താടോ ഇത്ര അത്യാവശ്യം...?"

"ഉണ്ട് സർ." -അയാൾ നിവർന്നിരുന്നു. പിന്നെ നടുക്കുന്ന കുറെ സത്യങ്ങൾ മന്ത്രിയുടെ കാതുകളിലേക്ക് പകർന്നു.

മന്ത്രി ജോൺ മത്തായിയുടെ മുഖത്ത് വിവിധ ഭാവങ്ങൾ മിന്നി മറഞ്ഞു. ഗോവർദ്ധൻ പറഞ്ഞവസാനിപ്പിച്ചത് ഇങ്ങനെയാണ്.

"ഞാൻ നേരിട്ടിറങ്ങിയാൽ അത് പ്രോട്ടോക്കോളുകളുടെ ലംഘനമാവും ഈ അവസരത്തിൽ അങ്ങ് കൂടി ഒപ്പമുണ്ടെങ്കിൽ..."

"ഓക്കെ." മന്ത്രിക്ക് രണ്ടാമതൊന്നു ചിന്തിക്കാനില്ലായിരുന്നു.

"പൊലീസിന്റെ സംരക്ഷണം കൂടി ആവശ്യപ്പെട്ടേക്കാം. അല്ലേ.?"

"യേസ് സർ."

മന്ത്രി തന്നെയാണ് ജില്ലാ പൊലീസ് സൂപ്രണ്ടുമായി ബന്ധപ്പെട്ടതും വേണ്ട നിർദ്ദേശങ്ങൾ നല്കിയതും. അപ്പോഴേക്കും ഗോവർദ്ധനും ഫോറസ്റ്റ് റേഞ്ച് ഓഫീസുമായി ബന്ധപ്പെട്ടു. അവിടെ കിടക്കുന്ന ജീപ്പിൽ അവരും ഉടൻ പുറപ്പെടാനുള്ള നിർദ്ദേശം നൽകി.

മന്ത്രി രണ്ടു ചായ വരുത്തി. അദ്ദേഹവും ഗോവർദ്ധനും കഴിച്ചു. പതിനഞ്ചു മിനിട്ടിനുള്ളിൽ പൊലീസ് ഫോഴ്സ് എത്തിചേർന്നു.

"പുറപ്പെടാം ഗോവർദ്ധാ...."

"സർ"

അയാൾ എണിറ്റു.

ഏറ്റവും മുന്നിൽ ഗോവർദ്ധന്റെ ജീപ്പായിരുന്നു.

അതിന് പിന്നിൽ മന്ത്രിയുടെ കാർ.

തൊട്ടു പിറകിൽ പൊലീസ് വാൻ.

അങ്ങനെ ഒരു സംഘം മുന്നോട്ടു പോകവെ ഫോറസ്റ്റു ഉദ്യോഗസ്ഥർ വന്ന ജീപ്പും അവർക്കൊപ്പം ചേർന്നു.

"എന്തോ കുഴപ്പമുണ്ടാക്കാനുള്ള പോക്കാണിത്. സംശയമില്ല"- ഗാർഡ്, ശങ്കരപ്പിള്ള പിറുപിറുത്തു. സത്യൻ അയാളെ ഒന്നു നോക്കി.

"നിനക്കിതൊന്നും പിടിക്കത്തില്ലെന്ന് എനിക്കറിയാമെടോ"

ശങ്കരപ്പിള്ള പറഞ്ഞു. "നീയും അങ്ങേരുടെ ആളല്ലേ?"

സത്യൻ ഒന്നു ചിരിച്ചതേയുള്ളു.

വെറുതെ സംസാരിച്ചു മുഷിയുന്നതെന്തിന്.

ആ യാത്ര അവസാനിച്ചത് ഡി.എഫ്.ഒ. സത്യമൂർത്തിയുടെ ഗേറ്റിന് മുന്നിലാണ്. സത്യൻ ഇറങ്ങിചെന്ന് ഗേറ്റ് മലർക്കെ തുറന്നിട്ടു. വാഹനങ്ങൾ അകത്തേക്ക് ഇരമ്പികയറി.

പോർച്ചിൽ വാഹനമൊന്നുമില്ല.
സത്യമൂർത്തി ഓഫീസിലാണ്.
എല്ലാവരും വാഹനങ്ങളിൽ നിന്നിറങ്ങി.
ഗാർഡ് ശങ്കരപ്പിള്ള പരിഭ്രമിച്ചു പോയി.
"ദൈവേ...കടുവയെ കിടുവ പിടിക്കുന്നോ !"
സത്യൻ ഒന്നു ചിരിച്ചു.
മന്ത്രിയും ഗോവർദ്ധനും മുഖാമുഖം നോക്കി.
കണ്ണുകൾ കൊണ്ട് സംസാരിച്ചു.
ഗോവർദ്ധൻ കോളിംഗ് ബെല്ലിന്റെ സ്വിച്ചമർത്തി.
അകത്തൊരു നായ് കുരക്കുന്ന ശബ്ദം.
ഒരു മിനിട്ട് കഴിഞ്ഞാണ് വാതിൽ തുറക്കപ്പെട്ടത്.
ഒരു സ്ത്രീ.

അത് സത്യമൂർത്തിയുടെ ഭാര്യയാണെന്ന് ഗോവർദ്ധൻ മനസ്സിലായി. ഒറ്റ നോട്ടത്തിൽത്തന്നെ അവൾ ഒരു പൊങ്ങച്ചക്കാരിയും അഹങ്കാരിയുമാണെന്ന് തോന്നുമായിരുന്നു.

എളിയിൽ കൈ തിരുകിക്കൊണ്ട് ഒരു പ്രത്യേക ഭാവത്തിലാണ് ഭാമ അവരെ നോക്കിയത്.

"എന്തുവേണം?"
ഗോവർദ്ധന്റെ നാവു ചൊറിഞ്ഞു വന്നതാണ്.
പക്ഷേ മന്ത്രി അടുത്തു നിൽക്കുന്നതിനാൽ അതടക്കിക്കളഞ്ഞു.
"മിസ്റ്റർ സത്യമൂർത്തി?" മന്ത്രിയാണ് തിരക്കിയത്.
ഭാമ അദ്ദേഹത്തെ തുറിച്ചൊന്നു നോക്കി.
ഓഫീസിലാണ്.

മന്ത്രിയെ അവൾക്ക് മനസ്സിലായിട്ടില്ല എന്നത് ഉറപ്പാണ്. അതോ അറിഞ്ഞിട്ടും അറിയില്ലെന്ന് നടിക്കുന്നതോ?.

എങ്കിൽ....മന്ത്രി മുന്നോട്ടു നീങ്ങി.
"ഞങ്ങൾക്ക് ഈ വീടൊന്ന് സെർച്ച് ചെയ്യണം."

"നോ." അവളുടെ ശബ്ദം ഉറച്ചതായിരുന്നു. അദ്ദേഹമില്ലാതെ ഒരാളിനെ ഞാനീ വീടിനുള്ളിലേക്ക് കടത്തുക പോലുമില്ല. പിന്നെയല്ലേ സെർച്ച്."

ഭാമ വാതിലടയ്ക്കാൻ ഭാവിച്ചു.

"മേഡം. ഞങ്ങളോട് സഹകരിക്കണം." അപ്പോഴേക്കും ഗോവർദ്ധൻ വാതിൽക്കൽ എത്തിക്കഴിഞ്ഞിരുന്നു.

"താൻ പോടോ റെയ്ഞ്ചറേ...ഇതെന്റെ വീടാ. ഇവിടെ എന്തു വേണമെന്ന് ഞാൻ തീരുമാനിക്കും."

പക്ഷേ ഭാമയ്ക്ക് വാതിലടക്കാൻ കഴിഞ്ഞില്ല. ബലമായിത്തന്നെ അത് തള്ളിത്തുറന്ന് ഗോവർദ്ധൻ അകത്തുകയറി.

തൊട്ടുപിന്നാലെ മന്ത്രിയും മറ്റും...

"ഏയ്, നിങ്ങളിതെന്ത് ധിക്കാരമാണ് കാണിക്കുന്നത്."

അതിന് മന്ത്രി മറുപടി നൽകി.

"നിങ്ങളെപ്പോലെയുള്ളവരുടെ അടുത്ത് ഇതല്ലാതെ നടക്കില്ല. പക്ഷേ ഇപ്പോഴും ഞങ്ങൾ മാന്യത വിടുന്നില്ല. സഹകരണത്തിന് ഒരുക്കമാണെങ്കിൽ നിങ്ങൾക്ക് ആ സെറ്റിയിൽ ഇരിക്കാം. അല്ലെങ്കിൽ ഞങ്ങടെയൊപ്പം വന്നിട്ടുള്ള വനിതാ കോൺസ്റ്റബിളിന്റെ കൂടെ പോലീസ് വാനിലിരിക്കാം. എന്തുവേണമെന്ന് തീരുമാനിക്കേണ്ടത് നിങ്ങളാണ്."

ഭാമ വിയർക്കാൻ തുടങ്ങി.

അതുവരെ അവൾ ഭാവിച്ച ധൈര്യമൊക്കെ ചോർന്നുപോയി.

"സാർ എനിക്ക് അദ്ദേഹത്തെ ഒന്നു വിളിക്കണം." അവൾ ഫോണിനടുത്തേക്ക് നീങ്ങി. "പാടില്ല. ഇനി റെയ്ഡ് കഴിയുന്നതുവരെ ഈ വീട്ടിലുള്ള ആർക്കും ഫോൺ ചെയ്യാനോ ഇങ്ങോട്ടുവരുന്ന കോളുകൾ അറ്റന്റ് ചെയ്യാനോ അനുവാദമില്ല"

ഭാമ തളർന്നു. ദയനീയമായി അവൾ ഗോവർദ്ധനേയും മന്ത്രിയേയും മാറി മാറി നോക്കി.

അപ്പോൾ മന്ത്രി കനത്ത ശബ്ദത്തിൽ പറഞ്ഞു.

"സേർച്ച്..."

മുപ്പത്തിയൊന്ന്

ഫോറസ്റ്റ് ഉദ്യോഗസ്ഥൻമാരുടെയൊപ്പം പോലീസുകാരും റെയ്ഡിൽ പങ്കു ചേർന്നു. ഇറച്ചികഷണങ്ങളുടെ ഗന്ധം തിരിച്ചറിഞ്ഞ കുറുക്കൻമാരെപ്പോലെ അവർ അകത്തേക്ക് പാഞ്ഞുകയറി.

ഒന്നും ചെയ്യാനാവാതെ നിസ്സഹായയായി ഇരുന്നുപോയി ഭാമ.

വിഷമവും കോപവുമൊക്കെ ഒന്നിച്ചുണ്ടായി അവൾക്ക്.

പക്ഷേ പ്രതികരിക്കാനാവില്ലല്ലോ...

നിമിഷങ്ങൾക്കുള്ളിൽ അവൾ വിയർപ്പിൽ കുളിച്ചു.

ആ മുറിയാകെ തനിക്കുചുറ്റും കറങ്ങുന്നതായി തോന്നിയ ഭാമ സെറ്റിയിൽ അള്ളിപ്പിടിച്ചു. അവളുടെ ഓരോ ഭാവവും കൗതുകപൂർവ്വം ശ്രദ്ധിച്ചുകൊണ്ടിരിക്കുകയായിരുന്നു വനംവകുപ്പുമന്ത്രി ജോൺ മത്തായി. ഫോൺ ശബ്ദിച്ചു.

അറിയാതെ ഭാമ എഴുന്നേൽക്കാൻ ഭാവിച്ചപ്പോൾ മന്ത്രി പറ

ഞ്ഞു.

"അവിടെയിരിക്ക്."

അനന്തരം അദ്ദേഹം ഒരു പൊലീസ് ഓഫീസറെ നോക്കി.

അർത്ഥം മനസ്സിലാക്കിയ അയാൾ റിസീവർ എടുത്തിട്ട് റോങ് നമ്പർ എന്നുപറഞ്ഞ് അത് മാറ്റിവെച്ചു.

ഭാമയുടെ അവസാനത്തെ പ്രത്യാശയും അതോടെ മങ്ങി.

റെയ്ഡ് അരമണിക്കൂറിനുള്ളിൽത്തന്നെ അവസാനിച്ചു.

അതിനിടെ റെയ്ഞ്ചർ ഗോവർദ്ധന്റെ നേതൃത്വത്തിലുള്ള സംഘം മുപ്പത്തിനാല് ആനകൊമ്പുകൾ അവിടെനിന്നും കണ്ടെടുത്തിരുന്നു.

പതിനേഴ് കൊമ്പനാനകളെ കാലപുരിക്കയച്ചതിന്റെ സാക്ഷിപ്രതം. എല്ലാം വിസിറ്റിംഗ് റൂമിൽ നിരത്തിവെച്ചു. മന്ത്രി തന്നെയാണ് പത്രം ഓഫീസിലേക്ക് വിളിച്ച് വിവരം പറഞ്ഞത്. അവർ പാഞ്ഞെത്തി ഫോട്ടോകൾ എടുത്തു.

മന്ത്രി ഗോവർദ്ധനെ നോക്കി.

"സത്യമൂർത്തിയെ ഇപ്പോൾത്തന്നെ കസ്റ്റഡിയിൽ എടുക്കണം. അല്ലെങ്കിൽ അയാൾ രക്ഷപ്പെടും."

കുറച്ച് പോലീസുകാരേയും ഫോറസ്റ്റുകാരേയും അവിടെതന്നെ നിർത്തിയിട്ട് ബാക്കിയുള്ളവരുമായി മന്ത്രി ഡി.എഫ്.ഒ.യുടെ ഓഫീസിലേക്ക് കുതിച്ചു.

പക്ഷേ...

അവിടെ സത്യമൂർത്തി ഉണ്ടായിരുന്നില്ല.

അര മണിക്കൂറിനുമുൻപ് അവിടെ നിന്നും പോയി എന്നാണ് അറിയാൻ കഴിഞ്ഞത്.

ന്യൂസ് ലീക്കു ചെയ്തുവെന്ന് അവർക്കുറപ്പായി.

എങ്കിലും സത്യമൂർത്തിയെ അറസ്റ്റ് ചെയ്യാനും സർവ്വീസിൽ നിന്നും സസ്പെൻഡ് ചെയ്യാനും മന്ത്രി ഉത്തരവിട്ടു.

"ഇനിയാണ് സാർ യഥാർത്ഥ അങ്കം"-മന്ത്രിയെ യാത്രയാക്കാൻ നേരം ഗോവർദ്ധൻ പറഞ്ഞു.

മന്ത്രി ഒന്നു ചിരിച്ചു.

"ജാവേദ് ആഞ്ഞടിക്കുമെന്ന് എനിക്കും അറിയാം. ബട്ട്... അയാം ഷുവർ. തനിക്കതിനും കഴിയും ഗോവർദ്ധാ. തനിക്കേ അതിനു കഴിയൂ. അവനെ തളയ്ക്കാൻ. ജാവേദിനെ."

മന്ത്രിയുടെ കാർ പോകുന്നതു നോക്കി ഗോവർദ്ധൻ നിന്നു.

ഒരു കുപ്പി നാടൻ ചാരായത്തിന്റെ അടപ്പ് വലിച്ചുതുറന്ന് വായി

ലേക്ക് കമിഴ്ത്തുകയായിരുന്നു ജാവേദ് ഫ്രാങ്കോ.

അത് മുഴുവൻ അകത്താക്കിയതും അയാൾ ആ കുപ്പി വലിച്ചെറിഞ്ഞു. പാറകളിൽ ചെന്നു തട്ടി വല്ലാത്തൊരു ശബ്ദത്തോടെ അത് ചിതറിത്തെറിച്ചു. പുറംകൈകൊണ്ട് ചുണ്ടു തുടച്ചിട്ട് ഒട്ടും ലഹരി പിടിക്കാത്തതുപോലെ അയാൾ ഒരു പിടി കഞ്ചാവു വാരി വായിലിട്ട് ചവച്ചു.

അയാളുടെ ഈ ഭാവം അമ്പരപ്പോടെ കണ്ടുകൊണ്ടിരിക്കുകയായിരുന്നു മുൻമന്ത്രി വിദ്യാധരനും സഖറിയാസ് മുതലാളിയും ഡി.എഫ്.ഒ. സത്യമൂർത്തിയും.

ഇപ്പോഴും കേട്ടത് സത്യമാണെന്ന് വിശ്വസിക്കാൻ കഴിയാത്ത അവസ്ഥയിലായിരുന്നു ജാവേദ്.

മറ്റാരും സംശയിക്കാതെ, രാത്രിയിൽ സാധനം കൈമാറാം എന്നു കരുതി കഴിഞ്ഞ ദിവസമാണ് ആനകൊമ്പുകൾ അവിടെ കൊണ്ടുപോയി വച്ചത്. എന്നിട്ടും...

ജാവേദ് ഫ്രാങ്കോ എണീറ്റ് പാറയിൽ അങ്ങിങ്ങു നടക്കുവാൻ തുടങ്ങി. നേരം സന്ധ്യമയങ്ങിയതേയുള്ളു. ജാവേദിന്റെ ആൾക്കാർ നൂറുമീറ്ററോളം അകലങ്ങളിലായി അവർക്കു കാവൽ നിൽപ്പുണ്ട്.

എല്ലാ കണ്ണുകളും ജാവേദിലാണ്.

"കളിക്കുകയാണ് ആ കഴുവേറിമോൻമാർ. ഇനി ഇതിങ്ങനെ വിട്ടുകൊടുക്കാനാവില്ല. എന്തെങ്കിലും ഒന്നു പറയു ജാവേദ്"

ക്ഷമ നശിച്ചവനെ പ്പോലെ വിദ്യാധരൻ പറഞ്ഞു.

ജാവേദ് നടത്തം നിറുത്തി.

വിദ്യാധരനെ തുറിച്ചുനോക്കി ഒരു നിമിഷം നിന്നു.

പിന്നെ തികച്ചും സംയമനം പാലിച്ചുകൊണ്ട് ചുണ്ടുകൾ ചലിപ്പിച്ചു.

"എല്ലാം നിറുത്തുകയാണ് ഞാൻ കുറെക്കാലത്തേക്ക്. ആനവേട്ടയും ചന്ദനം കടത്തും, ഗഞ്ചാവു കൃഷിയുമൊക്കെ."

"ജാവേദ്!"

മൂന്നു കണ്ഠങ്ങളിൽ നിന്നും ഒരേപോലെയാണ് ശബ്ദമുയർന്നത്. അയാൾ തലയിളക്കി. ശാന്തത കൈവിടാതെ പറഞ്ഞു.

"പകരം ഞാൻ പുതിയ വേട്ടയ്ക്ക് ഒരുങ്ങിക്കഴിഞ്ഞു. ശത്രുക്കൾ.. അവരെ വേരോടു പിഴുതെറിയാതെ ഇനി ഒന്നിനുമില്ല..."

എല്ലാ മുഖങ്ങളും തെളിഞ്ഞു.

ജാവേദ് തുടർന്നു.

"ഇനി മരണപർവ്വം. കാത്തിരുന്നോ. ശത്രുക്കളുടെ ചോര കൊ

ണ്ടുള്ള കലാശക്കളിക്ക് സമയമായി. നിങ്ങൾക്ക് പോകാം."

വിദ്യാധരനും സഖറിയാസും എണീറ്റിട്ടും സത്യമൂർത്തി ശങ്കിച്ചിരുന്നു.

"എന്റെ കാര്യം ഇവിടംകൊണ്ട് അവസാനിക്കുന്നില്ല ജാവേദ്. എന്നെ പുറത്തുകണ്ടാൽ ആ നിമിഷം അവർ ജയിലിലാക്കും...."

"പിടികൊടുക്കാതെ കഴിയണം. കുറച്ചുദിവസങ്ങൾ മാത്രം. അപ്പോഴേക്കും ഞാൻ എല്ലാം നേരെയാക്കിയിരിക്കും."

ആശ്വാസത്തോടെ സത്യമൂർത്തിയും എണീറ്റു.

സമയമിഴഞ്ഞു.

രാത്രി കനത്തു.

ഭൂമിക്കുമുകളിൽ ഒരു കമ്പിളിപുതപ്പു മാതിരി മേഘപടലങ്ങൾ നിരന്നു കിടന്നു.

താൻ എവിടെയാണ് അജ്ഞാതവാസം അനുഷ്ഠിക്കാൻ പോകുന്നതെന്ന് സത്യമൂർത്തി ആരോടും പറഞ്ഞിരുന്നില്ല.

വിദ്യാധരനും സഖറിയാസും യാത്ര പറഞ്ഞുപോയി. സത്യമൂർത്തി പെട്ടെന്നാരും തിരിച്ചറിയാതിരിക്കുവാൻ തലമുടി പറ്റെ വെട്ടി മീശ വടിച്ചുകളഞ്ഞു.

പിന്നെ ഒരു വർക്ക്ഷോപ്പിൽ നിന്നും കടംകൊണ്ട കാറുമായി യാത്ര തിരിച്ചു. തൽക്കാലം കേരളം വിടുന്നതാണ് നല്ലത്. എല്ലാം ഒന്നടങ്ങിയിട്ടു തിരിച്ചുവരാം. ഭാമയോടുപോലും വിളിച്ച് വിവരം പറയുവാനുള്ള ധൈര്യം അയാൾക്കുണ്ടായിരുന്നില്ല.

ടെലിഫോൺ സന്ദേശം ആരെങ്കിലും ചോർത്തിയാലോ?

നേരം പുലരുന്നതിനു തൊട്ടുമുമ്പ് അയാൾ കുട്ടനാട്ടിൽ എത്തി.

കാർ അവിടെ ഉപേക്ഷിച്ചിട്ട് ബാഗുമായി റോഡിലൂടെ കുറെ നേരെ നടന്നു. പാലത്തിനപ്പുറം ഒരു കെട്ടുവള്ളം കാത്തുകിടപ്പുണ്ടായിരുന്നു. ഒന്നും പറയാതെ അയാൾ അതിൽ കയറി.

"ഞാനിത്തിരി വൈകി. അല്ലേ.?" വള്ളപ്പടിയിൽ ബീഡി വലിച്ചുകൊണ്ടിരുന്ന മനുഷ്യൻ ഒന്നുമൂളി.

"പോകാം. നേരം പുലരും മുമ്പ് അങ്ങെത്തണം."

അയാൾ ബാഗ് വള്ളത്തിൽ വച്ചു.

ഒന്നും പറയാതെ അയാൾ എണീറ്റു.

കഴുക്കോലെടുത്തു.

കരയിൽ കുത്തി വള്ളം വീതിയേറിയ തോട്ടിലേക്ക് തള്ളി.

പിന്നെ മുന്നോട്ട്...

ചരക്കുകയറ്റിയ ഒരു വള്ളം എതിരെ പോയി... സത്യമൂർത്തി

വള്ളപ്പടിയിൽ ഇരുന്ന് ഒരു സിഗററ്റ് കത്തിച്ചു.

കഴുക്കോൽ വെള്ളത്തിൽ പതിക്കുന്നതിന്റെ ശബ്ദത്തേക്കാളുച്ചത്തിൽ തവളകളുടെ കരച്ചിൽ.

നല്ല തണുപ്പുണ്ടായിരുന്നു.

ചുറ്റുവട്ടത്തെങ്ങും ഒരു വെളിച്ചത്തിന്റെ തരിപോലും കണ്ടില്ല.

നേരം പുലരും മുമ്പു തന്നെ വള്ളം ദ്വീപുപോലെ തോന്നിക്കുന്ന ഒരിടത്ത് അടുത്തു.

ഇരുളിൽ തലയുയർത്തി നിൽക്കുന്ന തെങ്ങുകൾ കാണാം.

ചുറ്റും പാടശേഖരങ്ങൾ...

അവിടെയെങ്ങും ആരും തന്നെ തേടി വരില്ലെന്നറിയാം.

വള്ളം കരയ്ക്കടുത്തു.

സത്യമൂർത്തി കുറെ നോട്ടുകൾ വള്ളക്കാരന് നൽകിയിട്ട് ബാഗുമായി കരയ്ക്കിറങ്ങി.

വള്ളം തിരിച്ചുപോയി.

അവിടെ ഒരു ചെറിയ വീടുണ്ടായിരുന്നു.

സത്യമൂർത്തി അതിന്റെ വാതിൽ തള്ളിത്തുറന്നു.

ഇരുളിൽ ഒന്നും കാണാൻ വയ്യ.

ബാഗ് തറയിൽ വച്ചിട്ട് അയാൾ ഒരു മെഴുകുതിരിയെടുത്ത് കത്തിച്ചു.

മുറിയിൽ വെളിച്ചം നിറഞ്ഞപ്പോൾ മുന്നിലെ കാഴ്ച കണ്ട് അയാൾ കിടുങ്ങിപ്പോയി....

മുപ്പത്തിരണ്ട്

കത്തിച്ച മെഴുകുതിരിയും കൈയിൽ പിടിച്ച് ചലിക്കാനാവാതെ നിന്നു പോയി സത്യമൂർത്തി. മുന്നിൽ ഒരാൾ.

മുറിക്കുള്ളിൽ ഒരു മേശയും കസേരയും ഉണ്ടായിരുന്നു.

കസേരയിൽ ഇരുന്നിട്ട് കാലുകൾ ഉയർത്തി മേശപ്പുറത്തേക്ക് വച്ചുകൊണ്ട് ഇമകൾ പോലും ചലിപ്പിക്കാതെ അയാളെത്തന്നെ ഉറ്റുനോക്കി കൊണ്ടിരിക്കുകയാണ് ആ മനുഷ്യൻ.

ആരും ഒരിക്കലും തന്നെ കണ്ടെത്തുകയില്ലെന്ന് കരുതിയാണ് ഇവിടെയുള്ള സുഹൃത്തിനെ ഫോണിലൂടെ വിവരമറിയിച്ച് ഇത്രയും സുരക്ഷിതമായ സ്ഥലം കണ്ടെത്തിയത്.

ഒരു മനുഷ്യജീവി പോലുമില്ലാത്തിടത്ത് തനിക്ക് ഒറ്റയ്ക്ക് കഴിയാൻ സാധിക്കുമോ എന്നാണ് സുഹൃത്ത് ആദ്യം ചോദിച്ചതു തന്നെ.

എന്നിട്ടും ഇയാൾ ഇവിടെ.........!

സത്യമൂർത്തിയുടെ ആമാശയത്തിലൂടെ ഒരു തീയുണ്ട മുകളിലേക്കുയർന്നു വന്നു. നിങ്ങളാരാണ് എന്നു ചോദിക്കണമെന്നുണ്ടായിരുന്നിട്ടും നാവ് ചലിച്ചില്ല. തിരിഞ്ഞോടിയാലോ എന്നുചിന്തിച്ചു. പക്ഷേ അപരിചിതമായ സ്ഥലം. ചുറ്റും വെള്ളം മാത്രം. അത്രയുമായിട്ടും ആ മനുഷ്യൻ ശബ്ദിക്കുന്നില്ലെന്ന് കണ്ടപ്പോൾ അയാൾക്ക് സംശയമായി.

കണ്ണ് തുറന്നിരിക്കുകയാണെങ്കിലും ഇതൊരു മൃതദേഹമാണോ?

സത്യമൂർത്തി ഒരടി മുന്നോട്ടു വച്ചു.

അപ്പോഴും ആ മനുഷ്യൻ ഒന്നും പറഞ്ഞില്ല.

ഒന്ന് ചലിച്ചതുകൂടിയില്ല.

പാന്റ്സും ഷർട്ടുമായിരുന്നു അയാളുടെ വേഷം.

നിമിഷങ്ങളടർന്നു.

അതൊരു മൃതദേഹമാണെന്ന് സത്യമൂർത്തിക്ക് ഉറപ്പായി തുടങ്ങി. അതോടെ അറിയാതെ ഒരു ഞെട്ടൽ കൂടി.

ഇതിനും താൻ ഉത്തരം പറയേണ്ടിവരുമോ?

അയാൾ മെഴുകുതിരി മുന്നോട്ടു നീട്ടിപ്പിടിച്ചു. ഇല്ല ഒരിടത്തും വച്ച് താൻ ഈ മുഖം കണ്ടിട്ടില്ല.

മെഴുകുതിരിയുടെ വെളിച്ചം നിശ്ചലമായ ആ കണ്ണുകളിൽ പ്രതിഫലിച്ചു. അപ്പോൾ അതൊരു പ്രേതത്തിന്റേതു പോലെയായി സത്യമൂർത്തിക്ക് തോന്നി.

അയാൾ കൈ നീട്ടി ആ ശരീരത്തിൽ തൊടാൻ ഭാവിച്ചു.

പെട്ടെന്നാണ് അതുണ്ടായത്.

നിശ്ചലനായിരുന്ന ആ മനുഷ്യൻ സത്യമൂർത്തിയുടെ കൈയിൽ കടന്നുപിടിച്ച് തന്നിലേക്ക് വലിച്ചടുപ്പിച്ചു.

"അയ്യോ... " അലറിക്കരഞ്ഞുപോയി സത്യമൂർത്തി.

ആ ശബ്ദം പുഞ്ചപ്പാടങ്ങൾ ഏറ്റുപിടിച്ചു.

പുറത്ത്, തെങ്ങുകളിൽ ചേക്കേറിയിരുന്ന പക്ഷികൾ ഭീതിയോടെ പറന്നുയർന്നു. ഒപ്പം സത്യമൂർത്തിയുടെ കൈയിൽ ഇരുന്ന മെഴുകുതിരി തറയിൽ വീണ് പൊലിഞ്ഞു.

ഇരുളിൽ, കാതുകൾക്കരികിൽ ആ മനുഷ്യന്റെ ശബ്ദം കേട്ടു.

"നിന്നേക്കാൾ മുൻപേ ഞാനിങ്ങെത്തി. നിന്നെ വരവേൽക്കാൻ....!"

ഐസിന്റെ തണുപ്പും മരണത്തിന്റെ മുഴക്കവുമാണ് ആ ശബ്ദത്തിനെന്ന് സത്യമൂർത്തി സംശയിച്ചു.

അപ്പോൾ അയാൾ പിന്നേയും പറഞ്ഞു.

"അവസാനനിമിഷം നീ തീരുമാനം മാറ്റുമോ എന്നു ഞാൻ സംശയിച്ചു. ഭാഗ്യം എന്റെ ഭാഗത്തു തന്നെയായിരുന്നുവെന്ന് എനിക്കിപ്പോൾ ഉറപ്പായി."

അപ്പോഴും അയാൾ സത്യമൂർത്തിയുടെ കൈയിലെ പിടി വിട്ടിരുന്നില്ല.

"നിങ്ങൾ... നിങ്ങളാരാണ്.?"

അയാളുടെ ശബ്ദം വിറച്ചു.

"അറിയാനിത്രയ്ക്കു തിടുക്കമോ. പറയാം പക്ഷേ, അതിനുമുൻപ് മറ്റൊന്നുകൂടി ഓർമ്മിപ്പിക്കാം. മനുവർമ്മ ആക്സിഡന്റിൽപ്പെട്ട് മരിച്ചതല്ല...."

"പിന്നെ.......?" ചോദിക്കാതിരിക്കാനായില്ല.

"കൊന്നതാണ്."

"ങേ ആര്?"

"ഞാൻ........ഈ ഞാൻ" അയാൾ പൊട്ടിചിരിച്ചു.

സത്യമുർത്തിയുടെ രക്തം തണുത്തുറഞ്ഞു.

ഒരു കൊലയാളിയുടെ പിടിയിലാണ് താൻ.

"ഇരിക്കൂ... എന്നിട്ട് നമുക്ക് സംസാരിക്കാം."

അയാൾ സത്യമൂർത്തിയെ ഇരുളിൽ ഒരു കസേരയിൽ പിടിച്ചിരുത്തി. പിന്നെ കീശയിൽ നിന്നും ടോർച്ചെടുത്ത് തെളിച്ച് മെഴുകുതിരി കണ്ടെടുത്തു, തന്റെ ലൈറ്റർ കൊണ്ട് അതിൽ തീ പകർന്ന് മേശപ്പുറത്തു വെച്ചു.

തന്റെ റിവോൾവർ ബാഗിനുള്ളിൽ ആയിപ്പോയതിൽ സത്യമൂർത്തിക്ക് കുണ്ഠിതം തോന്നി.

വള്ളത്തിൽ കയറും വരെ പാന്റിന്റെ കീശയിലായിരുന്നു. അബദ്ധത്തിലെങ്ങാനും വെള്ളത്തിൽ വിണുപോയാലോ എന്നു സംശയിച്ചാണ് എടുത്ത് ബാഗിൽ തിരുകിയത്.

"നിങ്ങൾ. നിങ്ങൾക്കെന്താണ് എന്നെക്കൊണ്ടാവശ്യം?"

"നിന്നെക്കൊണ്ട് ഈ ലോകത്തിനു തന്നെ യാതൊരു പ്രയോജനവുമില്ലെന്നറിയാം; അങ്ങനെയുള്ളവർ ഈ സമൂഹത്തിന് അധികപ്പറ്റാണ്. അതിനാൽ, നിന്റെ ജീവൻ വാങ്ങിക്കൊണ്ടുപോകാനെത്തിയതാണ് ഞാൻ... പ്ളീസ്, തരില്ലെന്നു പറയരുത് "

നാടകീയതയോടെയാണയാൾ അവസാനിപ്പിച്ചത്.

എങ്കിലും താൻ അഭിമുഖികരിക്കുന്ന അപകടത്തിന്റെ ഭീകരമുഖംസത്യമൂർത്തിക്ക് വ്യക്തമായി.

“ഞാൻ.... ഞാൻ” അയാളെന്തോ പറയുവാൻ ഭാവിച്ചു.

“വേണ്ട, ജീവനുവേണ്ടി കരഞ്ഞ് യാചിച്ചതുകൊണ്ടും പ്രയോജനമൊന്നുമില്ല. ആഗ്രഹിച്ചതും കൊണ്ടേ ഞാൻ മടങ്ങൂ... അതിനു മുൻപ് എനിക്ക് നിങ്ങളിൽ നിന്നും ചില വിവരങ്ങൾ കിട്ടണം. അതുപറയാൻ വേണ്ടി മാത്രമേ ഇനി നാവ് ചലിപ്പിക്കാവൂ.....”

അയാൾ ഒരു ചെറിയ പിസ്റ്റൾ എടുത്തു.

അതിന്റെ ബാരൽ സത്യമൂർത്തിയുടെ നെറ്റിയിൽ ചേർത്തു വച്ചു... സത്യമൂർത്തിയുടെ കണ്ണുകൾ തള്ളിപ്പോയി. നേരം പുലർന്ന് കുറെയേറെ കഴിഞ്ഞ് അതുവഴി വള്ളത്തിൽ പോയവരാണതു കണ്ടത്.....

അവിടെ, ആ വീടിനു മുറ്റത്ത് ചോരയിൽ കുളിച്ച് ഒരാൾ കിടക്കുന്നു.

രാവിലെ മുതലേ മൂടിക്കെട്ടിക്കിടക്കുകയായിരുന്നു ആകാശം. ഏതു സമയത്തും മഴ പെയ്തേക്കാം എന്ന തോന്നൽ.

ബിജി തന്റെ മുറിയിൽ നിന്നിറങ്ങിവന്നപ്പോൾ സേവ്യർ മുന്നിൽ നിൽക്കുന്നു.

അപ്പോഴും ആ കണ്ണുകൾ ചുവന്നു കിടക്കുകയാണ്.

“പൊയ്ക്കോടി. എവിടെപ്പോയാലും പക്ഷേ നിനക്ക് എന്റെ കൈയ്യിൽ നിന്നും മോചനം കിട്ടില്ല.” അവൾക്ക് മാത്രം കേൾക്കാവുന്ന ശബ്ദത്തിൽ അവൻ പറഞ്ഞു.

“ഒരു തെരുവ് തെണ്ടിക്ക് കിട്ടിയാലും നിനക്ക് എന്നെ കിട്ടാൻ പോകുന്നില്ല.” അതേ ശബ്ദത്തിൽ അവളും തിരിച്ചടിച്ചു.

ഒരിക്കൽ നടക്കാതെ പോയ ആഗ്രഹമായിരുന്നു അവന്റെ മനം നിറയെ. അതിന്റെ പകയും.

ചുണ്ടുവിരലിട്ട കൈനറ്റിക് ഹോണ്ടയുടെ ചാവി കറക്കിക്കൊണ്ടാണ് അവൾ പുറത്തേക്ക് പോയത്.

അവളെത്തന്നെ അപ്പോൾ രണ്ട് കണ്ണുകൾക്കൂടി ശ്രദ്ധിക്കുന്നുണ്ടായിരുന്നു.

സഖറിയാസ്.

പുറത്ത് കൈനറ്റിക് ഹോണ്ട സ്റ്റാർട്ടാകുന്ന ശബ്ദം കേട്ടു.

വനത്തിലൂടെയാണ് അവൾ ഹോണ്ടയോടിച്ചത്.

വള്ളികൾ പടർന്നു കിടക്കുന്ന ഒരു കൂറ്റൻ മരത്തിന്റെ ചില്ലകളിൽ കരിങ്കുരങ്ങുകൾ ചാടികളിക്കുന്നത് അവൾ കണ്ടു.

പിന്നിൽ ഒരു വാഹനത്തിന്റെ മുരൾച്ച.

അവൾ റിയർവ്യൂ മിററിലൂടെ നോക്കി,

ജീപ്പാണ്.........!

കണ്ണുകൾ പിൻവലിച്ചെങ്കിലും ഒരു സംശയം തോന്നിയിട്ട് ഒരിക്കൽകൂടി അവൾ നോക്കി.

അപ്പോഴേക്കും ജീപ്പ് തൊട്ടരികിൽ എത്തിയിരുന്നു.

അവൾ അറിയാതൊന്നു ഞെട്ടി.

ജീപ്പിൽ ഒറ്റയാൾ മാത്രമേ ഉണ്ടായിരുന്നുള്ളു.

ഒരു മൊട്ടത്തലയൻ.

ജാവേദ് ഫ്രാങ്കോ...!

ജീപ്പ് ഹോണ്ടയുടെ മുന്നിൽ കയറി. പൊടിപടലങ്ങളിളകി. അതിനിടെ ജാവേദ് അവളെ തിരിഞ്ഞൊന്നു നോക്കി. ഈ ഭീകരൻ പകൽ നേരത്തും സധൈര്യം ഇങ്ങനെ സഞ്ചരിക്കുന്നോ?

അവൾക്ക് വിശ്വസിക്കാനായില്ല. എവിടേക്കായിരിക്കും ഈ യാത്ര? അതൊന്നറിയണമെന്ന് അവൾക്ക് തോന്നി. ഹോണ്ട ജീപ്പിനു പിന്നാലെ വിട്ടു. പക്ഷേ അതു കാണാൻ പോലും കഴിഞ്ഞില്ല.

മഴ ചാറുവാൻ തുടങ്ങി. ഒരു വൻവൃക്ഷചുവട്ടിലേക്ക് അവൾ വണ്ടിയൊതുക്കി. അവിടെ നിന്നാൽ അത്ര വേഗം നനയുകയില്ലായിരുന്നു.

ജാവേദ് ഫ്രാങ്കോയുടെ ജീപ്പ് ഗോവർദ്ധന്റെ ക്വാർട്ടേസിനു മുന്നിൽ ബ്രേക്കിട്ടു നിന്നു. അയാൾ ഓഫീസിലേക്ക് പോയിരുന്നു.

പിന്നേയും തിരിച്ചുവന്നോ എന്നു ചിന്തിച്ചുകൊണ്ടാണ് ഭാഗീരഥിയമ്മ വന്നു വാതിൽ തുറന്നത്.

പക്ഷേ...! മുന്നിൽ നിറഞ്ഞു നിൽക്കുന്ന ജാവേദ്.

അപ്രതീക്ഷിതമായി അയാളെ മുന്നിൽ കണ്ടപ്പോൾ ഭാഗീരഥിയമ്മ ഒന്നു ഞെട്ടി. എങ്കിലും ആ കണ്ണുകളിൽ ഒരു തീപ്പൊട്ട് പാറിവീണ് അനുനിമിഷം ജ്വലിക്കാൻ തുടങ്ങി...

മുപ്പത്തിമൂന്ന്

“ദുഷ്ടാ. നീയോ” ഭാഗീരഥി അമ്മയുടെ ഞെരിഞ്ഞമർന്ന പല്ലുകൾക്കിടയിലൂടെ പതഞ്ഞരഞ്ഞ അക്ഷരങ്ങൾ പുറത്തുചാടി.

“എന്തിന് നീ ഇങ്ങോട്ടുവന്നു.”

കൗതുകപൂർവ്വം ആ സ്ത്രീയുടെ ഓരോ ഭാവവും വീക്ഷിക്കുകയായിരുന്നു ജാവേദ് ഫ്രാങ്കോ....

“അമ്മയെ ഒന്നുകാണണമെന്നുതോന്നി എനിക്ക്. അപ്പോൾ പിന്നെ വരാതിരിക്കാനാവുമോ” അയാൾ ചിരിച്ചു.

മഴയ്ക്ക് ശക്തിയേറുകയായിരുന്നു.

ജാവേദ് മുന്നോട്ട് നിങ്ങി.

ഭാഗീരഥിഅമ്മ വാതിൽ വലിച്ചടയ്ക്കാൻ ശ്രമിച്ചെങ്കിലും കഴിഞ്ഞില്ല. ജാവേദ് അവിടെ കാൽ കുത്തിയിരുന്നു.

"എന്നമ്മ ഇത്. വീട്ടിൽ ഒരു അതിഥി വരുമ്പോഴാണോ ഇങ്ങനെയൊക്കെ പെരുമാറുന്നത്?"

"അതിഥിയോ, നീയോ.?" അമ്മ കൈചൂണ്ടി.

"കാലനാണ് നീ കാലൻ."

"അതെ അമ്മയ്ക്കെങ്കിലും അത് മനസ്സിലായല്ലോ..."

അയാൾ കീശയിൽ നിന്നും കുറച്ച് ഗഞ്ചാവ് വാരി വായിലിട്ടു ചവച്ചു.

ഭാഗീരഥി അമ്മയുടെ മനസ്സിൽ അപ്പോൾ ചോരയിൽ കുളിച്ച ചില ചിത്രങ്ങൾ പിടയുകയായിരുന്നു.

ഒപ്പം ഭീതി അവരുടെ മനസ്സിൽ ഒരു വലയവും തീർത്തു.

ജാവേദ് തുടർന്നു.

ഞാൻ കാലനാണെന്ന കാര്യം പക്ഷേ അമ്മയുടെ മോന് അറിഞ്ഞു കൂടാ. മരിക്കും മുമ്പ് അവന്റെ അച്ഛനും അവനോടത് പറഞ്ഞുകൊടുത്തില്ലല്ലോ?. അതല്ലെങ്കിൽ അമ്മയ്ക്കത് പറഞ്ഞു കൊടുക്കാമായിരുന്നില്ലേ.?"

ഭാഗീരഥി അമ്മയുടെ കണ്ണുകൾ കുറുകി.

"അതുകൊണ്ട് തൽക്കാലം അമ്മയെ ഞാൻ കൊണ്ടുപോകുകയാണ്."

അപകടത്തിന്റെ പൂർണ്ണരൂപം അമ്മയ്ക്കു മനസ്സിലായി.

"ജാവേദ്."അറിയാതെ അമ്മയുടെ ശബ്ദമുയർന്നു.

"യാ. ഒരു പിക്നിക് എന്നുമാത്രം കരുതിയാൽ മതി. പക്ഷേ ഗോവർദ്ധൻ അമ്മയെ കാണാതെ ഒന്നു പരിഭ്രമിക്കണം. അതാണെന്റെ ഉദ്ദേശ്യം."

"ഇല്ല ജാവേദ്. ഒരിക്കലും നിന്റെ ലക്ഷ്യം നടക്കാൻ പോകുന്നില്ല." ജാവേദ് ശാന്തത കൈവിടാതെ പറഞ്ഞു.

"ഗോവർദ്ധനെ നിലയ്ക്ക് നിറുത്തണമെന്ന് ഞാൻ ഫോൺ ചെയ്തു പറഞ്ഞിട്ടും അത് ചെവിക്കൊള്ളാതെ മകനെ പ്രോത്സാഹിപ്പിക്കാൻ വന്നിരിക്കുകയാണ് അമ്മ അല്ലേ.?"

"അതേടാ. എന്റെ മനസ്സിൽ അടക്കിവച്ചിരിക്കുന്ന പക അത്രയ്ക്കുണ്ട് നിന്നോട്. നിന്റെ ശവം കണ്ടാലല്ലാതെ അതടങ്ങില്ല..."

"ഓഹോ... "ജാവേദിന്റെ വാക്കുകൾക്ക് ചൂടു പിടിച്ചു തുടങ്ങി.

എങ്കിൽ ആ മോഹം ഒരിക്കലും നടക്കാൻ പോകുന്നില്ല. അച്ഛൻ

പോയ വഴിയെ തന്നെ നിങ്ങടെ മോനെയും ഞാൻ യാത്രയാക്കും. എനിക്ക് അവൻ എത്ര കോടിയുടെ നഷ്ടമാണ് ഉണ്ടായിരിക്കുന്ന തെന്നറിയാമോ?. എണ്ണിയെണ്ണി പക പോക്കും ഞാൻ. വാ തള്ളേ... ഇനി എന്നെ അനുസരിച്ചില്ലെങ്കിൽ അവന്റെ മുന്നിലേക്ക് ശവമായിട്ട് വലിച്ചെറിയാൻ ഒരാളുണ്ടാവണം. അതിനാ നിങ്ങളെ കൊണ്ടുപോകുന്നത്..." ഭാഗീരഥിയമ്മ പിന്നോട്ടടിവച്ചു.

പക്ഷേ, അപ്പോഴേയ്ക്കും ജാവേദ് കൈയെത്തി അമ്മയെ പിടിച്ചു കഴിഞ്ഞിരുന്നു.

"വിടെടാ ചെകുത്താനേ..." അമ്മ കുതറി.

പക്ഷേ, ഒരു റോബോട്ടിന്റെ പിടി വീണതു പോലെയായിരുന്നു അത്. അമ്മ നിലവിളിച്ചു.

പക്ഷേ, മഴയുടെ ഒച്ചയിൽ അത് അലിഞ്ഞു ചേർന്നു.

അയാൾ ഒരു കൊച്ചുകുട്ടിയെ എന്ന വണ്ണം അമ്മയുടെ കൈകൾ പിന്നോട്ടു ചേർത്തു ബന്ധിച്ചു. വായിൽ കുറെ തുണി തിരുകി. പിന്നെ എടുത്തു തോളിലിട്ടുകൊണ്ട് പുറത്തേക്ക് നടക്കാൻ ഭാവിക്കുമ്പോൾ ജീപ്പിന് പിന്നിൽ കൈനറ്റിക് ഹോണ്ട വന്നു നിന്നു.

ബിജി.!

മഴ നനഞ്ഞു വരികയായിരുന്നു അവൾ.

ഒരു വൃക്ഷചുവട്ടിൽ നിന്നപ്പോൾ, മഴ ശമിക്കുന്നില്ലെന്നറിഞ്ഞ് ജാവേദ് ഒരു പക്ഷേ ഇവിടേക്കാണോ പോന്നിരിക്കുന്നതെന്നുള്ള സംശയത്താൽ വന്നതാണവൾ.

വാതിൽക്കൽ എത്തിയ ജാവേദ് അവളെ കണ്ടു.

മുന്നിലെ ദൃശ്യം കണ്ട് അവളും സ്തബ്ദയായി.

ജാവേദ് പല്ലിളിച്ചു.

"പൊയ്ക്കോ. ഇവിടെ കണ്ടതൊന്നും ആരോടും പറയാൻ നിൽക്കണ്ടാ. സഖറിയാസിന്റെ പുത്രവധുവാകാൻ പോകുന്നവളായതുകൊണ്ടുമാത്രമാണ് നിനക്ക് ഞാനീ ഫേവർ നൽകുന്നത്."

"നോ..." ബിജി മുന്നോട്ടുതന്നെ വന്നു.

"മിസ്റ്റർ ജാവേദ് ഫ്രാങ്കോ. അത്തരം ഒരു ഫേവർ എനിക്ക വേണ്ടാ. പകരം എനിക്ക് വേണ്ടത് ഭാഗീരഥിഅമ്മയെ. ഈ പാവം സ്ത്രീയെ നിങ്ങൾ എന്തിനാണ് കൊണ്ടുപോകുന്നത്."

"പാവം സ്ത്രീയോ. ഇവരോ..."

ജാവേദ് പുച്ഛഭാവത്തിൽ ചിരിച്ചു.

"മനസ്സുനിറയെ പകയുമായി നടക്കുന്ന ഇവരോ പാവം സ്ത്രീ.?"

"നിങ്ങൾക്ക് തെറ്റി ജാവേദ്. നിങ്ങളെ ആരോ കബളിപ്പിച്ചതാണെന്ന് ഞാൻ കരുതുന്നു. ഈ അമ്മയെക്കുറിച്ച് ഇങ്ങനെ പറയാനും മാത്രം എന്തുണ്ടായി.?"

ജാവേദിന്റെ തൊട്ടരുകിൽ എത്തിക്കഴിഞ്ഞിരുന്നു അവൾ.

"നിന്നോട് മറുപടി പറഞ്ഞ് സമയം കളയുവാൻ ഞാൻ ഒരുക്കമല്ല. അതിന്റെ ആവശ്യമില്ലെന്ന് കരുതിക്കോ. മാറി നിൽക്ക്..."

അവൾ മാറിയില്ല.

ഒരു കൈകൊണ്ട് അവളെ തള്ളി മാറ്റിയിട്ട് ജാവേദ് അമ്മയുമായി മുന്നോട്ടുനീങ്ങി.

"ജാവേദ്. പ്ലീസ്. അമ്മയെ വിട്... "

അവൾ പിന്നാലെയെത്തി.

ജാവേദ് വെട്ടിത്തിരിഞ്ഞു.

"ഇനി എന്റെ പിന്നാലെ വരരുത്. വന്നാൽ നിന്നെക്കൂടി ഞാൻ കൊണ്ടുപോകും..."

അവസാനത്തെ മുന്നറിയിപ്പ്.

അത് ചെവികൊള്ളാതെ അവൾ അയാളുടെ കൈയിൽ കടന്നു പിടിച്ചു. ഇനി ക്ഷമിക്കാൻ ജാവേദിന് കഴിയുമായിരുന്നില്ല. അയാൾ ഇടതു കൈവീശി ഒറ്റയടിയായിരുന്നു.

ബിജി അമർത്തിയ ഒരു നിലവിളിയോടെ മഴവെള്ളത്തിലേക്ക് വീണു.

ജാവേദ് ഭാഗീരഥിഅമ്മയെ ജീപ്പിലേക്കിട്ടു.

പിന്നെ തിരികെ വന്ന് ബിജിയെയും പിടിച്ചുയർത്തി കൈകൾ പിന്നിലാക്കി ബന്ധിച്ചു. വായിൽ തുണിയും തിരുകി.

അമ്മയുടെ അടുത്തേക്ക് തന്നെ അവളേയും വലിച്ചെറിഞ്ഞു.

പിന്നെ ജീപ്പിൽ കുതിച്ചു കയറി. എൻജിൻ ഇരമ്പി. ഗിയർ തെന്നി നീങ്ങി. ഒറ്റ കുതിപ്പായിരുന്നു ജീപ്പ്. ബിജിയുടെ കൈനറ്റിക് ഹോണ്ട ഇടിയേറ്റ് തെറിച്ചു വീണു. അത് ശ്രദ്ധിക്കാതെ ജാവേദ് ജീപ്പ് വെട്ടിതിരിച്ചു. അസ്ത്രം പോലെയതു പാഞ്ഞുപോയി...

ഉച്ചയ്ക്ക് ഉണ്ണാൻ വീട്ടിലെത്തിയ റെയ്ഞ്ചർ ഗോവർദ്ധനാണ് മുറ്റത്തു കിടക്കുന്ന കൈനറ്റിക് ഹോണ്ട കണ്ടത്.

അയാളുടെ നെറ്റി ചുളിഞ്ഞു. മഴ അപ്പോഴും ശമിച്ചിരുന്നില്ല. വീടിന്റെ വാതിൽ തുറന്നു കിടക്കുന്നു. ഗോവർദ്ധൻ ജീപ്പിൽ നിന്നിറങ്ങി.

"അമ്മേ... അമ്മേ..." മറുപടി കിട്ടാഞ്ഞപ്പോൾ മുറി മുഴുവൻ ഓടിപ്പോയി നോക്കി.

ഒരിടത്തുമില്ല...

അയാളുടെ ഉള്ളിൽ അപകടത്തിന്റെ ഹുങ്കാരമുയർന്നു...

അടുത്ത ക്വാർട്ടേഴ്സുകളിൽ ഉള്ളവരോട് തിരക്കി.

ഒരു ജീപ്പ് വരികയും പോവുകയും ചെയ്തത് കണ്ടവരുണ്ട്...

ഗോവർദ്ധന്റെ കണ്ണുകൾ കുറുകി. ജീപ്പിൽ വന്നത് ജാവേദാണെങ്കിൽ... പക്ഷേ ബിജിയുടെ കൈനറ്റിക് ഹോണ്ട ഇവിടെ...

ഒന്നും പിടികിട്ടുന്നില്ലല്ലോ.. അയാൾ ഉടനെ ഫോറസ്റ്റ് റേഞ്ച് ഓഫീസിൽ മടങ്ങിയെത്തി. ഗാർഡ് സത്യനെ വിളിച്ച് ചെറിയൊരു സൂചന നൽകി. സത്യൻ സ്തംഭിച്ചു നിന്നു.

അപ്പോൾ ഫോൺ ശബ്ദിച്ചു. സംശയത്തോടെ അതിന് നേരെ നോക്കിയിട്ടാണ് ഗോവർദ്ധൻ എടുത്തത്.

"ഫോറസ്റ്റ് ഓഫീസ്..."

"ഞാനാടാ. റെയ്ഞ്ചറെ ഇത്, ജാവേദ് ഫ്രാങ്കോ."

"ങേ." അറിയാതൊരു ശബ്ദം ഗോവർദ്ധനിൽ നിന്നുണ്ടായി.

സത്യൻ അയാളെ നോക്കി നെറ്റി ചുളിച്ചു.

ജാവേദിന്റെ ശബ്ദം ചീറിയെത്തി.

"നിന്റമ്മയും കാമുകിയും ഇപ്പോൾ എന്റൊപ്പമുണ്ട്. അവരെ നിനക്ക് ജീവനോടെ വേണമെങ്കിൽ ഇനി നീ എന്റെ നിർദ്ദേശം അനുസരിച്ച് മാത്രം പ്രവർത്തിക്കണം. അല്ലെങ്കിൽ ഞാൻ അവരെ പീസ് പീസാക്കും...."

"ജാവേദ്!"

ഗോവർദ്ധന്റെ അലർച്ചയാൽ റേഞ്ച് ഓഫീസ് പോലും കിടുങ്ങി പോയി.

മുപ്പത്തിനാല്

"അലറിവിളിച്ചിട്ടൊന്നും കാര്യമില്ലെടോ റെയ്ഞ്ചറെ. തന്റെ മുന്നിലിപ്പോൾ രണ്ട് വഴികളേയുള്ളു. ഒന്നുകിൽ എന്നെ അനുസരിക്കുക അല്ലെങ്കിൽ അമ്മയെയും കാമുകിയേയും മരണത്തിന് വിട്ടുകൊടുക്കുക..."

ജാവേദിന്റെ വാക്കുകൾ തീക്കട്ടകൾ പോലെ റിസീവറിൽനിന്നും കാതുകളിലേക്ക് തെറിച്ചുവീണു.

"നോ... ജാവേദ്. മര്യാദയ്ക്ക് നീ അവരെ വിട്ടുതന്നിട്ട് എന്നോട് മാപ്പു പറയ്. അല്ലെങ്കിൽ നിന്റെ ശവം പോലും ബാക്കിവയ്ക്കില്ല ഞാൻ. ബാസ്റ്റാർഡ്."

മറുപടി അലറിയലറിയുള്ള ഒരു ചിരിയായിരുന്നു.

"ചില നേരത്ത് ആൾക്കാർ ഇങ്ങനെ സുബോധം നഷ്ടപ്പെട്ടതു പോലെ സംസാരിക്കും. അതുകൊണ്ട് ഒന്നുകൂടി ചിന്തിക്കാനുള്ള അവസരം തരാം ഞാൻ. ഇരുപത്തിനാലു മണിക്കൂർ. അതിനുള്ളിൽ എനിക്ക് രണ്ടിലൊന്നറിയണം. എന്നിട്ടുവേണം നിന്റെ വിധിയെ ക്കുറിച്ച് ചിന്തിക്കാൻ. അച്ഛനെപ്പോലെ അങ്ങേ ലോകത്തേക്ക് എത്രയും പെട്ടെന്ന് പോകാനാണ് നീ ആഗ്രഹിക്കുന്നതെങ്കിൽ ഒരിക്കലും നിന്നെ ഞാൻ നിരാശപ്പെടുത്തില്ല ഗോവർദ്ധനാ"-

ഫോൺ കട്ടായി.

യാന്ത്രികമായി റിസീവർ വെച്ചിട്ട് അയാൾ ചിന്താഭാരത്തോടെ എണിറ്റു.

ഒരു സിഗററ്റിന് തീ കൊളുത്തികൊണ്ട് മുറിയിൽ നടന്നു.

ഗാർഡ് ശങ്കരപ്പിള്ള ഒളികണ്ണാലെ അയാളെ നോക്കി.

ഗൂഢമായൊരു മന്ദഹാസമുണ്ടായി ആ മുഖത്ത്.

സമയം കഴിയുകയാണ്.

ജാവേദ് ഫ്രാങ്കോയെ എവിടെച്ചെന്നു കണ്ടെത്തുമെന്നാണ് ഗോവർദ്ധൻ ചിന്തിച്ചുകൊണ്ടിരുന്നത്.

കഴിഞ്ഞുപോകുന്ന ഓരോ നിമിഷവും വിലപ്പെട്ടതാണ്.

പൊടുന്നനെ ഗോവർദ്ധന്റെ മനസ്സിലൊരു മുഖം തെളിഞ്ഞു.

സഖറിയാസ്.

അയാളുടെ മകൻ വിവാഹം കഴിക്കാൻ ആഗ്രഹിക്കുന്ന ബിജി യും ജാവേദിന്റെ കസ്റ്റഡിയിലാണല്ലോ.

ആ കാരണത്താൽ തന്നെ ചിലപ്പോൾ സഖറിയാസ് തന്നോട് സഹകരിക്കുവാൻ സന്നദ്ധനായേക്കും.

ഉടനേ അയാൾ റിസീവർ എടുത്തു.

സഖറിയാസിന്റെ നമ്പരുകളിൽ വിരലമർത്തി.

അപ്പുറത്ത് റിസീവർ എടുത്തു.

"യേസ്...സഖറിയാസ്."

'ഞാൻ ഗോവർദ്ധൻ. റെയ്ഞ്ചർ ഗോവർദ്ധൻ."

"എന്ത് വേണം?" പൊടുന്നനെ സഖറിയാസിന്റെ സ്വരം മാറി.

"നിങ്ങളുടെ പുത്രവധുവിനെ ജാവേദ് ഫ്രാങ്കോ തട്ടികൊണ്ടുപോ യതറിഞ്ഞോ എന്നറിയാൻ വിളിച്ചതാ...?"

അപ്പുറത്തെ ഞെട്ടൽ ഗോവർദ്ധൻ തിരിച്ചറിഞ്ഞു.

"നിങ്ങൾ എന്തസംബന്ധമാണീപ്പറയുന്നത്.?"

"അസംബന്ധമല്ല മിസ്റ്റർ...അവളുടെയൊപ്പം എന്റെ അമ്മയേയും അയാൾ കൊണ്ടുപോയിരിക്കുന്നു. ജാവേദിന്റെ താവളം എവിടെ

യാണെന്ന് നിങ്ങൾക്ക് അറിയാമെന്ന് ഞാൻ കരുതുന്നു. എന്നോട് സഹകരിച്ചാൽ ബിജിയേയും ഒരു പോറൽ പോലും ഏൽപ്പിക്കാതെ ഞാൻ രക്ഷപ്പെടുത്താം."

"വേണ്ടെടോ. എനിക്ക് വേണ്ടി താൻ ഒന്നും ചെയ്യേണ്ട. എന്ത് വേണമെന്ന് എനിക്കറിയാം."

സഖറിയാസ് റിസീവർ ക്രാഡിലേക്ക് ഇട്ടു.

ഗോവർദ്ധൻ അമ്പരന്നു പോയി...

ചരിത്രം ആവർത്തിക്കാൻ പോകുകയാണോ?

എന്നും വിജയം ജാവേദിന് മാത്രം അവകാശപ്പെട്ടതോ...?

ആകെയുള്ള ഒരാശ്വാസം മുന്നിൽ ഇരുപത്തിനാലു മണിക്കുറുകളുള്ളതാണ്. അത്രയും സമയം അമ്മയുടേയും ബിജിയുടേയും ജീവൻ സുരക്ഷിതമായിരിക്കും.

പക്ഷേ അതിനുള്ളിൽ തനിക്കെന്ത് ചെയ്യാൻ കഴിയും.?

ഈ നേരത്ത് മുൻ വനംവകുപ്പ് മന്ത്രി വിദ്യാധരൻ തന്റെ വീട്ടിലിരുന്ന് ജാവേദ് ഫ്രാങ്കോ ഫോണിൽ പറഞ്ഞതെല്ലാം കേട്ട് സന്തോഷിക്കുകയായിരുന്നു.

"കണക്കായിപ്പോയി ജാവേദ് ഇത്തവണ ആ നായിന്റെ മോൻ മുട്ടുകുത്തും. അതുറപ്പാ. പിന്നെ, സഖറിയാസിന്റെ മരുമകൾ. അവളും തൽക്കാലം കസ്റ്റഡിയിൽ തന്നെ കഴിയട്ടെ. വിവരം താൻ തന്നെ അയാളെ വിളിച്ചൊന്ന് പറഞ്ഞേര്..."

വിദ്യാധരൻ റിസീവർ വെച്ചു.

സമയം കടന്നു പോയി.

രാത്രിയായി.

വിദ്യാധരന്റെ ഭാര്യയും മക്കളും ഒരു ബർത്ത്ഡേ പാർട്ടിയിൽ പങ്കുകൊള്ളാൻ പോയിരിക്കുകയാണ്.

അയാളെ കൂടാതെ അടുക്കളജോലിക്കാരികളോ മറ്റോ മാത്രമേ അവിടെയുള്ളൂ.

വിദ്യാധരൻ രണ്ട് പെഗ്ഗ് വിസ്ക്കി അകത്താക്കി.

അപ്പോൾ പുതിയ അടുക്കളക്കാരിയെ ഓർത്തു.

കറുത്തുതാണെങ്കിലും കൊഴുത്ത അവയവങ്ങളും ചുവന്ന് ചുണ്ടുമുള്ള പെൺകുട്ടിയാണ് അവൾ.

ആ വിടർന്ന കണ്ണുകൾ കൊണ്ടൊന്ന് നോക്കിയാൽ കരൾ വരെ പിടക്കും.

കുറെ ദിവസമായി അവളിൽ ഒരു മോഹമുദിച്ചിട്ട്.

പക്ഷേ, ഇതുപോലൊരു സാഹചര്യം കിട്ടിയിട്ടു വേണ്ടെ.

വിദ്യാധരൻ അടുക്കളയിലേക്ക് ചെന്നു. ജോലികളെല്ലാം ഒതുക്കിയിട്ട് ഒരിടത്തിരുന്ന് അന്നത്തെ പത്രം വായിക്കുകയായിരുന്നു അവൾ.

"ലളിതമ്മേ, കുടിക്കാനിത്തിരി വെള്ളമിങ്ങു കൊണ്ടു വാ." പറഞ്ഞിട്ട് അയാൾ തിരിഞ്ഞ് നടന്നു.

തന്റെ കിടപ്പറയിലേക്ക്.

അഞ്ചു മിനിറ്റിനുള്ളിൽ അവൾ വെള്ളവുമായെത്തി.

വാതിൽക്കൽ ഒരു മാത്ര ശങ്കിച്ചു നിന്നിട്ടാണ് അവൾ അകത്തേക്ക് വന്നത്.

"സാർ വെള്ളം..."

അയാൾ തിരിഞ്ഞ് അവളെ നോക്കി.

ആ കണ്ണുകളിൽ അസാധാരണമായ ഒരു തിളക്കുമുണ്ടോ.?

ചുണ്ടുകൾ കടിച്ചമർത്താൻ ഭാവിക്കുന്നുണ്ടോ അവൾ.?

"സാർ വെള്ളം..." അവൾ പിന്നേയും പറഞ്ഞു.

അയാൾ ഗ്ലാസിന്റെയൊപ്പം അവളുടെ കയ്യിലും കൂടി പിടിച്ചു.

"സാർ..." അവൾ അമ്പരന്നു പോയി.

"ഇവിടെ ഇരിക്ക് ലളിതമ്മേ.."

അയാൾ ബലമായി അവളെ പിടിച്ചിരുത്തി.

"വേണ്ട സാർ..." അവൾ എഴുന്നേൽക്കാൻ ഭാവിച്ചു.

പക്ഷേ, അയാൾ വിടില്ല.

"നീ പേടിക്കണ്ടാ ലളിതമ്മേ ഇവിടെ ആരും വരില്ല..."

ലളിതമ്മ ചാടിയെണീറ്റു. അതിനിടെ ഇരുവരും കണ്ടു വാതിൽ നിറഞ്ഞ് നിൽക്കുന്ന ഒരു ദീർഘകായൻ. കറുത്ത പാന്റും കോട്ടും കൗബായ് തൊപ്പിയും അണിഞ്ഞവൻ.

"പോടി അപ്പുറത്ത്" ലളിതമ്മയെ നോക്കി അയാൾ പറഞ്ഞു. "നീയൊക്കെ ഇങ്ങനെ അനുസരിക്കുന്നത് കൊണ്ടാ ഇവനൊക്കെ ഇത്ര ധൈര്യം കാണിക്കുന്നത്."

ഒന്നും മിണ്ടാതെ ലളിതമ്മ ധൃതിയിൽ അപ്പുറത്തേക്ക് പോയി

"ആരെടാ നീ? എന്താ നിനക്കിവിടെ കാര്യം?"

വിദ്യാധരൻ ഗർജ്ജിച്ചു.

ആ മനുഷ്യൻ പതിയെ ചിരിച്ചുകൊണ്ട് അകത്തേക്ക് കയറി.

"ധൃതി കൂട്ടണ്ടാ സാറേ. നമുക്ക് സാവധാനം എല്ലാം ചോദിച്ചറിയാം" അയാൾ അകത്തേക്ക് കടന്ന് വാതിലടച്ചു.

"പറയാനുള്ളത് തികച്ചും കോൺഫിഡൻഷ്യലാണ്. അതുകൊണ്ട് തൽക്കാലം അവൾ നമ്മളെ ശല്യപ്പെടുത്താതിരിക്കട്ടെ."

"വാതിൽ തുറക്കെടോ. എന്നിട്ടിറങ്ങിപോകാൻ..."

വിദ്യാധരൻ കൈചൂണ്ടി.

"വീട്ടിൽ വന്ന് കയറുന്നവരോട് ഇങ്ങനെയാണോ പെരുമാറേണ്ടത്? അതും ഒരു മുൻമന്ത്രി." ആ മനുഷ്യൻ ഒരു സിഗററ്റ് ചുണ്ടുകൾക്കിടയിൽ തിരുകി.

"നിങ്ങടെ ഭാര്യയും മക്കളും ഉടനെയൊന്നും വരാൻ പോകുന്നില്ല. അതുകൊണ്ട് നമുക്ക് സംസാരിക്കാൻ ഇഷ്ടം പോലെ സമയമുണ്ട്. അവര് വരുന്ന കാർ വരുന്ന വഴിക്ക് പഞ്ചറാകും. ബർത്ത്ഡേ പാർട്ടി നടക്കുന്നിടത്ത് കാറിന്റെ എല്ലാ ടയറുകളുടേയും മുന്നിലും പിന്നിലും ആണി വെച്ചിട്ടാണ് ഞാൻ പോന്നിരിക്കുന്നത്."

വിദ്യാധരന് ഭയം തോന്നിത്തുടങ്ങിയിരുന്നു.

ആ ഭയം ഇരട്ടിപ്പിക്കാനെന്നവണ്ണം അയാൾ അറിയിച്ചു.

"ജാവേദ് ഫ്രാങ്കോയുടെ കടുവയെ കൊന്നത് ഞാനാണ്. സത്യമൂർത്തിയേയും മനുവർമ്മയെയും കൊന്നതും ഞാനാണ്."

അവ്യക്തമായൊരു വിലാപം വിദ്യാധരനിൽ നിന്നുയർന്നു...

ശ്വാസം കഴിക്കാൻ പാടുപെടുന്നതുപോലെ ഒരു ഭാവം അയാളിൽ നിന്നുണ്ടായി.

മുപ്പത്തിയഞ്ച്

ആ അജ്ഞാതൻ വിൽസ് സിഗരറ്റിന്റെ കുറ്റി തറയിലിട്ടു. ഷൂസണിഞ്ഞ കാലുകൊണ്ട് ചവിട്ടിയരച്ചു. പിന്നെ മുൻമന്ത്രി വിദ്യാധരനെ നോക്കി പല്ലിളിച്ചു കാട്ടി.

അടിമുടി വിറക്കാൻ തുടങ്ങിയിരുന്നു വിദ്യാധരൻ.

എങ്ങിനെ ഇയാളിൽ നിന്നും രക്ഷപ്പെടും.

വേലക്കാരി ലളിതമ്മയ്ക്ക് ബുദ്ധി തോന്നി ഈ വിവരം ആരെയെങ്കിലും അറിയിച്ചിരുന്നെങ്കിൽ നന്നായേനെ... പക്ഷേ ആ നേരത്ത് ലളിതമ്മയാകട്ടെ അടുക്കളയിൽ പതുങ്ങിയിരിക്കുകയായിരുന്നു. മുൻമന്ത്രിയുടെ മുറിയിലേക്ക് വന്നയാൾ കൊലയാളിയാണെന്ന് അവളുണ്ടോ അറിയുന്നു.

ഏതോ ഉയർന്ന മനുഷ്യനാണെന്നേ അവൾ കണക്കുകൂട്ടിയുള്ളു. അയാൾ അദ്ദേഹത്തെ കൊല്ലാൻ വന്നതാണെന്നോ, അയാൾ അപകടകാരിയാണെന്നോ ഒന്നും ചിന്തിക്കാനുള്ള ബുദ്ധി അവൾക്കുണ്ടായിരുന്നില്ല.

ആ മനുഷ്യൻ ഈ വിവരം ആരോടും പറയരുതേ എന്ന പ്രാർത്ഥന മാത്രമായിരുന്നു അവൾക്ക്.

അപ്പോൾ ആ അജ്ഞാതമനുഷ്യൻ വിദ്യാധരന്റെ കണ്ണുകളിലേക്ക് തുറിച്ചു നോക്കി കൊണ്ട് ഇങ്ങനെ ചോദിക്കുകയായിരുന്നു.

“മനുവർമ്മയുടേയും സത്യമൂർത്തിയുടേയും പിന്നാലെ പരലോകത്തേക്ക് പോകണമെന്ന് നിങ്ങൾ ആഗ്രഹിക്കില്ലെന്ന് എനിക്കറിയാം. പക്ഷേ എന്നാലും എനിക്ക് ബലം പ്രയോഗിച്ചിട്ടാണെങ്കിലും നിങ്ങളെ അങ്ങോട്ട് അയക്കേണ്ടി വന്നേക്കും.”

അപകടത്തിന്റെ ഭീകരമുഖം വിദ്യാധരൻ വ്യക്തമായി.

അയാൾ പതർച്ചയോട് കൂടി പറഞ്ഞു.

“എന്നെ കൊന്നിട്ട് ഇവിടെ നിന്നും രക്ഷപ്പെടാമെന്ന് നിങ്ങൾ കരുതുന്നുണ്ടോ?”

“തീർച്ചയായും.” അയാൾ തെല്ല് ഉച്ചത്തിൽ തന്നെ ചിരിച്ചു.

“പൊതുജനം എന്ന കഴുതകളെ നാവിന്റെ കുരുക്കിൽപ്പെടുത്തി നിങ്ങൾ വോട്ടു വാങ്ങിച്ചു മന്ത്രിയായി. പക്ഷേ സ്വന്തം അമ്മയെ വ്യഭിചരിക്കാൻ പ്രേരിപ്പിക്കും പോലെ കിട്ടിയ വകുപ്പിനെ നിങ്ങൾ വ്യഭിചരിച്ചു.”

“കിട്ടാവുന്നത്രയും കീശയിലാക്കി. കാട്ടുകള്ളൻമാരും അഭിസാരികമാരും പിമ്പുകളും നിങ്ങളുടെ ഉപജാപക സംഘത്തിലെ അംഗങ്ങളായി. പക്ഷേ ഒന്ന് നിങ്ങൾ നേരത്തെതന്നെ മനസ്സിൽ കുറിച്ചിടാൻ മറന്നു പോയി മിസ്റ്റർ വിദ്യാധരൻ. സ്വർഗ്ഗത്തിനപ്പുറം നരകമാണെന്ന്. ആ നരകത്തിലാണ് നിങ്ങൾ. സ്വർഗ്ഗത്തിൽ നിന്നും പടിയടച്ച് നിങ്ങളെ പിണ്ഡം വച്ചിരിക്കുന്നു. ഇനി അവിടേക്ക് തിരിച്ചു പോകാൻ നിങ്ങൾക്കാവില്ല.”

“നിങ്ങളുടെ യഥാർത്ഥ സ്വഭാവം പുറത്തു കാട്ടിക്കൊടുത്താൽ ഈ നാട്ടിലെ തെരുവു പട്ടികൾ പോലും നിങ്ങളെ ഓടിച്ചിട്ട് കടിക്കും. അത്ര മാത്രം പ്രതിച്ഛായക്ക് മങ്ങലേറ്റുപോയ കപട നേതാവാണ് നിങ്ങളിപ്പോൾ. ആ നിങ്ങളെ കൊല്ലുന്നവന് മാലയിട്ട് സ്വീകരണം നൽകും ഇവിടുത്തെ പ്രബുദ്ധരായ ജനങ്ങൾ”

ആ മനുഷ്യൻ പുതിയൊരു വിൽസ് സിഗററ്റ് ചുണ്ടുകൾക്കിടയിൽ തിരുകി തീ കൊളുത്തി.

ആസന്നമായ അപകടത്തിന്റെ ഭീകരത വിദ്യാധരൻ വ്യക്തമായി കഴിഞ്ഞിരുന്നു.

ദയനീയമായി അയാൾ ആഗതനെ നോക്കി.

“നിങ്ങൾക്കെന്താണ് വേണ്ടത്.?”

ഒരു കവിൾ പുക പുറത്തേക്കൂതിയിട്ട് അയാൾ പറഞ്ഞു.

“എനിക്ക് വേണ്ടത് കുറെ സത്യങ്ങൾ. അതു പറഞ്ഞുതന്നാൽ

നിങ്ങൾക്ക് ഞാൻ ജീവൻ ബാക്കിതരാം. പക്ഷേ സത്യങ്ങൾക്കിട യിൽ അക്ഷരത്തെറ്റുണ്ടെന്നു കണ്ടാൽ പിന്നെയൊരിക്കലും നിങ്ങ ളുടെ വൃത്തിക്കെട്ട നാവ് ചലിക്കില്ല."

വിദ്യാധരൻ ഒന്നും മിണ്ടിയില്ല. മുന്നിലുള്ളത് കൗശലക്കാരനാ യ ഒരുകുറുക്കനാണെന്ന് അയാൾ തിരിച്ചറിഞ്ഞു കഴിഞ്ഞിരുന്നു. സൂക്ഷിച്ചു നീങ്ങേണ്ടിയിരിക്കുന്നു.

ആഗതൻ ഒരു ചെറിയ പിസ്റ്റൾ എടുത്ത് കൈവെള്ളയിൽ വച്ചു.

"വിദ്യാധരാ.... ഒരുപാടു നേരം നിങ്ങളുടെ അതിഥിയായി ഇവി ടെ കഴിയുവാൻ എനിക്ക് താൽപര്യമില്ല. അതുകൊണ്ട് എന്നോട് സഹകരിക്കുന്നോ ഇല്ലയോ എന്നു നിങ്ങൾ തീർത്തുപറയുക. അല്ലെങ്കിൽ മരിക്കാൻ തയ്യാറാകുക..."

ആഗതൻ മുന്നോട്ടടുത്തു.

വിദ്യാധരൻ ഒന്നു കിടുങ്ങി.

"നിങ്ങൾ ആരാണ്.? എന്താണ് പേര്.? എന്നെ തേജോവധം ചെയ്തുകൊണ്ട് നിങ്ങൾക്കെന്തു പ്രയോജനം.?"

ഒറ്റ ശ്വാസത്തിലാണ് അയാൾ തിരക്കിയത്.

ആഗതന്റെ ചുരുട്ടിയ കൈത്തലം ഉൽക്കയായി വിദ്യാധരന്റെ മുഖത്ത് ആഞ്ഞു പതിഞ്ഞു.

അതായിരുന്നു അയാളുടെ മറുപടി.

അടക്കിയ ഒരു നിലവിളിയോടെ വിദ്യാധരൻ കിടക്കയിലേക്ക് മറിഞ്ഞു. അവിടെ നിന്നും ഷർട്ടിൽ കുത്തിപിടിച്ച് മുകളിലേക്കു യർത്തിയിട്ട്, ആ മുഖത്തേക്ക് കൈ ചൂണ്ടികൊണ്ട് അയാളറിയിച്ചു.

"മൂന്നാംകിട കപടനാടകം എന്റടുത്തു കളിച്ചാലുണ്ടല്ലോ...നിന്റെ മക്കളെപ്പോലും ജനങ്ങൾ കാറിതുപ്പും."

"ഞാൻ..ഞാൻ നിങ്ങൾ പറയുന്നതനുസരിക്കാം. എന്നെ ഉപദ്ര വിക്കരുത്.?" മുൻ മന്ത്രി കേണു.

"എങ്കിൽ പറഞ്ഞോ. ഒന്നും വിട്ടുപോകാതെ സത്യസന്ധമായി പറഞ്ഞോ.. ജാവേദ് ഫ്രാങ്കോയുടെ താവളം എവിടെയാണ്. എവി ടെപ്പോയാൽ ഇപ്പോൾ അയാളെ കാണാം."

വിദ്യാധരൻ സ്തബ്ധനായി.

കളിക്കുന്നത് തീയോടാണ്.

സത്യം പറഞ്ഞാൽ ജാവേദ് തന്നെ കൊന്നുകളയും.

ഇല്ലെങ്കിൽ ഇയാളും.

എന്തു ചെയുണമെന്നറിയാതെ അയാൾ കുഴങ്ങി.

"എന്താ വിദ്യാധരാ പറയാൻ പ്രയാസമാണെങ്കിൽ ഞാനൊരി

ക്കലും നിങ്ങളെ ബുദ്ധിമുട്ടിക്കില്ല..” അയാൾ റിവോൾവറിന്റെ ബാരൽ വിദ്യാധരന്റെ നെറ്റിയിൽ ചേർത്തമർത്തി.

“ഞാൻ മറ്റാരിൽ നിന്നെങ്കിലും വിവരമറിഞ്ഞോളാം. താൻ മരിക്കാനൊരുങ്ങിക്കോ.”

“ഞാൻ പറയാം, എന്നെ കൊല്ലരുത്.”

“എങ്കിൽ പറയൂ. ആ നായിന്റെമോന്റെ താവളം എവിടെയാണ്?”

വിദ്യാധരന്റെ ചുണ്ടുകൾ ചലിച്ചു.

ആഗതൻ ശ്രദ്ധയോടെ കേട്ടു.

നഗരത്തിന്റെ മാറിടം ചതച്ചുകൊണ്ട് പോലീസ് വാഹനങ്ങൾ ഇരമ്പി പാഞ്ഞു.

ടെലിഫോണുകളും ടെലിപ്രിന്റുകളും വയർലസ് സെറ്റുകളും ഇടതടവില്ലാതെ ശബ്ദിച്ചു.

രാത്രി തന്നെ വാർത്ത പത്രങ്ങളുടെ തലക്കെട്ടായി മാറി.

മുൻമന്ത്രി വിദ്യാധരൻ കൊല്ലപ്പെട്ടു.

പോലീസ് അയാളുടെ വീടിനുചുറ്റും ഒരുവലയം തീർത്തു. അതുകൊണ്ടുതന്നെ വിവരം അറിഞ്ഞ് തടിച്ചുകൂടിയ ജനക്കൂട്ടത്തിന് ഗേറ്റുകടന്ന് അകത്തേക്ക് കയറാൻ കഴിഞ്ഞില്ല.

ടി.വി.ക്കാരും പത്രക്കാരും അകത്ത് തിക്കിത്തിരക്കുകയാണ്.

“എന്താണുണ്ടായതെന്ന് ആർക്കും അറിയില്ലേ?”

മുൻ മന്ത്രിയുടെ ഭാര്യയും മക്കളും ഒരു പാർട്ടി കഴിഞ്ഞ് വന്നപ്പോൾ നെറ്റിയിൽ വെടിയേറ്റ് ചോരയിൽ കുളിച്ചു മരിച്ചു കിടക്കുന്ന വിദ്യാധരനെയാണ് കണ്ടത്.

ഉന്നത പൊലീസ് ഉദ്യോഗസ്ഥൻമാരുടെ ചോദ്യം ചെയ്യലിലും ഒന്നും വ്യക്തമായില്ല.

അവിടെത്തന്നെയുണ്ടായിരുന്ന വേലക്കാരി ലളിതമ്മ പോലും താൻ ഒന്നും അറിഞ്ഞില്ല എന്ന് മൊഴിയാണ് നൽകിയത്. രാത്രി ഏറെയായിട്ടും റെയ്ഞ്ചർ ഗോവർദ്ധൻ ഓഫീസിൽ നിന്നും പോയിരുന്നില്ല. അമ്മയേയും ബിജിയേയും രക്ഷപ്പെടുത്തുന്നതിനെക്കുറിച്ച് മാത്രമായിരുന്നു അയാളുടെ ചിന്ത.

എത്രയോ സിഗററ്റുകൾ പുകച്ചു തള്ളിയിരിക്കുന്നു. മേശപ്പുറത്തിരിക്കുന്ന ആഷ്ട്രേയിൽ സിഗററ്റ് കുറ്റികൾ കുന്നുകൂടി.

സ്വന്തം അമ്മയെപ്പോലും രക്ഷിക്കാൻ കഴിഞ്ഞില്ലെങ്കിൽ ഈ കാക്കികൊണ്ട് എന്തു പ്രയോജനമാണുള്ളതെന്ന് പുച്ഛത്തോടെ അയാൾ ഓർത്തു.

ആ നേരത്താണ് ഫോൺ ശബ്ദിച്ചത്.

ജാവേദായിരിക്കുമെന്ന് വിചാരിച്ചാണ് ഫോൺ എടുത്തത്.

പക്ഷേ നേരത്തെ താൻ കേട്ടിട്ടുള്ള മറ്റൊരു ശബ്ദമാണിതെന്ന് അയാൾ തിരിച്ചറിഞ്ഞു.

"ഗോവർദ്ധൻ."

"യേസ്."

"ജാവേദ് ഫ്രാങ്കോയുടെ താവളം ഏതാണെന്നറിയാതെ ബുദ്ധിമുട്ടുകയായിരിക്കും നിങ്ങൾ അല്ലേ?"

ഗോവർദ്ധൻ പിടഞ്ഞുണർന്നു.

"അതെ. നിങ്ങൾക്കറിയാമോ അത് എവിടെയാണെന്ന്.?"

"അറിയാം."

"ങേ." ഗോവർദ്ധന്റെ സിരകളിലൂടെ ഒരു വിദ്യുൽപ്രവാഹം പാഞ്ഞു പോയി.

"പറയൂ...വേഗം പറയൂ..."

അപ്പുറത്തുനിന്നും മറുപടികിട്ടി.

ഗോവർദ്ധൻ കുതിച്ചെണീറ്റു.

കൊടുങ്കാറ്റായി പുറത്തേക്ക് പാഞ്ഞു...

മുപ്പത്തിയാറ്

ആർക്കും ഒന്നും മനസ്സിലായില്ല. ഗാർഡ് സത്യൻ അമ്പരപ്പോടെ ആ കാഴ്ച നോക്കി നിന്നു. ശങ്കരപ്പിള്ളയാണെങ്കിൽ നെറ്റി ചുളിച്ചു. മറ്റ് ഗാർഡുമാരുടേയും അവസ്ഥ വേറെന്നായിരുന്നില്ല.

തക്കതായ എന്തോ കാര്യമുണ്ട്. ഗോവർദ്ധന്റെ അമ്മയെ ജാവേദ് ഫ്രാങ്കോ തട്ടിക്കൊണ്ടുപോയതൊക്കെ അവരും അറിഞ്ഞിരുന്നു. ഒരു പക്ഷേ, അമ്മയ്ക്ക് എന്തെങ്കിലും ആപത്ത്.

റെയ്ഞ്ചർ ഗോവർദ്ധൻ അപ്പോഴേക്കും ജിപ്സിയുടെ ഡ്രൈവിംഗ് സീറ്റിൽ എത്തിക്കഴിഞ്ഞിരുന്നു.

മുരൾച്ചയോടതു സ്റ്റാർട്ടായി.

ഹെഡ്‌ലൈറ്റുകൾ തീക്കണ്ണുകളായി അലറികൊണ്ടത് മുന്നോട്ട് പാഞ്ഞു.

റോഡിലെത്തി കുലുക്കത്തോടെ ഇടത്തേക്ക് വെട്ടിത്തിരിഞ്ഞു.

ആസുരമായ ഒരു യാത്രയായിരുന്നു അത്........

അജ്ഞാതന്റെ ഫോൺ സന്ദേശം ശരിയാണെങ്കിൽ തന്റെയും ജാവേദിന്റെയും ആദ്യത്തേയും അവസാനത്തേയും കണ്ടുമുട്ടലാണിനി നടക്കാൻ പോകുന്നത്.

രണ്ടിൽ ഒരാളേ അവശേഷിക്കൂ.

ഒന്നുകിൽ താൻ. അല്ലെങ്കിൽ അവൻ.

ഗോവർദ്ധന്റെ കണ്ണുകളിൽ വന്യമായ ഒരു തിളക്കമുണ്ടായിരുന്നു. മനസ്സിൽ ഒരൊറ്റ ചിരം മാത്രമേ ഉണ്ടായിരുന്നുള്ളു.

ജാവേദ് ഫ്രാങ്കോ എന്ന കാട്ടുകള്ളന്റെ തന്റെ സിരകളിലോടുന്നത് രക്തമല്ല. മറിച്ച് ചുട്ടുപഴുത്ത ലാവയാണെന്ന് അയാൾക്ക് തോന്നിപ്പോയി. അരയിലിരിക്കുന്ന റിവോൾവറിൽ ആറ് ബുള്ളറ്റുകൾ ഭദ്രമായി കാത്തുവച്ചിട്ടുണ്ട്.

അത് ആ തേർഡ് റൈറ്റ് ബാസ്റ്റാർഡിനു വേണ്ടിയാണ്.

വർഷങ്ങൾക്കു മുൻപേ മനസ്സിൽ കോറിയിട്ട ഒരു തീരുമാനമുണ്ട്. ജാവേദ് ഫ്രാങ്കോയെ ഇഞ്ചിഞ്ചായി കൊല്ലുക.

അതിനുവേണ്ടിയാണി കാക്കിക്കുപ്പായം ഒരു കവചമായി സ്വീകരിച്ചത്. തന്റെ അച്ഛനേയും ഏട്ടനേയും ഇല്ലാതാക്കിയവനോടുള്ള പ്രതികാരം. ഇന്നും നടുക്കത്തോടു മാത്രം ഓർക്കാൻ കഴിയുന്ന ഒരു കാര്യം.

മദ്ധ്യവേനൽ അവധിക്കാലത്ത് താൻ അങ്കിളിന്റെ വീട്ടിൽ പോയപ്പോൾ...

ഒരു ദിവസം പെട്ടെന്ന് അങ്കിൾ തന്നെയും കൂട്ടി വീട്ടിൽ വന്നു. മുറ്റത്തും തൊടിയിലുമെല്ലാം നിറയെ ആൾക്കാർ.....

റോഡിൽ വാഹനങ്ങളുടെ നീണ്ട നിര.

തനിക്കൊന്നും മനസ്സിലായില്ല...

വീട്ടിൽ നിന്നും അമ്മയുടെ ഹൃദയം നുറുങ്ങുന്ന നിലവിളി മുറ്റത്തെത്തുന്നതിനു മുൻപു തന്നെ കേട്ടിരുന്നു.

പകച്ചുപോയി......

ആൾക്കാർ വഴിമാറിത്തന്നു.

മുറ്റത്ത് ഒരുക്കിയിരുന്ന പന്തലിനു താഴെ ഒരു മേശയിൽ വച്ചിരിക്കുന്ന ശവപ്പെട്ടി.... അതിനുള്ളിൽ വെള്ള വസ്ത്രം പുതച്ച് ഉറങ്ങിക്കിടക്കുന്ന അച്ഛൻ.

"അച്ഛാ..." ഒറ്റ അലർച്ചയോടെ ശവപ്പെട്ടിക്കു മുകളിലേക്ക് വീണത് മാത്രമേ ഓർമ്മയുള്ളു..

ചിത്രങ്ങൾ വ്യക്തമാകുവാൻ പിന്നേയും ദിവസങ്ങളെടുത്തു. അതിനിടെ നടുക്കുന്ന മറ്റൊന്നുകൂടി അറിഞ്ഞു.

തന്റെ ഏട്ടനെ കാണാനില്ല.....

കാട്ടുകള്ളൻ ജാവേദ് ഫ്രാങ്കോയുടെ ഒരു ലോഡ് ചന്ദനതടി അച്ഛൻ പിടിച്ചിരുന്നു.

പല പ്രലോഭനങ്ങളും ഭീഷണിയും അയാളുടെ ഭാഗത്തുനിന്നു

ണ്ടായിട്ടും അച്ഛൻ അനങ്ങിയില്ല.

റെയ്ഞ്ചർ സേതുരാമൻ.

സർവ്വീസ് റിക്കാർഡുകളിൽ തങ്കത്തിളക്കം കാത്തു സൂക്ഷിക്കുന്ന തന്റെ അച്ഛൻ.

അച്ഛനെത്തേടി ഒരു ദിവസം പകൽ നേരത്ത് ജാവേദ് വീട്ടിലുമെത്തി. അമ്മയും ഏട്ടനും മാത്രമേ അവിടെയുണ്ടായിരുന്നുള്ളു. അവരെയും അയാൾ ഭീഷണിപ്പെടുത്തി. രാത്രി കഴിയുമുമ്പ് തടി വിട്ടുകൊടുത്തില്ലെങ്കിൽ അച്ഛനെ കൊന്നുകളയുമെന്ന്.

ആ വിവരം അച്ഛനോട് പറയാനായി ഏട്ടൻ റേഞ്ച് ഓഫീസിലേക്ക് പോയി, സന്ധ്യകഴിഞ്ഞു. അങ്ങെത്തിയപ്പോൾ. അച്ഛനും കൂടി വീട്ടിലേക്ക് വരുന്നതിനാൽ ഒറ്റയ്ക്ക് മടങ്ങേണ്ടെന്ന് ഏട്ടനോട് പറഞ്ഞു. അപ്പോൾ ഫോണിലൂടെ ജാവേദിന്റെ അന്ത്യശാസനം പിന്നേയും എത്തി.

അതും അച്ഛൻ നിരസിച്ചു.

അനന്തരം പത്തുമണിയോടുകുടി ചേട്ടനുമൊന്നിച്ച് ജീപ്പിൽ വീട്ടിലേക്ക് വരുമ്പോഴായിരുന്നു ജാവേദിന്റെ ആക്രമണം.

പല കഷണങ്ങളായി വെട്ടിനുറുക്കിയ അച്ഛന്റെ മൃതദേഹവും കത്തി കരിഞ്ഞ ജീപ്പുമാണ് പിറ്റേന്നു കിട്ടിയത്.

ഏട്ടനെക്കുറിച്ച് യാതൊന്നും അറിഞ്ഞുമില്ല.

അയാൾ ഏട്ടനേയും കൊന്നിരിക്കും.

ആ രാത്രി തന്നെ ജാവേദ് ചന്ദനതടികൾ വീണ്ടെടുക്കുകയും ചെയ്തിരുന്നു. അതിനുപിന്നിൽ സർവ്വീസിലുള്ളവരും അല്ലാത്തവരുമായ പല വമ്പൻമാരും ഉണ്ടായിരുന്നുവെന്ന് തനിക്ക് വിശ്വാസമുണ്ട്. പക്ഷേ, സാക്ഷിയോ, തെളിവോ ഇല്ലല്ലോ... അല്ലെങ്കിൽ ഒരുത്തനേയും താൻ വെറുതെ വിടില്ലായിരുന്നു. ഒരു വളവെടുക്കുന്നതിനിടയിൽ ഗോവർദ്ധൻ പല്ലുകൾ കടിച്ചമർത്തി.

അച്ഛന്റെ മരണത്തിന് സർക്കാർ തനിക്കു തന്ന സമ്മാനമാണ് ഈ ജോലി. കോമ്പൻസേഷൻ എന്ന ഓമനപ്പേരിൽ... പക്ഷേ മാറി മാറി വന്ന രാഷ്ട്രീയ ജന്തുക്കൾ ആരും തന്നെ ജാവേദിനെതിരേ ചെറുവിരൽ അനക്കുവാൻ പോലും തയ്യാറായിരുന്നില്ല.

അയാൾക്കെതിരെ അടരാടുവാൻ മനസ്സുതുറന്ന് നിർദ്ദേശം നല്കിയത് ഇപ്പോഴത്തെ വനംവകുപ്പ് മന്ത്രി ജോൺമത്തായി സാർ മാത്രമാണ്.

ജിപ്സി വനത്തിലെ ദുർഘടമായ വഴിയിലൂടെയാണ് മുന്നോട്ടു പൊയ്ക്കൊണ്ടിരുന്നത്. ഹെഡ്ലൈറ്റുകളുടെ വെളിച്ചത്തിൽ കൂറ്റൻ

മരങ്ങളും വള്ളിപ്പടർപ്പുകളുമൊക്കെ ദൃശ്യമായി.

ഏതാണ്ട് ഒരു മണിക്കുറോളം കഴിഞ്ഞപ്പോൾ ഗോവർദ്ധൻ ബ്രേക്ക്മർത്തി. ജിപ്സി നിന്നു.

റോഡ് അവിടെ അവസാനിക്കുകയായിരുന്നു.

അയാൾ ഹെഡ് ലൈറ്റുകൾ അണച്ചു.

എൻജിൻ ഓഫ് ചെയ്തു.

കനത്ത അന്ധകാരം അയാളെ വന്നുമൂടി.

അല്പനേരം കഴിഞ്ഞപ്പോൾ പതിയെ നാട്ടുവെളിച്ചവുമായി കണ്ണുകൾ ഇഴുകിച്ചേർന്നു.

ചീവീടുകളുടെ കർണ്ണകഠോരമായ ശബ്ദം.

ഏതൊക്കെയോ പക്ഷികളുടെ കരച്ചിൽ.

കുറെ നേരം അവിടെത്തന്നെ ഇരുന്നു ഗോവർദ്ധൻ.

റിവോൾവർ എടുത്ത് കൈയിൽ വച്ചു. അഞ്ച് ബാറ്ററിയുടെ ടോർച്ച് എടുത്തു. താൻ വന്നത് ശ്രതുക്കൾ ആരെങ്കിലും ശ്രദ്ധിച്ചിട്ടുണ്ടെങ്കിൽ അത് അറിയണമല്ലോ. അതിനാണ് ഈ കാത്തിരിപ്പ്.

അജ്ഞാതൻ പറഞ്ഞ, ജാവേദിന്റെ താവളത്തിനരുകിൽ എത്തണമെങ്കിൽ കൊടുംവനത്തിലൂടെ പത്തു കിലോമീറ്ററെങ്കിലും മുന്നോട്ടു പോകണം.

യാത്ര വളരെ ദുഷ്ക്കരമാണ്. പ്രത്യകിച്ചും രാത്രിയിൽ...

ഈ അവസരത്തിൽ അങ്ങകലെ എവിടെയോ ഒരു താവളത്തിൽ ഭാഗീരഥിയമ്മയും ബിജിയും ഉണ്ടായിരുന്നു.

പുറത്തേക്ക് തള്ളിനിൽക്കുന്ന ഒരു പാറയുടെ അടിയിൽ.

കൈകൾ ബന്ധിച്ചിരിക്കുകയാണ്.

വായ്ക്കു മുകളിൽ പ്ലാസ്റ്റർ ഒട്ടിച്ചിരിക്കുന്നു. ഇരുട്ടായിരുന്നു അവർക്ക് കൂട്ട്. പാറയ്ക്കു പുറത്ത് കാവൽക്കാരുടെ ഇരുണ്ട രൂപങ്ങളുടെ ചലനം കാണാം.

ജാവേദ് ഫ്രാങ്കോ അവിടെയില്ലായിരുന്നു.

സന്ധ്യക്കു മുൻപേ അവിടെ വന്നു പോയതാണ്.

ബിജി ദീർഘമായി ഒന്നു നിശ്വസിച്ചു. ഇവിടത്തെ കാട്ടുകള്ളന്മാരുടെ വൃത്തികെട്ട നോട്ടം കാണുമ്പോൾത്തന്നെ തൊലിയുരിഞ്ഞു പോകുന്ന അനുഭവമാണ്.

ജാവേദിന്റെ ശക്തമായ താക്കീത് ഇല്ലായിരുന്നുവെങ്കിൽ ഒരുപക്ഷേ, ഇവൻമാർ എപ്പോഴേ തന്നെ കടന്നാക്രമിച്ചേനെ...

പൊടുന്നനെ ഇരുളിൽ ഒരു വെളിച്ചമുണ്ടായി.

അതൊരു പന്തമായിരുന്നു.

അതിനു പിന്നിൽ ജാവേദ് ഫ്രാങ്കോയുടെ മുഖം തെളിഞ്ഞു.....
അവർക്കരികിലേക്ക് വരികയായിരുന്നു അയാൾ.
ഭാഗീരഥിയമ്മയുടേയും ബിജിയുടേയും കണ്ണുകൾ കുറുകി.
ജാവേദ് തൊട്ടുമുന്നിലെത്തി.
"അവൻ... ഗോവർദ്ധൻ നിങ്ങളെ എനിക്ക് വിട്ടുതന്നിരിക്കുന്നു..." അയാൾ പറഞ്ഞു.
അതിന്റെ പൊരുൾ അവർക്ക് പിടികിട്ടിയില്ല.

മുപ്പത്തിയേഴ്

ജാവേദ് പറഞ്ഞതിന്റെ പൊരുളറിയാതെ ഭാഗീരഥിയമ്മയും ബിജിയും മുഖാമുഖം നോക്കി. രണ്ടുപേരുടേയും കണ്ണുകളിൽ ജാവേദിന്റെ കൈയിലിരുന്ന പന്തങ്ങളുടെ പ്രതിഫലനമുണ്ടായിരുന്നു....
അപ്പോൾ വന്യമായ ഒരു ചിരിയോടെ ജാവേദ് തുടർന്നു.
"അവന് നിങ്ങളുടെ രണ്ടുപേരുടേയും ജീവന് യാതൊരു പ്രാധാന്യവുമില്ല. അതുകൊണ്ടുതന്നെ എന്റെ നിർദ്ദേശത്തെ തള്ളിക്കളഞ്ഞിട്ട് അവൻ എന്നെ തേടി തിരിച്ചിരിക്കുന്നു."
"ജാവേദ് എന്ന മുന്നക്ഷരത്തിന്റെ അർത്ഥം മരണമെന്നാണെന്നറിയാതെ ഒരു ക്രിമിനലിനെയെന്നവണ്ണം അവൻ എന്നെ തേടി വരുന്നു."
ജാവേദിന്റെ ശബ്ദത്തിന് തീ പിടിച്ച് തുടങ്ങിയിരുന്നു.
"അവന്റെ തന്തയെ അയച്ച അതേ പാതയിലൂടെത്തന്നെ അവനേയും ഞാൻ അങ്ങോട്ടയയ്ക്കും."
ബിജിക്ക് വ്യക്തമായില്ല.
അവൾ പിന്നേയും ഭാഗീരഥിയമ്മയെ നോക്കി.
ആ കണ്ണുകൾ നിറഞ്ഞു കവിയുന്നതാണ് കണ്ടത്...
ജാവേദ് പറയുകയാണ്.
"ഒരു ലോഡ് ചന്ദനത്തടിയായിരുന്നു സേതുരാമന്റെ ജീവൻ നഷ്ടമാക്കിയതെങ്കിൽ ഇവിടെ ചരിത്രം വീണ്ടും ആവർത്തിക്കുന്നു. ജാവേദ് ഫ്രാങ്കോയുടെ അപദാനങ്ങൾ പത്രക്കാർക്ക് വാഴ്ത്തുവാൻ ഒരു അവസരം കൂടി."
അയാൾ പന്തം ബിജിയുടെ മുഖത്തിനുനേരേ നീട്ടി.
"എടീ കൊച്ചേ. എന്റെ ശത്രു സഖറിയാസിന്റേയും ശത്രുവാണ്. അതുകൊണ്ടു തന്നെ നിന്നെ കൊണ്ടുവന്നതുപോലെ തിരിച്ചുകൊടുക്കണമെന്ന് ഒരിക്കലും സഖറിയാസ് ആവശ്യപ്പെടില്ല..."
ബിജി ചീറി.

"അയാളതും അതിൽക്കൂടുതൽ ചെയ്യുമെന്നും എനിക്കറിയാം. അതുകൊണ്ട് ഈ പറഞ്ഞതിൽ എന്തെങ്കിലും പുതുമയോ ഭയമോ എനിക്ക് തോന്നുന്നില്ല."

ജാവേദ് ഒരു ചുരുട്ടു ചുണ്ടിൽ വച്ചു.

പന്തത്തിന്റെ വെളിച്ചത്തിൽ തീ പകർന്നു.

രണ്ടുമൂന്ന് കവിൾ പുക ഊതിവിട്ടു.

"നിന്നെപ്പോലെയുള്ള പെൺകുട്ടികൾ എനിക്ക് ഏറെ പ്രിയപ്പെട്ട ആഹാരമാടീ. അധികം താമസിയാതെ അത് നിനക്ക് മനസ്സിലാകും..."

അയാൾ വെട്ടിതിരിഞ്ഞു

തറ ചവിട്ടിക്കുലുക്കികൊണ്ട് പുറത്തേക്ക് നടന്നു.

പന്തം വലിച്ചെറിഞ്ഞു.

സമയമിഴഞ്ഞു.

വിശപ്പും ദാഹവും ഭാഗീരഥിയമ്മയേയും ബിജിയെയും തളർത്തി.

അതുവരെ കാർമേഘത്തിന്റെ പിടിയിലായിരുന്ന നിലാവ് തല നീട്ടി. മങ്ങിയ വെളിച്ചം കാട്ടിൽ പരന്നു.

തങ്ങൾ ഏതോ കുന്നിന്റെ ചരുവിലാണെന്ന് ബിജിക്ക് തോന്നി.

കാരണം അപ്പുറം മുഴുവൻ മഞ്ഞാണ്.

വൃക്ഷങ്ങളൊന്നും കാണാനില്ല.

പാറയ്ക്കപ്പുറം ഗർത്തം പോലെ......

ഇരുളിൽ ഭാഗീരഥിയമ്മയുടെ തേങ്ങൽ കേട്ടു.

അവളും ദീർഘമായി ഒന്ന് നിശ്വസിച്ചു.

അപ്പോൾ ടോർച്ചിന്റെ വെളിച്ചത്തിൽ പതിയെ മുന്നോട്ടുനടക്കുകയായിരുന്നു, റെയ്ഞ്ചർ ഗോവർദ്ധൻ.

ഒരു ഊഹം വച്ചാണ് യാത്ര.

രാത്രി പുലരും മുമ്പ് കഴിവതും ജാവേദിന്റെ താവളത്തോട് കൂടുതൽ അടുക്കണം അതായിരുന്നു ഉദ്ദേശം. കുറ്റിക്കാടുകളേയും മുൾച്ചെടികളേയും വകഞ്ഞുമാറ്റി, കനത്ത മരങ്ങൾക്ക് കീഴെ കൂടിയുള്ള യാത്ര...

വല്ലാതെ കിതച്ചു തുടങ്ങിയിരുന്നു ഗോവർദ്ധൻ.

സമീപത്തെവിടേയോ പൊടുന്നനെ കാട് ഉലയുന്നതു പോലെയുള്ള ശബ്ദം,

ഗോവർദ്ധൻ നിന്നു.

ടോർച്ചണച്ചു.

ശ്വാസം പോലും നിയന്ത്രിച്ചു.

അമ്പത് മിറ്ററുകൾക്കുള്ളിൽ എവിടെയോ കുറ്റിക്കാടുകൾ ഒടിഞ്ഞു തകരുന്നു. ഗോവർദ്ധന്റെ നെഞ്ചിടിപ്പിന് വേഗതയേറി.

തൊട്ടടുത്തുള്ളത് ആനയോ ആനക്കൂട്ടങ്ങളോ ആണ്.

തന്റെ ശബ്ദം അവ തിരിച്ചറിഞ്ഞിട്ടുണ്ടെങ്കിൽ.....

ആ നേരത്ത് കാറ്റ് വീശുന്നില്ല എന്നത് മാത്രമായിരുന്നു ആശ്വാസം. സമീപത്ത് ഇരുട്ടിന്റെ കനത്ത തൂണുമാതിരി നിന്നിരുന്ന ഒരു വൃക്ഷത്തിന് ചുവട്ടിലേക്ക് അയാൾ ചേർന്നു നിന്നു.

അതിന്റെ കനത്ത വേരുകൾക്കിടയിൽ ഒരു കാട്ടുപോത്ത് ഒളിഞ്ഞിരുന്നാൽ പോലും അറിയില്ലെന്ന് അയാൾക്ക് തോന്നി. കാട് ഞെരിഞ്ഞമരുന്ന ശബ്ദം അടുത്തുവന്നു.

ഗോവർദ്ധന്റെ മിഴികൾ പിടച്ചു.

ഉദ്ദേശം പത്തുമീറ്ററോളം അകലെകൂടി കരിമ്പാറകൾ പോലെ, ചലിക്കുന്ന ഇരുൾ കട്ടകൾ അകന്നുപോകുന്നു...

ചോര മരവിക്കുന്ന ഒരു ദൃശ്യമായിരുന്നു അത്.

മീറ്ററുകളുടെ വ്യത്യാസത്തിലാണ് മരണം അകന്നു പോകുന്നതെന്ന്, ഗോവർദ്ധൻ അറിഞ്ഞു. ആനക്കൂട്ടത്തിന്റെ ശബ്ദം അലിഞ്ഞലിഞ്ഞില്ലാതെയായി. ഗോവർദ്ധൻ ദീർഘമായി ഒന്ന് നിശ്വസിച്ചു.

എത്ര ശ്രമിച്ചിട്ടും ഒരു സിഗററ്റ് പുകയ്ക്കണമെന്ന് ആഗ്രഹം അയാൾക്ക് അടക്കാനായില്ല. ഇനി തൽക്കാലം ഇവിടെതന്നെ ഇരിക്കുന്നതാണ് ഉത്തമം. ആനകളുടെ പിന്നാലെ പോയി മരണത്തെ വിലയ്ക്കു വാങ്ങുന്നത് പന്തിയല്ല.

സിഗററ്റ് ആഞ്ഞുവലിച്ചുകൊണ്ട്, ഇരുളിലെ ഓരോ ചലനവും ശ്രദ്ധിച്ച് അയാളിരുന്നു.....

അപ്പോൾ ഫോറസ്റ്റ് റേഞ്ച് ഓഫീസിൽനിന്നും പുറത്തിറങ്ങിയ ഗാർഡ് ശങ്കരപ്പിള്ള തന്റെ ക്വാർട്ടേഴ്സിലേക്ക് അതിവേഗത്തിൽ നടക്കുകയായിരുന്നു.

ഇനിയൊരിക്കലും ഗോവർദ്ധൻ ഈ റേഞ്ച് ഓഫീസിൽ തിരികെയെത്തില്ലെന്നും തങ്ങളെ ഭരിക്കില്ലെന്നും അയാൾക്കുറപ്പുണ്ടായിരുന്നു. ജാവേദ് എന്ന മരണത്തിന്റെ അടുത്തേക്കാണ് അയാൾ പോയിരിക്കുന്നത്. അവിടെ നിന്നൊരു മടക്കം ഇനിയില്ല. അയാൾ അതു തന്നെയോർത്തു കൊണ്ടു ക്വാർട്ടേഴ്സിലേക്കുള്ള വഴിയിലേക്ക് തിരിഞ്ഞു.

ആ ഭാഗത്ത് റോഡിൽ സ്ട്രീറ്റ് ലൈറ്റുകളുടെ മങ്ങിയ വെളിച്ചം മാത്രമാണുണ്ടായിരുന്നത്.

പൊടുന്നനെയാണ് റോഡ്സൈഡിൽ നിന്നിരുന്ന ഒരു തേക്കിന് പിന്നിൽനിന്നും ആജാനുബാഹുവിനെ പോലെ ഒരാൾ റോഡിന് നടുവിലേക്ക് ഇറങ്ങി വന്നത്.

മുന്നിൽ നിൽക്കുന്നത് ടാർസൻ സിനിമകളിലേത് പോലെയുള്ള ഒരു രൂപമാണെന്ന് അയാൾക്ക് തോന്നി.

"ആ... ആരാ?"

ശങ്കരപ്പിള്ളയുടെ ശബ്ദത്തിൽ വിറയലുണ്ടായിരുന്നു.

ആ മനുഷ്യനിൽ നിന്നും അതിന് മറുപടി കിട്ടിയില്ല. പകരം അയാൾ ശങ്കരപ്പിള്ളയുടെ തൊട്ടരുകിലേക്ക് നടന്നെത്തുകയാണ് ചെയ്തത്.

"നിങ്ങളാരാ എന്തുവേണം?"

"വേണ്ടത് നിന്റെ ജീവനാണ്." പരുപരുത്ത ശബ്ദം.

"വർഷങ്ങളായി നീ ഈ വനത്തേയും ഇവിടെയെത്തുന്ന നീതി മാൻമാരായ ഉദ്യോഗസ്ഥരേയും വഞ്ചിക്കുകയായിരുന്നു."

"സ്വന്തം അമ്മയെ മറ്റുള്ളവരുടെ മുന്നിലേക്ക് തള്ളിവിടുന്നതു പോലെയായിരുന്നു നിന്റെ ആ പ്രവർത്തികൾ..."

'കഴിഞ്ഞ നിമിഷം വരെ നീ ചെയ്തുകൊണ്ടിരുന്ന ആ പ്രവൃത്തിയിൽനിന്നും എന്നെന്നേക്കുമായി നിനക്ക് മോചനം' എന്ന് പറഞ്ഞതും ആ മനുഷ്യൻ ഒരു പിസ്ററൾ വലിച്ചെടുത്ത് ശങ്കരപ്പിള്ളയുടെ നെറ്റിയിൽ ചേർത്തുവെച്ചു.

അയാൾക്ക് ഉച്ചത്തിൽ ഒന്നു നിലവിളിക്കണമെന്നുണ്ടായിരുന്നു.

കഴിഞ്ഞില്ല...

അയാളുടെ നെറ്റി പിളർത്തികൊണ്ട് ഒരു ബുള്ളറ്റ് പാഞ്ഞു പോയി...

മുപ്പത്തിയെട്ട്

റെയ്ഞ്ചർ ഗോവർദ്ധൻ ഞെട്ടിയുണർന്നു. ചുറ്റും പകച്ചു നോക്കി. അയാൾക്ക് പരിസരബോധം വീണ്ടുകിട്ടുവാൻ ഏതാനും സെക്കന്റുകൾ വേണ്ടിവന്നു.

താൻ കൊടുംവനത്തിനുള്ളിലാണ്.

ഒരു കൂറ്റൻ മരത്തിന്റെ കനത്ത വേരുകൾക്കിടയിൽ പതുങ്ങിയിരിക്കുകയാണ്.

എല്ലാം ഇപ്പോൾ ഓർക്കുന്നു.

രാത്രിയിൽ ആനക്കൂട്ടം വന്നത്....

പുലരുംവരെ ഇവിടെ കാത്തിരിക്കാമെന്ന് കരുതിയത്...

ഇടയ്ക്ക് എപ്പോഴോ അറിയാതെ ഒന്ന് മയങ്ങിപ്പോയി.

അതാണ് ഓർമ്മകളിൽ നിന്നും എല്ലാം തെല്ലൊന്ന് മാഞ്ഞു പോകാൻ കാരണം.

വനത്തിനുള്ളിൽ ഇപ്പോൾ നന്നായി വെളിച്ചം പരന്നിരിക്കുന്നു. ഗോവർദ്ധൻ വാച്ചുനോക്കി.

ഏഴര

ഈശ്വരാ....താൻ ഒത്തിരി വൈകിപ്പോയോ?

അയാൾ പിടഞ്ഞെണീറ്റു.

മരത്തിന് മുകളിലിരുന്ന് ഒരു കരിങ്കുരങ്ങ് അയാളെ നോക്കി ശബ്ദമുണ്ടാക്കി. ഗോവർദ്ധൻ ധൃതിയിൽ മുന്നോട്ടു നീങ്ങി.

സമയമിഴഞ്ഞു.

സൂര്യകിരണങ്ങൾക്ക് ചൂടേറിത്തുടങ്ങി. അപ്പോൾ ഗോവർദ്ധൻ ഒരു മൊട്ടക്കുന്നിന് മുകളിൽ എത്തിക്കഴിഞ്ഞിരുന്നു.

അവിടെ നിന്നുകൊണ്ട് അയാൾ ചുറ്റും നോക്കി.

താഴ്വരകളുടെ അടിത്തട്ടുകളിൽ അപ്പോഴും, പുകപോലെ മഞ്ഞ് തങ്ങിനിൽക്കുന്നുണ്ടായിരുന്നു.

ഒന്നും കാര്യമായി കാണാൻ വയ്യ.

ആ ഭാഗത്തെങ്ങും ഒറ്റ മനുഷ്യ ജീവി പോലും ഇല്ലെന്ന് തോന്നി. ഗോവർദ്ധന്റെ ശരീരം വിയർപ്പിൽ കുളിച്ചു. യൂണിഫോം ശരീരത്തോടൊട്ടി. വിശപ്പും ദാഹവും ഏറി വരികയാണ്.

മൊട്ടക്കുന്നിന് താഴെ ഐസ് കട്ടകൾ നിരത്തിയിരിക്കുന്നതു പോലെയോ വെള്ള നാടപോലെയോ ഒരു തോടു കണ്ടു. അതോടെ അയാളുടെ ദാഹം വർദ്ധിക്കാൻ തുടങ്ങി. ധൃതിയിൽ തോടിനു നേരെ നടക്കാൻ ഭാവിക്കുകയായിരുന്നു ഗോവർദ്ധൻ. പൊടുന്നനെ ഒരു വാഹനത്തിന്റെ ഇരമ്പൽ കേട്ടപ്പോൾ പിടിച്ചുനിർത്തിയതുപോലെ അയാൾ നിന്നു. ആ വാഹനത്തിന്റെ ശബ്ദം മലമടക്കുകളിൽ പ്രതിധ്വനിച്ചു. പക്ഷേ വാഹനം കണ്ടെത്താൻ കഴിഞ്ഞില്ല. ആ ശബ്ദം നേർത്തു നേർത്ത് ഇല്ലാതെയായി.

അതോടെ ഗോവർദ്ധന് ഒരു കാര്യം വ്യക്തമായി. താൻ എത്തിയിരിക്കുന്നത് ശരിയായ ലക്ഷ്യത്തിൽത്തന്നെയാണ്. പക്ഷേ ഇങ്ങനെ ഒരു റോഡിനെക്കുറിച്ച് തനിക്കറിയില്ലല്ലോ.

അപ്പോൾ വനത്തിലൂടെ പോയ ജീപ്പ് ഒരിടത്തു നില്ക്കുകയായിരുന്നു. അതിൽനിന്നും സഖറിയാസ് മുതലാളി ഇറങ്ങി.

“നീ ഇവിടെ തന്നെയിരിക്ക്”, ജീപ്പ് ഡ്രൈവ് ചെയ്തിരുന്ന തടിയൻ ആന്റപ്പനോട് പറഞ്ഞിട്ട് സഖറിയാസ് മുന്നോട്ടു നടന്നു.

അവിടെ നിന്നിരുന്ന ഒരു മരത്തിൽ കല്ലുകൊണ്ടിടിച്ച് ശബ്ദമുണ്ടാക്കി. രണ്ടുമിനിട്ട് കഴിഞ്ഞുകാണും. കാവി പാന്റും കറുത്ത ബനിയനും ധരിച്ച ഒരാൾ അവിടെ പ്രത്യക്ഷപ്പെട്ടു. ജാവേദ് ഫ്രാങ്കോയുടെ അനുചരൻ. തലയിൽ ഒരു ലോഹത്തൊപ്പിയും കൈയിൽ യന്ത്രത്തോക്കും ഉണ്ടായിരുന്നു.

"വരിക" പറഞ്ഞിട്ട് അയാൾ നടന്നു.

ഒന്നും മിണ്ടാതെ സഖറിയാസ് അയാളെ പിൻതുടർന്നു.

ഈ നേരത്ത് ഭാഗീരഥി അമ്മയും ബിജിയും ജാവേദ് ഫ്രാങ്കോയുടെ മുന്നിൽ ഉണ്ടായിരുന്നു. വറുത്ത ഉടുമ്പിറച്ചി രുചിയോടെ കഴിക്കുകയും നാടൻ ചാരായം ഊറ്റിക്കുടിക്കുകയും ചെയ്യുകയായിരുന്നു ജാവേദ് ഫ്രാങ്കോ. കാട്ടിലെ പ്രധാനപ്പെട്ട ചില പച്ച മരുന്നുകൾ കൂടി ചേർത്ത് വാറ്റിയെടുത്ത ചാരായമായിരുന്നു അത്.

ജാവേദിന്റെ അഭിപ്രായത്തിൽ വനത്തിലെ ഏറ്റവും രുചിയുള്ള ഇറച്ചി ഉടുമ്പിന്റേതാണ്. പക്ഷേ എപ്പോഴും അത് കിട്ടിയെന്ന് വരില്ല. ഭാഗീരഥി അമ്മയും ബിജിയും നോക്കി നിൽക്കുമ്പോൾ തന്നെ ജാവേദ് ഫ്രാങ്കോയുടെ കണ്ണുകൾ ചുവന്നുവന്നു. അതിൽ ക്രൗര്യം നിറഞ്ഞു... വിശന്നലഞ്ഞ ചെന്നായെപ്പോലെ അയാൾ ബിജിയെ കണ്ണുകൾ കൊണ്ടുഴിഞ്ഞു. അവളുടെ ഹൃദയം നുറുങ്ങി. ആ കണ്ണുകളിലെ ഭാവം എന്തിന്റെതാണെന്ന് അവൾക്ക് വ്യക്തമാവുകയായിരുന്നു. ഭാഗീരഥിഅമ്മ ഇടം കണ്ണിട്ട് ബിജിയെ നോക്കി.

അവളും അത് ശ്രദ്ധിച്ചു. പക്ഷേ എന്ത് ചെയ്യാൻ?

കൈകൾ പിന്നിലേക്ക് ബന്ധിച്ചിരിക്കുകയാണ്. നാലഞ്ചു തോക്കുധാരികൾ കാവൽ നിൽക്കുന്നുമുണ്ട്. എതിർക്കാനോ രക്ഷപ്പെടാനോ യാതൊരു തരത്തിലും കഴിയില്ല... ഈശ്വരാ. ഇത്രയും കാലം നിധി പോലെ കാത്തുവച്ചതൊക്കെ ഈ കശ്മലനുമുന്നിൽ അടിയറവ് വയ്ക്കേണ്ടിവരുമോ? അവളുടെ കണ്ണുകൾ നിറഞ്ഞുകവിയുകയാണ്......

"കരഞ്ഞതുകൊണ്ട് ഒരിക്കലും പ്രയോജനമില്ലെടീ പെണ്ണേ. മാത്രവുമല്ല പെണ്ണിന്റെ കണ്ണീരെന്നു പറഞ്ഞാൽ അത് എന്റെ മനസ്സിന് ഏറ്റവുമധികം സന്തോഷം തരുന്ന ഒരു മരുന്നാണ്", ജാവേദ് പല്ലിളിച്ച് കാട്ടിയിട്ട് ഇറച്ചി കടിച്ചു തിന്നു.

"അതുമല്ല, ഈ കണ്ണീരിനുമുന്നിൽ എപ്പോഴെങ്കിലും എന്റെ മനസ്സ് പതറിയിരുന്നെങ്കിൽ ഒരിക്കലും ഈ നിലയിൽ എത്താൻ കഴിയുമായിരുന്നില്ല..."

"തന്നെപ്പോലെയുള്ള ഒരു ചെകുത്താനിൽ നിന്നും ഞാനൊരി

ക്കലും അത് പ്രതീക്ഷിച്ചിരുന്നുമില്ല.”

ബിജി തിരിച്ചടിച്ചു.

“ഗുഡ്.”ജാവേദ് പിന്നേയും ചിരിച്ചു.

“എനിക്ക് ഏറെ ഇഷ്ടപ്പെട്ട ഒരു പേരാണത്. ചെകുത്താൻ.”

ക്രമേണ അയാളുടെ മുഖം വലിഞ്ഞുമുറുകി.

“ഞാൻ ചെകുത്താനാടീ. ജീവിതകാലം മുഴുവൻ അങ്ങനെ കഴിയുന്നതുമാണിഷ്ടം.”

ഉടുമ്പിന്റെ അസ്ഥിയിൽ നിന്നും അവസാനത്തെ മാംസക്കഷണവും കടിച്ചുപറിച്ചെടുത്തിട്ട് അയാൾ ബാക്കി വലിച്ചെറിഞ്ഞു.

കുപ്പിയിൽ അവശേഷിച്ചിരുന്ന ചാരായം കൂടി ഊറ്റികുടിച്ചു.

കുപ്പിയും വലിച്ചെറിഞ്ഞു. താഴെ ഏതോ പാറയിൽ ചെന്നുതട്ടി അത്, ചിതറിപ്പോകുന്നതിന്റെച്ച കേട്ടു. ജാവേദ് ഫ്രാങ്കോ തന്റെ വസ്ത്രത്തിൽത്തന്നെ കൈ തുടച്ചു. നല്ല ലഹരിയിൽ ആയിക്കഴിഞ്ഞിരുന്നു അയാൾ. ഭാഗീരഥി അമ്മയുടെ അടുത്തേക്ക് വന്നിട്ട് അയാൾ പറഞ്ഞു.

“നിങ്ങടെ വിധി അപാരം തന്നെയാണല്ലോ തള്ളേ..... ഭർത്താവും മകനും കാരണം എന്നും കണ്ണീരുതന്നെ.”

ഭാഗീരഥിഅമ്മ വെറുപ്പോടെ മുഖം വെട്ടിത്തിരിച്ചു.

“പക്ഷേ ഒന്നുണ്ട് തള്ളേ... ഏറ്റവും അവസാനമേ നിങ്ങളേ ഞാൻ അങ്ങേ ലോകത്തേക്കയയ്ക്കു. അതാ ഞാൻ നിങ്ങൾക്ക് മാത്രം നല്കുന്നൊരു ഫേവർ.”

“ഫൂ....ആർക്കുവേണമെടാ നിന്റെ ഔദാര്യം?”

അമ്മ പൊട്ടിത്തെറിച്ചു.

“കൊല്ലെടാ എന്നെ... ചുണയുണ്ടെങ്കിൽ ഇപ്പോൾ തന്നെ. എങ്കിൽ നീ ആണാണെന്ന് ഞാൻ പറയാം...”

ജാവേദ് അലറിച്ചിരിച്ചു.

ആ ശബ്ദം താഴ്വരയിൽ പ്രതിധ്വനികളുയർത്തി.

പിന്നെ പൊടുന്നനെ ചിരിനിർത്തി അയാൾ പറഞ്ഞു.

“തള്ള മിടുക്കിയാണ്. ബുദ്ധിമതിയാണ്. ഇനിയുള്ള കലാപരിപാടികൾ കണ്ടാസ്വാദിക്കാതെ, മകന്റെ അവസാനത്തെ പിടച്ചിൽ കാണാൻ നിൽക്കാതെ അങ്ങേലോകത്തേക്ക് കടന്നുകളയാനുള്ള സൂത്രപ്പണി. അല്ലേ. വേല മനസ്സിൽത്തന്നെയിരിക്കട്ടെ.”

പറഞ്ഞതും ഒറ്റയടിയായിരുന്നു ജാവേദ്.

വല്ലാത്തൊരു നിലവിളിയോടെ ആ സ്ത്രീ തറയിൽ വീണുപിടഞ്ഞു. മൂക്കിലൂടേയും വായിലൂടേയും രക്തം കിനിഞ്ഞു.

മുപ്പത്തിയൊമ്പത്

ആ കാഴ്ച്ച കാണുവാനുള്ള കരുത്തില്ലാതെ ബിജി കണ്ണുകൾ ഇറക്കിയടച്ചു കളഞ്ഞു.

എന്നാൽ ജാവേദിനോ അയാളുടെ കിങ്കരന്മാർക്കോ യാതൊരു ഭാവഭേദവുമില്ലായിരുന്നു. മനസ്സിനെ കരിങ്കല്ലാക്കിയ ആ ചെകുത്താൻ മാർക്ക് ഇതൊന്നും പുത്തരിയല്ലല്ലോ.

കൈകൾ ബന്ധിച്ചിരിക്കുന്നതിനാൽ ഭാഗീരഥിയമ്മയ്ക്ക് അവിടെ നിന്ന്, എണീൽക്കാൻ പോലും കഴിഞ്ഞില്ല.

"നീ കണ്ണടച്ചതുകൊണ്ട് യാതൊരു പ്രയോജനവുമില്ലെടി. ഞങ്ങൾ തുടങ്ങിയിട്ടേയുള്ളു." ജാവേദ് തന്റെ അരുകിലേക്ക് വരികയാണെന്നു തോന്നിയപ്പോൾ അവൾ കണ്ണുകൾ തുറന്നു.

പച്ചിലയിൽ നിന്നും താഴെ വീണുപോയ ഒരു പുഴുവിനെപോലെ പുളയുകയായിരുന്നു ഭാഗീരഥിഅമ്മ.

ആ സ്ത്രീയുടെ കണ്ണിൽ നിന്നൊഴുകുന്നത് കണ്ണീരല്ല, ചോരയാണെന്ന് അവൾക്കു തോന്നി. ജാവേദ് ഒരിക്കൽകൂടി അവളെ കണ്ണുകൾ കൊണ്ടുഴിഞ്ഞു. അവളുടെ ഉടവുതട്ടാത്ത യവ്വനത്തിൽ പലവുരു കണ്ണുകൾ തറഞ്ഞു.

തന്റെ മേനിയിൽ ഒരു വൃത്തികെട്ട ജന്തു സ്പർശിക്കുന്ന അനുഭവമായിരുന്നു അപ്പോൾ അവൾക്ക്.

ജാവേദ് തിരിഞ്ഞ് തന്റെ അനുചരൻമാരെ നോക്കി.

"ഈ തള്ളയെ എടുത്തു കൊണ്ടുപോയി അപ്പുറത്തെങ്ങാനുമിട്. നിങ്ങളും ശ്രദ്ധയോടു കാവൽ നിൽക്കണം. ആ റേഞ്ചർപട്ടി ഒരു പക്ഷേ ഇവിടേക്കെങ്ങാനും വന്നാൽ വിടണ്ടാ. ഞാൻ ഇവൾക്ക് ചില കലാപരിപാടികൾ പഠിപ്പിച്ചു കൊടുക്കാൻ പോകുകയാണ്."

താൻ കഴിഞ്ഞ ദിവസം മുതൽ ഭീതിയോടെ മാത്രം ചിന്തിച്ചിരുന്ന ആ നിമിഷമാണ് വന്നെത്തിയിരിക്കുന്നതെന്ന് ബിജി തിരിച്ചറിഞ്ഞു.

ചകിതയായി അവൾ ജാവേദിനേയും അനുചരൻമാരേയും നോക്കി. ആജ്ഞകൾ പാലിക്കാൻ മാത്രം വിധിക്കപ്പെട്ട അനുയായികൾ ഭാഗീരഥിയമ്മയെ വലിച്ചിഴയ്ക്കാൻ ഭാവിക്കുകയായിരുന്നു.

ഈ നേരത്താണ് ഒരു പ്രത്യേക ശബ്ദം കേട്ടത്.

പാറയിൽ കല്ലുകൊണ്ട് താളത്തിൽ മുട്ടുന്ന ശബ്ദം.

ജാവേദ് കാതു കൂർപ്പിച്ചു.

അനുയായികൾ ആ മുഖത്തേയ്ക്ക് നോക്കി.

അവർ പൊയ്ക്കൊള്ളാൻ അയാൾ ആംഗ്യം കാട്ടി.

ഭാഗീരഥി അമ്മയെ അവിടെത്തന്നെ ഉപേക്ഷിച്ചിട്ട് അവർ തങ്ങളുടെ പഴയ സ്ഥാനത്തേക്കു നീങ്ങി. ഇതിനിടെ ഒരാൾ അവിടെ കിടന്നിരുന്ന ഒരു കല്ലെടുത്ത് നേരത്തെ കേട്ട ശബ്ദത്തിന്റെ താളത്തിൽ പാറയിൽ കൊട്ടുവാൻ തുടങ്ങി.

ജാവേദ് ഫ്രാങ്കോ ബിജിയുടെ അരികിൽ നിന്നും മാറി നേരത്തെ ഇരുന്ന സ്ഥാനത്തു തന്നെ ഉപവിഷ്ടനായി.

ഉദ്ദേശം പത്തു മിനിട്ടുകൾ കഴിഞ്ഞുകാണും. സഖറിയാസ് മുതലാളിയും ജാവേദിന്റെ ഒരു കിങ്കരനും കൂടി അവിടെയെത്തി.

“ഹലോ, സഖറിയാസ്, താൻ വരാൻ വൈകുന്നതെന്താണെന്നു ചിന്തിക്കുകയായിരുന്നു ഞാൻ.”

ജാവേദ് എണീററ് സഖറിയാസിനു കൈകൊടുത്തു. “കാരണം തന്റെ പുത്രവധുവിനെ ഒരു പോറൽ പോലും ഏൽക്കാതെ കണ്ണിലെ കൃഷ്ണമണിപോലെ കാത്തുവച്ചിരിക്കുകയാണ് ഞാൻ.”

സഖറിയാസ് തിരിഞ്ഞ് ബിജിയെ ഒന്നു നോക്കി.

ആ കണ്ണുകളിൽ പകയുടെ കനലുകൾ ഇളകുന്നത് അവൾ കണ്ടു.

“പുത്രവധു” പുച്ഛമായിരുന്നു അയാളുടെ ശബ്ദത്തിൽ.

“ജാവേദ് ഇവൾ നിങ്ങളുടെ മുന്നിൽത്തന്നെ വന്നു പെട്ടില്ലായിരുന്നുവെങ്കിൽ ശത്രുപക്ഷത്തോടുള്ള ഇവളുടെ മമത ഞാൻ തിരിച്ചറിയുവാൻ പിന്നെയും വൈകിയേനെ....”

പറഞ്ഞുകൊണ്ട് അയാളും ജാവേദിന്റെ അരികിൽ ഇരുന്നു. സഖറിയാസ് വന്നതുകൊണ്ട് താൻ ജാവേദിന്റെ പിടിയിൽ നിന്നും രക്ഷപ്പെടാൻ പോകുന്നില്ലെന്ന് അവൾക്കുറപ്പായി.

താൻ വനത്തിൽ കേട്ട ആ വാഹനത്തിന്റെ ശബ്ദം അവസാനിച്ച ഭാഗം ലക്ഷ്യമാക്കിയാണ് റെയ്ഞ്ചർ ഗോവർദ്ധൻ നടന്നത്.

വനപാലകരായ തങ്ങൾ പോലും അറിയാതെ ഇങ്ങനെയൊരു പാത വനത്തിലുണ്ടെന്നത് ഗോവർദ്ധനെ തെല്ലൊന്നുമല്ല അമ്പരപ്പിച്ചത്.

ഇടയ്ക്കിടെ വാഹനങ്ങൾ വന്നുപോകുന്ന ഒരു വഴിയാണിതെന്ന് അയാൾക്ക് ഉറപ്പായിക്കഴിഞ്ഞിരുന്നു.

ഉരുളൻ കല്ലുകൾ നിറഞ്ഞ പാത.

അതുവഴി മുന്നോട്ടു നീങ്ങുകയാണു ഗോവർദ്ധൻ.

മൊട്ടക്കുന്നിനു താഴെയുള്ള കാട്ടുചോലയിൽ നിന്നും ആവശ്യത്തിനു കുടിച്ച് മുഖവും കഴുകി ഇക്കരെയെത്തിയപ്പോഴാണ് അയാ

ളുടെ കണ്ണുകൾ ഈ റോഡ് കണ്ടെത്തിയത്.

ജാവേദ് ഫ്രാങ്കോയുടെ താവളം കിലോമീറ്ററുകൾക്കുള്ളിലുണ്ട്. ആ ഒരു ചിന്തയോടുകുടി ഏതു നിമിഷവും തന്റെ ശിരസ്സു ലാക്കാക്കി ഒരു ബുള്ളറ്റ് ചീറി വന്നേക്കാം എന്നു കരുതിതന്നെയാണ് അയാൾ നടന്നത്. പലപ്പോഴും റോഡുവിട്ട് കുറ്റിക്കാടുകൾക്കിടയിലൂടെയായിരുന്നു നടത്തം.

അങ്ങനെ കുറെ മുന്നിലെത്തിയപ്പോൾ ഗോവർദ്ധന്റെ കാലുകൾ മന്ദഗതിയിലായി.

കണ്ണെത്തുന്ന അകലത്തിൽ ഒരു ജീപ്പ്.

ശ്രദ്ധയോടെ കാൽക്കീഴിൽ അമരുന്ന കരിയിലകളുടെ ശബ്ദം പോലും പുറത്തു കേൾക്കാതെയാണ് പിന്നീടു നടന്നത്. അമ്പതു വാരയോളം അടുത്തു കഴിഞ്ഞപ്പോൾ ജീപ്പ് വ്യക്തമായി.

സഖറിയാസിന്റേതാണത്.

അയാളുടെ തടിമില്ലിലെ ജോലിക്കാരനായ ആന്റോ ജീപ്പിനരുകിൽ നിന്ന് സിഗററ്റു വലിക്കുന്നു...

എന്തുവേണമെന്നു മനസ്സിൽ ഉറപ്പിച്ചുകൊണ്ട് ഗോവർദ്ധൻ ജീപ്പിനടുത്തെത്തി.

സിഗററ്റിന്റെ കുറ്റി വലിച്ചെറിഞ്ഞ് കാർക്കിച്ചൊന്നു തുപ്പിയിട്ട്, സമീപത്തെങ്ങും ആരുമില്ലെന്ന വിചാരത്താൽ അവിടെതന്നെ നിന്ന് മൂത്രമൊഴിക്കാൻ ഭാവിക്കുകയായിരുന്നു ആന്റപ്പൻ.

ഗോവർദ്ധൻ കൈയിൽ ഒതുങ്ങുന്ന കൂർത്ത ഒരു കല്ല് കുനിഞ്ഞെടുത്തതും, ആന്റപ്പന്റെ പുറത്തേക്കു പറന്നുവീണതും ഏതാണ്ട് ഇതേ നേരത്തു തന്നെയായിരുന്നു. ഇങ്ങനെയൊരാക്രമണം സ്വപ്നത്തിൽപ്പോലും ചിന്തിച്ചിട്ടില്ലാത്ത ആന്റപ്പൻ മുന്നോട്ടു കമിഴ്ന്നു ഉരുളൻ കല്ലുകളിൽ മുഖമടിച്ചു വീണു. അതിനിടെ അയാളിൽ നിന്നും വ്യക്തമല്ലാത്തൊരു നിലവിളിയും ഉണ്ടായി.

ഒരു വലിയ ചാക്കുകെട്ടുപോലെ വീണുപോയ ആന്റപ്പന് അവിടെ നിന്നെണീൽക്കാനാവും മുമ്പ് ഗോവർദ്ധന്റെ കൈയിൽ ആ കല്ല് ശക്തിയിൽ ഉയർന്നു താണു... ആന്റപ്പന്റെ കഴുത്തിൽ അതു കനത്ത ഒരാഘാതമായി പതിഞ്ഞു.

നിലവിളിക്കാൻ വായ് തുറന്നപ്പോൾ ഒരു കല്ല് പല്ലിൽ കൊണ്ടു.

ഗോവർദ്ധൻ അയാളുടെ തല ഒന്നുകൂടി കല്ലിലേക്കമർത്തി.

പിന്നെ തലമുടിയിൽ വിരൽ ചേർത്ത് മുറുക്കികൊണ്ട് ശബ്ദം താഴ്ത്തി, എങ്കിലും കനത്ത ഭാവത്തിൽ അയാളുടെ കാതുകളിൽ അറിയിച്ചു.

"ആന്റപ്പാ, നിന്റെ മുന്നിൽ ഒരേയൊരു വഴിയേയുള്ളൂ. മരണം. അതൊഴിവാക്കണമെങ്കിൽ എന്നെ അനുസരിക്കുക."

ഒപ്പം ഗോവർദ്ധൻ അയാളെ മലർത്തികിടത്തി. ആ നെഞ്ചിൽ കയറിയിരുന്ന് റിവോൾവറിന്റെ ബാരൽ അയാളുടെ തൊണ്ടക്കുഴിയിൽ അമർത്തി.

ആന്റപ്പൻ തന്റെ ശത്രുവിനെ കാണുന്നത് ഇപ്പോഴാണ്.

ഗോവർദ്ധൻ റിവോൾവർ ഒന്നുകൂടി അമർത്തി.

"പറയെടാ.. എന്നെ അനുസരിക്കാൻ നീ ഒരുക്കമാണോ?"

ആന്റപ്പന്റെ മുഖം വിളറി.

കണ്ണുകൾ തുറിച്ചു വന്നു.

അയാൾ തലയാട്ടി.

"ഞാൻ.... അനുസരിക്കാം." ചുണ്ടുകൾ ചലിച്ചു.

"എങ്കിൽ പറ... സഖറിയാസ് ജാവേദിന്റെ അടുത്തേക്കല്ലേ പോയിരിക്കുന്നത്."

"അതേടാ." പിന്നിൽ ഇടിവെട്ടും പോലെ ഒരു ശബ്ദം.

ഗോവർദ്ധൻ ഞെട്ടിതിരിഞ്ഞു.

നാൽപ്പത്

പിന്നിലെ ഗർജ്ജനം കേട്ട് തിരിഞ്ഞുനോക്കിയ ഗോവർദ്ധൻ ഒരു നിമിഷം സ്തബ്ധനായി.

തന്റെ നേരെ യന്ത്രത്തോക്ക് ചൂണ്ടിയ ഒരുവൻ.

കാക്കി പാൻസും കറുത്ത ബനിയനും ഇരുമ്പുതൊപ്പിയും ധരിച്ച് ഒരാൾ.

"നിനക്ക് ജാവേദ് സാബിനെ ഞാൻ കാട്ടിത്തരുന്നുണ്ടെടാ.." കനത്ത ശബ്ദത്തിൽ തന്നെ അയാൾ അറിയിച്ചു.

ഗോവർദ്ധന്റെ കണ്ണുകൾ കുറുകി.

മുന്നിലുള്ള എതിരാളിയെ കീഴടക്കാനുള്ള ശ്രമത്തിനിടയിൽ പിന്നിൽ ശ്രദ്ധിക്കാൻ കഴിയാതെ പോയി...

"എണീൽക്കെടാ"

ആ മനുഷ്യൻ ആജ്ഞാപിച്ചു.

അനുസരിക്കാതിരുന്നാൽ ആ യന്ത്രത്തോക്കിൽ നിന്നും ചീറിയെത്തുന്ന ബുള്ളറ്റുകൾ തന്റെ ശരീരത്തെ അരിപ്പ പോലെയാക്കുമെന്ന് ഗോവർദ്ധന് അറിയാമായിരുന്നു.

എന്നിട്ടും അയാളൊന്നു മടിച്ചു.

ഇതിനിടെ ആന്റപ്പൻ തന്റെ തൊണ്ടക്കുഴിയിൽ നിന്നും റിവോൾ

വറിന്റെ ബാരൽ തള്ളി മാറ്റുകയും കൈചുരുട്ടി ഗോവർദ്ധന്റെ ശിരസ്സിൽ ആഞ്ഞിടിക്കുകയും ചെയ്തു. അവിടെ പരാജയം ഗോവർദ്ധന് തന്നെയായിരുന്നു... യന്ത്രത്തോക്കുധാരി അയാളുടെ റിവോൾവർ കാൽ കൊണ്ട് തട്ടികളഞ്ഞു. പിന്നെ തോക്കിന്റെ ബാരൽ നെഞ്ചിൽ അമർത്തി.

"മൂവ്..." ഗോവർദ്ധൻ എണീറ്റു.

"ഇവന്റെ കൈകൾ പിന്നോട്ട് ബന്ധിക്ക്" അയാൾ ആന്റപ്പനോട് പറഞ്ഞു. ജീപ്പിൽ നിന്നും ഒരു ചരടെടുത്ത് ആന്റപ്പൻ അയാളുടെ കൈകൾ കെട്ടി. യന്ത്രത്തോക്കുധാരി പിന്നിലെത്തി.

തോക്കിന്റെ ബാരൽകൊണ്ട് പുറത്തുകുത്തി. മുന്നോട്ടുതള്ളി.

"നടക്ക്." ഗോവർദ്ധൻ നടന്നു. ജാവേദ് ഫ്രാങ്കോയുടെ ആൾക്കാർ കൊണ്ടുവച്ച വാറ്റുചാരായവും ഉടുമ്പിറച്ചിയും സഖറിയാസ് മുതലാളിയും കഴിച്ചു. അയാളും നല്ല ഫോമിലായിക്കഴിഞ്ഞിരുന്നു.

"റേഞ്ച് ഓഫീസിലെ പുതിയ വാർത്തയെന്താണ്.?"

ഒരു ചുരുട്ടുകത്തിക്കുന്നതിനിടയിൽ ജാവേദ് തിരക്കി.

പെട്ടെന്ന് എന്തോ ഓർത്തിട്ടെന്നവണ്ണം കടിച്ച ഇറച്ചിയിൽ നിന്നും പല്ലുകൾ പിൻവലിക്കാതെ സഖറിയാസ് ഇരുന്നു. അയാളുടെ കണ്ണുകളിൽ മിന്നിമറഞ്ഞ ഭീതി ജാവേദ് കണ്ടു.

"എന്താ സഖറിയാസ്?" അയാൾ വായിൽ കിട്ടിയ ഇറച്ചി പെട്ടെന്ന് വിഴുങ്ങി. അനന്തരം അറിയിച്ചു.

"ജാവേദ്....ഏതോ ഒരു പൊലയാടിമോൻ വിടാതെ നമ്മളെ പിൻതുടരുന്നുണ്ട്." ജാവേദ് നെറ്റിചുളിച്ചു.

"വിദ്യാധരനും മനുവർമ്മയും സത്യമൂർത്തിയുമൊക്കെ മരിച്ചതിന് കാരണക്കാരൻ അയാളാണെന്ന് എനിക്കുതോന്നുന്നു... അയാളുടെ അവസാനത്തെ ഇര ശങ്കരപ്പിള്ളയായിരുന്നു."

ഇന്നലെ രാത്രി ക്വാർട്ടേഴ്സിലേക്ക് പോകുമ്പോഴായിരുന്നു കൊലപാതകം. ജാവേദിന്റെ കണ്ണുകൾ കുറുകി വന്നു. അപ്പോൾ സഖറിയാസ് തുടർന്നു.

"നമുക്കും പലപ്പോഴും അജ്ഞാതനായ ഒരുവന്റെ സാന്നിദ്ധ്യം മനസ്സിലായിട്ടുണ്ടല്ലോ. അയാൾ തന്നെയായിരിക്കണം എല്ലാത്തിനും പിന്നിൽ..."

"ബാസ്റ്റാർഡ്..." ജാവേദ് അലറുകയായിരുന്നു.

"ഗോവർദ്ധനെ കൂടാതെ വേറൊരു പൊലയാടിമോനോ?"

ആ ശബ്ദം പാറകളിൽ ചെന്ന് തട്ടി അവരുടെ കാതുകളിലേക്ക് തന്നെ തുളഞ്ഞിറങ്ങി.

"അങ്ങനെയെങ്കിൽ ഗോവർദ്ധനേക്കാൾ മുമ്പേ അവനെ ഞാൻ പരലോകത്തെത്തിക്കും." ബിജി ഭീതിയോടെ അവരെത്തന്നെ നോക്കിയിരിക്കുകയായിരുന്നു. ഭാഗീരഥിയമ്മ ഒരു പാറയിലേക്ക് ചാരിയിരുന്ന് കിതയ്ക്കുകയാണ്.

"ഇവൾക്കെന്തെങ്കിലും ഒന്നുകൊടുക്കേണ്ടേ? ജാവേദേ നോക്കിയിരുന്ന് വെള്ളം വിഴുങ്ങുന്നത് കണ്ടില്ലേ."

സഖറിയാസ് അവളെ നോക്കിക്കൊണ്ട് ചോദിച്ചു.

"തന്റെ പുത്രവധുവല്ലേ എന്തുകൊടുക്കണമെന്ന് താൻ തന്നെയങ്ങ് തീരുമാനിച്ചോ..."

"അതുവേണ്ടാ. എന്തും തീരുമാനിക്കാനുള്ള അവകാശം ജാവേദിനാ"

"ഉറപ്പാണല്ലോ?"

"എങ്കിൽ ഇവൾക്കിത്തിരി ദാഹജലം കൊടുക്കാൻ പോകുകയാ ഞാൻ. തനിക്ക് വിരോധമില്ലല്ലോ"

"ഒരു വിരോധവുമില്ല."

ജാവേദ് ചാരായകുപ്പിയുമായി എണീറ്റു.

"പെണ്ണുങ്ങൾ ഇത്തിരി കഴിച്ചുകഴിഞ്ഞാൽ നല്ലതാണെന്നാ എന്റെ അനുഭവം."

അയാൾ കുപ്പിയുമായി അവൾക്കരുകിലെത്തിക്കഴിഞ്ഞു.

"വാ തുറന്നോടി. ഇഷ്ടം പോലെ ഒഴിച്ചുതരാം ഞാൻ."

"ഛീ..." അവൾ മുഖം വെട്ടിച്ചു.

"സ്നേഹത്തോടുപറയുമ്പം അല്ലെങ്കിലും ഇങ്ങനെയാ ചില പെണ്ണുങ്ങള്..." അയാൾ അവളുടെ കവിളിൽ കുത്തിപിടിച്ചു.

"ആ കുഞ്ഞിനെ ഉപ്രദവിക്കരുത്."

കിതപ്പിനിടയിലും ഭാഗീരഥി അമ്മ പറഞ്ഞു.

"കേട്ടോ സഖറിയാസേ. റേഞ്ചർ ഏമാന്റെ അമ്മേടെ കല്പന" ജാവേദ് പരിഹസിച്ചു.

"കേട്ടുകേട്ടു.." സഖറിയാസ് കാറിതുപ്പി.

"അനുസരിച്ചേക്കണേ ജാവേദേ. അല്ലെങ്കിൽ റേഞ്ചറേമാൻ വന്ന് നമ്മളെ മൂക്കിലൂടെ വലിച്ചു കയറ്റി ചെവീലൂടെ പുറത്തു കൊണ്ടുവരും." ജാവേദിന്റെ കൈവിരൽ മുറുകി. അറിയാതെ ബിജി വായ് തുറന്നുപോയി. അയാൾ ചാരായക്കുപ്പിയുടെ വായ് അവളുടെ വായിലേക്ക് കമിഴ്ത്തി.

"ഗ്ലള്...." അവളിൽ നിന്നൊരു ശബ്ദമുണ്ടായി. കുറേ ചാരായം അവളുടെ തൊണ്ടയെ കരിച്ചുകൊണ്ട് അകത്തേക്ക് പോയി. കുറെ

വായിൽ നിന്നും പുറത്തേക്കൊഴുകി.

അതവളുടെ വസ്ത്രത്തിലും വീണു.

"ആ കുഞ്ഞിനെ വിടാനാ പറഞ്ഞത്..."

ഭാഗീരഥി അമ്മ ഇത്തിരിക്കൂടി ശബ്ദമുയർത്തി പറഞ്ഞു.

"പട്ടിച്ചീ.... മിണ്ടാതിരുന്നോണം. അല്ലെങ്കിൽ പ്രായമൊന്നും ഞാൻ നോക്കില്ല. നേരത്തെ കിട്ടിയത് മറന്നു പോയിട്ടില്ലല്ലോ" തോളിന് മുകളിലൂടെ തല തിരിച്ചുകൊണ്ടാണ് ജാവേദ് മുന്നറിയിപ്പ് നൽകിയത്.

ഒപ്പം ബിജിയുടെ വായിലേക്ക് ചാരായം ഒഴിച്ചുകൊണ്ടേയിരുന്നു. അവൾ വല്ലാതെ മുഖം വെട്ടിച്ചുനോക്കിയെങ്കിലും അയാളുടെ കൈയ്യിൽ നിന്ന് രക്ഷകിട്ടിയില്ല.

നെറുകയിൽ കയറിയ ചാരായം അവളുടെ മൂക്കിലൂടെയും പുറത്തു വന്നു. ബിജിയുടെ കണ്ണുകൾ മങ്ങി.

അവൾ ബദ്ധപ്പെട്ട് കണ്ണുകൾ തുറക്കാൻ ശ്രമിച്ചുനോക്കി.

ജാവേദ് ഫ്രാങ്കോ തന്റെ മുന്നിൽ ഒരു മലപോലെ വളർന്നുവരുന്നതായി അവൾക്കു തോന്നി.

ഒപ്പം അയാളും പാറക്കെട്ടുകളുമെല്ലാം തന്റെ ചുറ്റും കറങ്ങുന്നതുപോലെയും...

ബിജി ഓക്കാനിച്ചു.

ജാവേദ് പിടിവിട്ടു.

അവൾ അവിടെയിരുന്ന് ആടുകയാണ്.

മദ്യം പ്രവർത്തിച്ചുതുടങ്ങിയിരക്കുന്നുവെന്ന് ജാവേദിന് മനസ്സിലായി. അയാൾ കുപ്പി വലിച്ചെറിഞ്ഞു.

"എടോ സഖറിയാസേ...തന്റെ മരുമോൾ കൊള്ളാമല്ലോ..."

"അതെയതെ..."

"ഞാൻ ചില കലാപരിപാടികൾ നടത്താൻ പോകുകയാ."

"സന്തോഷം. പക്ഷേ എന്നെ മറന്നുകളയരുത്."

"അതില്ലെടോ. എത്ര കോരിയാലും വറ്റാത്ത അരുവിയാടാ ഇത്..." സഖറിയാസ് ചിരിച്ചു. ജാവേദ് ബിജിക്കരുകിലേയ്ക്ക് വീണ്ടും നീങ്ങി. അവൾ ഉൻമാദാവസ്ഥയിലായിരുന്നു. പെട്ടെന്നാണ് പുറത്ത് ഒരു നിലവിളി കേട്ടത്. ജാവേദ് ഞെട്ടിതിരിഞ്ഞു. അപ്പോൾ ഒരു മനുഷ്യൻ അയാളുടെ കാൽക്കൽ വന്നു വീണു. ജാവേദ് അത്ഭുതത്തോടെ നോക്കി.

ഗോവർദ്ധൻ.

റെയ്ഞ്ചർ ഗോവർദ്ധൻ.

നാല്പ്പത്തിയൊന്ന്

ജാവേദ് ഫ്രാങ്കോയുടെ കണ്ഠത്തിൽ നിന്നും അൽഭുതം നിറഞ്ഞ ഒരു ശബ്ദമുയർന്നു. മുന്നിൽ കാണുന്നത് വിശ്വസിക്കുവാൻ അയാൾക്കോ, സഖറിയാസ് മുതലാളിക്കോ കഴിഞ്ഞിരുന്നില്ല.

റെയ്ഞ്ചർ ഗോവർദ്ധൻ ഒരു ഞരക്കത്തോടെ തിരിഞ്ഞു.

ജാവേദിനേയും സഖറിയാസിനെയും കണ്ട അയാൾ അണപ്പല്ലുകൾ കടിച്ചമർത്തി.

ജാവേദ് ഉച്ചത്തിൽ ചിരിച്ചു.

"ഇതിനൊക്കെയാടാ ഭാഗ്യം എന്നു പറയുന്നത്. എത്തേണ്ട നേരത്തുതന്നെയാണു നീ എത്തിയിരിക്കുന്നത്...."

"മോനേ..." ഭാഗീരഥിയമ്മ വിളിച്ചു.

അവിടെ കിടന്നുകൊണ്ടുതന്നെ അയാൾ ഞെട്ടിത്തിരിഞ്ഞു.

ഭാഗീരഥിയമ്മയേയും ബിജിയേയും കണ്ടു.

ബിജിക്കു പക്ഷേ, മദ്യലഹരി കാരണം അയാളെ തിരിച്ചറിയാനേ കഴിയുമായിരുന്നില്ല.....

"ജാവേദ്"

ഗോവർദ്ധൻ അലറി.

"മര്യാദയ്ക്ക് എന്റെ അമ്മയേയും ബിജിയേയും അഴിച്ചുവിട്."

"ഇല്ലെങ്കിൽ നീ എന്നെ ഏതാണ്ടു ചെയ്തുകളയുമോ? എന്താ റെയ്ഞ്ചർ സാറിന് ഈ രംഗം കണ്ടപ്പോൾ വേദന തോന്നിയോ?" ജാവേദ് പരിഹസിച്ചു.

പിന്നെ പെട്ടെന്ന് അയാളുടെ ഭാവം മാറി.

ശബ്ദംമാറി.

"നിനക്കു ഞാൻ എത്ര തവണ വാണിംഗ് തന്നു. നീ അനുസരിച്ചോ ഇനി അനുസരിക്കാമെന്നു പറഞ്ഞാലും നിനക്കു മാപ്പില്ല. നിന്റെ വിധി ഈ ജാവേദ് എപ്പോഴേ നിശ്ചയിച്ചു കഴിഞ്ഞു. ജാവേദിന്റെ കോപത്തിന് ഇരയാകുന്നവർക്കു നൽകുന്ന അതേ സമ്മാനം തന്നെ നിനക്കും."

"ഇനിയൊരിക്കലും നിന്നെ ആരും കാണില്ല. നിന്നെ എനിക്കെതിരെ പറഞ്ഞു വിട്ട വനം വകുപ്പുമന്ത്രിയെന്നു പറയുന്ന ആ പട്ടിയുണ്ടല്ലോ. അവൻ പോലും."

അപ്പോഴേക്കും സഖറിയാസ് ഇടയ്ക്കുകയറി തിരക്കി.

"ബിജിയെ അഴിച്ചുവിടാൻ നീ പറഞ്ഞുല്ലോ? അവൾ നിന്റെ ആരാ ഭാര്യയോ അതോ കാമുകിയോ?"

"എങ്ങനെ വേണമെങ്കിലും കരുതിക്കോ."

"ങാഹ നീ അത്രക്കായോ." സഖറിയാസ് മുന്നോട്ട് കുതിച്ച് ഗോവർദ്ധന്റെ നെഞ്ചിൽ ആഞ്ഞുചവുട്ടി.

ഗോവർദ്ധൻ ശ്വാസം പിടിച്ചുകിടന്നു.

എന്നിട്ടും നല്ലതുപോലെ വേദനിച്ചു.

"ജാവേദ്.... "

അയാളുടെ അമർത്തിയ പല്ലുകൾക്കിടയിലൂടെ വാക്കുകൾ ചതഞ്ഞമർന്ന് പുറത്തെത്തി.

"എന്റെ ശത്രുവാണ് നീയെങ്കിലും നീയൊരു പുരുഷനാണെന്നു ഞാൻ കരുതി."

"വാട്ട് ഡു യൂ മീൻ?' ജാവേദ് നെറ്റി ചുളിച്ചു.

"ഒരാളെ ഇങ്ങനെ കെട്ടിയിട്ട് ഭേദ്യം ചെയ്യാൻ ഏതു പട്ടിക്കും കഴിയും, നിനക്ക് ചുണയുണ്ടെങ്കിൽ എന്നെ ഒന്നഴിച്ചുവിട്ടിട്ടു തല്ലെടാ".

"ഓ അതോ."

ജാവേദ് ഉച്ചത്തിൽ ചിരിച്ചു.

"നീയൊരു പുലികുട്ടിയാണെന്നെനിക്കറിയാം. അതുകൊണ്ടുതന്നെ നിന്നെ സൂക്ഷിച്ചേ മെരുക്കാവൂ എന്ന് ഞാൻ തീരുമാനിച്ചിരിക്കുന്നു. അതിനാൽ നിന്നെ അഴിച്ചുവിടുന്ന പ്രശ്നമില്ല"

ജാവേദ് അനുചരൻമാരെ നോക്കി.

"ഇവനെ പാറയിൽ ചേർത്തു കെട്ടി വയ്ക്ക്. ഇവിടെ നടക്കാൻ പോകുന്നതൊക്കെ ഒന്ന് കണ്ടാസ്വദിക്കട്ടെ..."

അവർ അയാളെ വലിച്ചുയുർത്തി ഒരു പാറയോടു ചേർത്തുനിർത്തി കനത്ത കാട്ടുവള്ളികൊണ്ട് കെട്ടി.

"ഇനി ഒന്നുകൂടി പറഞ്ഞേക്കാം. നിന്റെ തന്തയെ പീസുപീസാക്കിയതു ഞങ്ങളൊക്കെതന്നെയാ. അതുപോലെ തന്നെയാണ് നിന്റെ അന്ത്യവും."

നാളെ ഈ കാട്ടിലെ നരികളുടെയും കഴുകൻമാരുടേയും ഭക്ഷണമാകുവാൻ പോകുകയാണ് നീ..."

ഗോവർദ്ധൻ ഒന്നും പറഞ്ഞില്ല. പറയുന്നതുപോലെ തന്നെ പ്രവർത്തിക്കുന്നവനാണ് ജാവേദ് ഫ്രാങ്കോ എന്നയാൾക്കറിയാം. മരിക്കേണ്ടിവരികയാണെങ്കിൽ അതിനും താൻ ഒരുക്കമാണ് പക്ഷേ അമ്മ... അമ്മ തറയിൽ നിന്നും വേച്ചുവേച്ചു എഴുന്നേൽക്കുന്നത് അയാൾ കണ്ടു. തന്റെ അരുകിലേക്ക് വരാനുള്ള ശ്രമത്തിലാണ്. കൈകൾ പിന്നിൽ ബന്ധിച്ചിരിക്കുന്നതിനാൽ വേണ്ടത്ര ബാലൻസ് കിട്ടുന്നില്ല...

"എവിടെപ്പോവാടി നീ.? മോന്, വായ്ക്കരിയിടാനോ....."

ഒറ്റത്തൊഴിയായിരുന്നു സഖറിയാസ്.

"ഈ പട്ടി ഞങ്ങൾക്ക് എത്രകോടിയുടെ നാശമാ ഉണ്ടാക്കിയിരിക്കുന്നതെന്ന് അറിയാമോ?"

"അമ്മേ..." ഗോവർദ്ധൻ അലറി.

പിന്നെ സഖറിയാസിനെ നോക്കി.

"സഖറിയാസേ.....കൊല്ലും നിന്നെ ഞാൻ."

"പോടാ പുല്ലേ നീ" സഖറിയാസ് പുച്ഛിച്ചുതള്ളി.

ഭാഗീരഥിയമ്മ അപ്പോൾ വല്ലാത്തൊരു നിലവിളിയോടെ പാറയിൽ ചെന്നിടിച്ചു തറയിലേക്കു വീഴുകയായിരുന്നു. പിന്നീട് ആ സ്ത്രീ ഒന്നു ചലിച്ചതുകൂടിയില്ല.

അമ്മ മരിച്ചോ?

ഗോവർദ്ധൻ കിടുങ്ങി.

അയാൾ തന്നെ ബന്ധിച്ചിരുന്ന വള്ളിപൊട്ടിക്കുവാൻ ഒരു വിഫലശ്രമം നടത്തി നോക്കി.

"രക്ഷയില്ല..."

ജാവേദ് അയാളുടെ കണ്ണുകളിലേയക്ക് ദൃഷ്ടിയൂന്നി.

"ഇപ്പോൾ ഞാൻ എന്തു പറഞ്ഞാലും നീ അനുസരിക്കുമെന്ന് എനിക്കറിയാം. അതുകൊണ്ടുതന്നെ നിന്നോടിപ്പോൾ ഞാൻ ഒന്നും പറയുന്നില്ല..."

"ജാവേദ് നീ ഈ കളിക്കുന്നത് തീക്കളിയാണ്."

ഗോവർദ്ധന്റെ മുന്നറിയിപ്പ്.

"അതേടാ തിക്കളിയാണെനിക്കിഷ്ടം"

ജാവേദ് പുതിയൊരു ചുരുട്ടുകത്തിച്ചു.

രണ്ട് മൂന്ന് കവിൾ പുക ആഞ്ഞുവലിച്ചിട്ട് ഗോവർദ്ധന്റെ കവിളിൽ അത് കുത്തിയമർത്തി.

"ആ..." നിലവിളിക്കാതിരിക്കാനായില്ല ഗോവർദ്ധന്.

"കൊള്ളാമോടാ. ഇതും ഒരു തരം തീക്കളിയാണ്."

അയാൾ ചുരുട്ട് പിൻവലിച്ചപ്പോൾ അതിലെ തീ അണഞ്ഞു പോയിരുന്നു. തന്റെ കവിൾ കത്തിക്കരിഞ്ഞതിന്റെ ഗന്ധം ഗോവർദ്ധൻ അനുഭവപ്പെട്ടു. ചുരുട്ടുവലിച്ചെറിഞ്ഞിട്ട് ജാവേദ് ഫ്രാങ്കോ മദ്യ ലഹരിയിൽ ലയിച്ചു കഴിഞ്ഞിരുന്ന ബിജിയെ പിടിച്ചുയർത്തി.

"കണ്ണുനിറയെ കണ്ടോടാ ഇനി അടുത്ത കലാപരിപാടി" പറഞ്ഞതും അയാൾ അവളുടെ വസ്ത്രങ്ങൾ വലിച്ചഴിക്കാൻ തുടങ്ങി.

അവളുടെ ഭാഗത്തുനിന്നും എതിർപ്പിന്റെ ഒരു കണിക പോലും

ഉണ്ടായില്ല

"ജാവേദ് നിന്റെ പരാക്രമം കാണിക്കേണ്ടത് ഒരു സ്ത്രീയെ ഇത്തരത്തിലാക്കിയിട്ടല്ല......"

വേദന കടിച്ചമർത്തി ഗോവർദ്ധൻ പറഞ്ഞു. ജാവേദ് അതു ശ്രദ്ധിച്ചതു കൂടിയില്ല. സഖറിയാസാകട്ടെ സർക്കസ് കാണാൻ കാത്തു നിൽക്കുന്ന ഒരു കുട്ടിയുടെ ഭാവത്തിൽ ആ രംഗം നോക്കി നിൽക്കുകയായിരുന്നു. ബിജിയെ ജാവേദ് നശിപ്പിക്കുന്നതു കാണാനുള്ള കരുത്തില്ലാതെ ഗോവർദ്ധൻ മുഖം തിരിച്ചുകളഞ്ഞു.

ജാവേദ് ബിജിയെ തറയിലേക്കമർത്തി.

ആ ക്ഷണത്തിലാണ്. പുറത്തൊരു നിലവിളികേട്ടത്.

ജാവേദും സഖറിയാസും ഗോവർദ്ധനും ഒരേ പോലെയാണ് പുറത്തേക്ക് നോക്കിയത്. അപ്പോൾ കേട്ടു കാതടപ്പിക്കുന്ന വെടിയൊച്ചകൾ.... മാലപ്പടക്കത്തിനു തീപിടിച്ചതുപോലെ...

ഒപ്പം പാറയ്ക്കു പുറത്തുനിന്നിരുന്ന കാവൽക്കാർ പിടഞ്ഞുവീഴുന്നതാണു കണ്ടത്. എവിടെനിന്നോ ബുള്ളറ്റുകൾ കടന്നലുകളെപ്പോലെ പറന്നുവരികയാണ്... തന്റെ അനുചരൻമാരുടെ മരണം ജാവേദിനെ ഒരു ഭ്രാന്തനാക്കി.

"ബാസ്റ്റാർഡ്....." അലറികൊണ്ട് ജാവേദ് ബിജിയെ ഉപേക്ഷിച്ച് തന്റെ യന്ത്രതോക്കു വലിച്ചെടുത്തു.

പിന്നെ പാറയുടെ വിള്ളലിലൂടെ കുതിച്ചു...

നാല്പത്തിരണ്ട്

എന്താണ് സംഭവിക്കുന്നതെന്ന് റെയ്ഞ്ചർ ഗോവർദ്ധന് മനസ്സിലായില്ലെങ്കിലും സഖറിയാസ്സിന്റെ മുഖത്ത് ഭീതി ഒരു വലയം തീർത്തിരിക്കുന്നത് അയാൾ കണ്ടു.

പാറയുടെ വിള്ളലിലൂടെ അപ്പുറത്തേക്ക് ചെന്ന ജാവേദിന് തല പുറത്തേക്ക് നീട്ടാൻ പോലും കഴിഞ്ഞില്ല. കാരണം ബുള്ളറ്റുകളുടെ ഘോഷയാത്രയായിരുന്നു.

തങ്ങളുടെ താവളത്തിന്റെ മുഖം കാണത്തക്ക ഭാഗത്ത് നിന്നാണ് ശത്രു ആക്രമിക്കുന്നത്. നേരത്തെതന്നെ അവൻ, സുരക്ഷിതമായ സ്ഥാനത്ത് നിലയുറപ്പിച്ചിരിക്കണം.

"നായിന്റെ മോൻ..."

തന്റെ ആൾക്കാരെ മുഴുവൻ അവൻ കൊന്നൊടുക്കിയോ ജാവേദിന്റെ മനം പിടഞ്ഞു. പെട്ടെന്ന് വെടിയൊച്ച നിലച്ചു.

ശത്രുവിന്റെ തോക്കിലെ തിരകളൊഴിഞ്ഞോ? ജാവേദ് കാത്തി

രുന്നു. അപ്പോൾ എങ്ങനെയെങ്കിലും അവിടെ നിന്നും രക്ഷപ്പെട്ടാൽ മതിയെന്ന ഉദ്ദേശവുമായി പാറകളുടെ അരുകിൽ പറ്റിപ്പിടിച്ച് മുന്നോട്ടുപോകാൻ ശ്രമിക്കുകയായിരുന്നു സഖറിയാസ്.

അവിടെ കാവലുണ്ടായിരുന്ന, ജാവേദിന്റെ അനുചരൻമാരിൽ രണ്ടുപേർ ഒഴികെയുള്ളവർ അപ്പോൾ ചോര തീർത്ത വലയത്തിനുള്ളിൽ മാംസക്കുട്ടകളായി കിടക്കുകയായിരുന്നു. ശേഷിച്ച രണ്ടുപേർ ശത്രുവിന്റെ സ്ഥാനം തിരിച്ചറിയാനാവാതെ കുറേനേരം വെടിവെച്ചിട്ട് ഒരു ചലനത്തിനായി കാത്തുനിൽക്കുകയുമായിരുന്നു.

ഗോവർദ്ധൻ ചുറ്റും നോക്കി.

ഇപ്പോൾ തന്നെ ആരും ശ്രദ്ധിക്കുന്നില്ല. എല്ലാവരുടേയും കണ്ണുകൾ അജ്ഞാതനായി ശത്രുവിനെ തേടി അലയുകയാണ്. ബിജിക്കാണെങ്കിൽ യാതൊരു ബോധവുമില്ല താനും. അയാൾ അമ്മയെ നോക്കി. അസഹ്യമായ വേദനയ്ക്കിടയിലും ഭാഗീരഥിയമ്മ സന്ദർഭത്തിന്റെ ഗൗരവം ഉൾക്കൊണ്ടുവെന്നു തോന്നുന്നു.

ആ സ്ത്രീ തറയിലൂടെ ഗോവ്വർദ്ധനുനേരെ ഇഴഞ്ഞുവന്നു.

മറ്റാർക്കും ഇത് ശ്രദ്ധിക്കാനുള്ള നേരമില്ലായിരുന്നുവല്ലോ....

ഭാഗീരഥിയമ്മ ഗോവർദ്ധന്റെ തൊട്ടുമുന്നിലെത്തി.

“അമ്മ തിരിഞ്ഞുനിൽക്കൂ. ഞാൻ കൈയിലെ കെട്ട് കടിച്ചഴിച്ചു തരാം.” അയാൾ പതിഞ്ഞ ശബ്ദത്തിൽ അറിയിച്ചു. ഒരുവിധത്തിൽ ഭാഗീരഥിയമ്മ അപ്രകാരം ചെയ്തു. വളരെ ആയാസപ്പെടേണ്ടി വന്നു ഗോവർദ്ധന്. എങ്കിലും അയാൾ ആ കെട്ട് കടിച്ചഴിക്കുക തന്നെ ചെയ്തു.

അമ്മയുടെ കൈകൾ സ്വതന്ത്രമായപ്പോൾ അയാൾ അറിയിച്ചു.

“എന്റെ പാന്റിന്റെ പോക്കറ്റിൽ ഒരു കത്തി കിടപ്പുണ്ട്. അതെടുത്ത് വേഗം കെട്ടുകൾ അറുക്ക്...”

ഭാഗീരഥിയമ്മ അങ്ങനെ ചെയ്തു. ഗോവർദ്ധൻ സ്വതന്ത്രനായി. സഖറിയാസ് പാറകളുടെ മറവിലൂടെ മുന്നോട്ടുനിങ്ങുകയാണ്....

“അമ്മ പിന്നോട്ടു മാറിയിരുന്നോ. ഇനിയുള്ള കാര്യം ഞാൻ നോക്കി കൊള്ളാം” ഗോവർദ്ധൻ കുതിച്ചു.

മരിച്ചുകിടന്നിരുന്ന ഒരുവന്റെ യന്ത്രത്തോക്ക് തറയിൽ നിന്നെടുത്തു. അവിടെ നിന്നിരുന്ന ജാവേദിന്റെ ഗുണ്ടകൾ ഞെട്ടിത്തിരിഞ്ഞു. പക്ഷേ, വൈകിപ്പോയിരുന്നു. ഗോവർദ്ധന്റെ കൈയിൽ ഇരുന്ന തോക്കിലെ വെടിയുണ്ടകൾ അവരെ പൊതിഞ്ഞുകഴിഞ്ഞിരുന്നു... അലർച്ചയോടെ അവർ പാറകളിലേക്ക് തന്നെ മറിഞ്ഞു.

സഖറിയാസും തിരിഞ്ഞുനോക്കി.

തോക്കുമായി നിൽക്കുന്നത് ഗോവർദ്ധനാണെന്ന് വിശ്വസിക്കാൻ പ്രയാസം തോന്നി.

"സഖറിയാസ്..." ഗോവർദ്ധൻ അലറി... "നീ പോകുകയാണ ല്ലേ പൊയ്ക്കോ. അവസാനത്തെ യാത്ര പൊയ്ക്കോ..."

പറഞ്ഞതും അയാൾ ട്രിഗർ അമർത്തി. സഖറിയാസിന്റെ ശരീ രത്തിൽ, ചുവന്ന വൃത്തങ്ങളുണ്ടായി. പിന്നെ അതു വലുതായി വന്നു... അയാൾ ഉച്ചികുത്തി താഴെ പാറയിലേക്ക് വിണു... അവി ടെ നിന്ന് ഉരുണ്ടു പിന്നേയും താഴേക്ക്... അപ്പോൾ പാറകളിൽ അള്ളിപിടിച്ച് മുകളിലേക്ക് കയറുകയായിരുന്നു

ജാവേദ് ഫ്രാങ്കോ.

പെട്ടെന്നൊരു ബുള്ളറ്റ് ചീറിയെത്തി, തോക്ക് പിടിവിട്ട താഴേ ക്ക് പോയി. ജാവേദ് കിടുങ്ങിപ്പോയി...

അതിനിടെ അയാൾ കണ്ടു... പത്തുപതിനഞ്ചടിയോളം മുകളിൽ തന്റെ നേരെ തോക്കുചൂണ്ടി ക്കൊണ്ട് ഒരു ദീർഘകായൻ. അയാളു ടെ ചുണ്ടിലിരുന്ന് ഒരു സിഗററ്റ് എരിയുന്നു.

"എടാ..." ജാവേദ് അലറി. "നീ കളിക്കുന്നത് ആരോടാണെന്ന റിയാമോ?"

"നന്നായറിയാം."ആ മനുഷ്യൻ സിഗററ്റ് തുപ്പികളഞ്ഞു.

"നിന്നോടുകളിക്കാൻ തന്നെയാണ് ഞാൻ വന്നത്." അയാൾ തോക്ക് ജാവേദിന്റെ തലയ്ക്കു നേരെ ചുണ്ടി. "നിന്റെ ആ വൃത്തി കെട്ട തല ഞാൻ തണ്ണിമത്തൻ പോലെ തകർത്തുകളയും..."

ജാവേദ് പൊടുന്നനെ പിൻതിരിഞ്ഞ് ഓടാൻ ഭാവിച്ചു.

പക്ഷേ.... തീയിൽ ചവിട്ടിയതുപോലെ അയാൾ നിന്നു.

അവിടെ തോക്കുചൂണ്ടിക്കൊണ്ട് റെയ്ഞ്ചർ ഗോവർദ്ധൻ.

"നീ വെടിവെച്ചു വീഴ്ത്തിയിട്ടുള്ള കാട്ടുമൃഗങ്ങളേക്കാൾ ദയനീ യമാണ് ഇപ്പോൾ നിന്റെ അവസ്ഥ." ഗോവർദ്ധൻ പറഞ്ഞു. "എത്ര യോ കാലമായി നെഞ്ചിലേറ്റികൊണ്ടുനടക്കുകയായിരുന്ന ഒരു സ്വപ്നം യാഥാർത്ഥ്യമാകുകയാണിവിടെ."

ജാവേദിന് ചലിക്കാനായില്ല.

രക്തം പോലും തണുത്തുറഞ്ഞതുപോലെ....

ഇതിനിടെ ഗോവർദ്ധൻ മറ്റൊന്നുകൂടി അറിഞ്ഞു. മുകളിൽ നിൽ ക്കുന്ന മനുഷ്യൻ. ഒരിക്കൽ ക്വാർട്ടേഴസിന് പുറത്ത് ജനാലയ്ക്കൽ താൻ കണ്ട രൂപമാണോ ഇത്.

"ജാവേദ്, നിന്നെ വിചാരണ ചെയ്യേണ്ട കാര്യമില്ല. ഞാനും ഗോവർദ്ധനുമൊക്കെ നിന്റെ ശിക്ഷ നേരത്തെ വിധിച്ചതാണ്."

ആ ശബ്ദം. അതും ഗോവർദ്ധൻ തിരിച്ചറിഞ്ഞു. തനിക്ക് ഫോണിലൂടെ പലപ്പോഴും ഇൻഫോർമേഷൻ തന്നിട്ടുള്ള അതേ ശബ്ദം.

"ഗോവർദ്ധാ... ഷൂട്ട് ഹിം..."

ആ മനുഷ്യൻ വിളിച്ചുപറഞ്ഞു. ഒപ്പം തന്റെ ട്രിഗറിൽ വിരൽ മുറുക്കി. രണ്ടുപേരും ഒരേ പോലെയാണ് നിറയൊഴിച്ചത്...

"ബാസ്റ്റാർഡ്സ്..." ജാവേദിന്റെ വിലാപം മലമടക്കുകൾ ഏറ്റുപിടിച്ചു. തോക്കുകളിലെ അവസാനത്തെ തിരയും ആ ശരീരത്തിൽ പുളഞ്ഞിറങ്ങി. ഒരു പാറ മറിയുംപോലെ ജാവേദ് ഫ്രാങ്കോയുടെ ചോരയിൽ കുതിർന്ന ശരീരം താഴെ, വീണു.

ഇരുവരും തോക്കുകൾ വലിച്ചെറിഞ്ഞു. പിന്നെ ജാവേദിന്റെ ശരീരത്തിനടുത്തെത്തി. അതിൽ കാറിതുപ്പി. ഒരു വനത്തെ മുഴുവൻ നടുക്കിയ ഭീകരൻ... അകലെ എവിടേയോ ഒരു ആനയുടെ ചിന്നം വിളി കേട്ടു.

ജാവേദിന്റെ മരണത്തിൽ സന്തോഷിക്കും പോലെ...

"വരൂ... " അജ്ഞാത മനുഷ്യൻ ഗോവർദ്ധനേയും കൂട്ടി മുന്നോട്ടുനടന്നു. ഭാഗീരഥിയമ്മയ്ക്ക് അരികിലെത്തി. ബിജിയുടേയും കെട്ടുകളഴിച്ച് അമ്മ അവളുടെ ശിരസ്സ് തന്റെ മടിയിലേക്ക് കിടത്തിയിരിക്കുകയായിരുന്നു....

എന്തൊക്കെയോ അവ്യക്തമായി പിറുപിറുക്കുന്നുണ്ടായിരുന്നു അവൾ... ഭാഗീരഥിയമ്മ ഗോവർദ്ധന്റെ ഒപ്പം നിന്നിരുന്ന മനുഷ്യനെ നോക്കി. അമ്മയുടെ നെറ്റി ചുളിഞ്ഞു. കണ്ണുകൾ ചിമ്മിത്തുറന്ന് പിന്നെയും നോക്കി. വിശ്വാസം വരാത്തതു പോലെ...

ആ മനുഷ്യൻ ഗൂഢമായൊരു മന്ദഹാസത്തോടെ അമ്മയെത്തന്നെ നോക്കിനിൽക്കുകയായിരുന്നു. ഭാഗീരഥിയമ്മയുടെ മുഖത്ത് വിവധ ഭാവങ്ങൾ മിന്നിമറഞ്ഞു.

ഗോവർദ്ധൻ മാത്രം ഒന്നും മനസ്സിലായില്ല.

"നീ...നീ..." അമ്മ വിരൽ ചൂണ്ടി. അതെ എന്ന ഭാവത്തിൽ അയാൾ തലയാട്ടി.

"മോനേ...ജയവർദ്ധാ...!" ഒറ്റവിളിയായിരുന്നു അമ്മ.

ഗോവർദ്ധൻ ശ്വാസം കഴിക്കാൻ പോലും പാടുപെട്ടു.

ജയവർദ്ധൻ! തന്റെ ഏട്ടൻ. ജാവേദ് കൊന്നെന്നു കരുതിയ ആൾ...!

ബിജിയെ താഴെക്കിടത്തിയിട്ട് അമ്മ ചാടിയെണീറ്റു.

അയാളെ കെട്ടിപ്പിടിച്ചു.

"മോനേ...നീ..." അയാൾ അമ്മയുടെ പുറത്ത് ആശ്വസിപ്പിക്കും പോലെ തലോടി. "അതെ അമ്മേ..."

"നീ...നീ എവിടെയായിരുന്നു?"

'അതൊക്കെ പറയാൻ ഒരുപാടുണ്ട്. ഇനി സമയം പ്പോലെ പറയാമല്ലോ. അന്ന് അച്ഛനെ അവർ ആക്രമിച്ചപ്പോൾ... എന്നോട് രക്ഷപ്പെട്ടുകൊള്ളാൻ അവസാന ശ്വാസത്തിനുമുമ്പും അദ്ദേഹം പറഞ്ഞപ്പോൾ... മരത്തിലൂടെയുള്ള രക്ഷപ്പെടലായിരുന്നു അത്.

എത്രയോ വർഷങ്ങൾ..എന്തെന്ത് സ്ഥലങ്ങൾ...നീതിക്ക് നിരക്കാത്ത ജോലികൾ വരെ ചെയ്യേണ്ടിവന്നു. ലക്ഷ്യം ഒന്നുമാത്രം ജാവേദ്... ഞാൻ മടങ്ങി വന്നപ്പോഴേക്കും ഗോവർദ്ധൻ റെയ്ഞ്ചറായിക്കഴിഞ്ഞിരുന്നു. നിഴൽ പോലെ ഞാൻ എല്ലാവരുടേയും ഒപ്പുമുണ്ടായിരുന്നു."

"അന്ന് അച്ഛനെ വധിക്കാൻ കൂട്ടുനിന്നവരെ മുഴുവൻ യാത്രയാക്കി."

"എട്ടാ..." ഗോവർദ്ധൻ പതറിയ ശബ്ദത്തിൽ വിളിച്ചു. പുഞ്ചിരിയോടെ ഒരു കൈകൊണ്ട് അയാൾ അനുജനേയും തന്നോടു ചേർത്തു.

"ഇരുട്ടുവീഴും മുമ്പ് മടങ്ങണം. സഖറിയാസിന്റെ ജീപ്പ് നമുക്കുപയോഗിക്കാം." ജയവർദ്ധൻ പറഞ്ഞു.

"ആന്റപ്പൻ?" ഗോവർദ്ധൻ തിരക്കി.

"ജാവേദിനേക്കാൾ മുമ്പ് അയാളെ നരകത്തിൽ എത്തിച്ചുകഴിഞ്ഞു." ജയവർദ്ധൻ ചിരിച്ചു. ജീപ്പിനരുകിൽ എത്തിയപ്പോഴേയ്ക്കും ബിജിക്ക് സ്വബോധം വിണ്ടു കിട്ടിതുടങ്ങിയിരുന്നു. ജീപ്പിനുപിന്നിൽ ഭാഗീരഥിയമ്മ അവളെ തന്നോടു ചേർത്തിരുത്തി.

"മരുമകളെ വിടാതെ പിടിച്ചോ." ജയവർദ്ധൻ പറഞ്ഞു.

"നീ പോടാ അവിടുന്ന് "അമ്മ കൃതിമ കോപം നടിച്ചു. ഗോവർദ്ധന് നാണം തോന്നി.

"അയാളേതാ അമ്മേ?"

ബിജി കണ്ണുകൾ ചിമ്മികൊണ്ടു തിരക്കി.

"അയാളോ തല്ലുമേടിക്കും നീ..." എല്ലാവരും ചിരിച്ചു. അപ്പോഴും ബിജിക്ക് കാര്യം വ്യക്തമായിട്ടില്ല. ജയവർദ്ധൻ ജിപ്പ് മുന്നോട്ടെടുത്തു. അപ്പോൾ ഗോവർദ്ധൻ അത് കണ്ടു. തങ്ങൾക്ക് യാത്രാമംഗളം നൽകും പോലെ ഒരു മരത്തിൽ ചാരിയിരിക്കുന്ന തടിയൻ തടിയൻ ആന്റപ്പന്റെ മൃതദേഹം.

❖❖❖

www.ingramcontent.com/pod-product-compliance
Lightning Source LLC
LaVergne TN
LVHW100823051026
849519LV00006B/2165
* 9 7 8 9 3 9 1 0 8 5 5 4 4 *